NGÔN NGỮ
TẠP CHÍ VĂN HỌC NGHỆ THUẬT
SỐ 12 - 1/3/2021

NHÓM CHỦ TRƯƠNG:

Luân Hoán - Song Thao - Nguyễn Vy Khanh - Hồ Đình Nghiêm - Lê Hân

CỘNG TÁC TRONG SỐ NÀY:

Bạch X. Phẻ, Biển Cát, BT Áo Tím, Cao Nguyên, Châu Nguyễn, Châu Yến Loan, Chu Vương Miện, Cung Tích Biền, Dung Thị Vân, Duyên, Đào Minh Tuấn, Đặng Hiền, Đoàn Nhã Văn, Đỗ Orchid, Đỗ Thượng Thế, Hà Thiên Sơn, Hạ Quốc Huy, Hiền Nguyễn, Hoài Huyền Thanh, Hoài Ziang Duy, Hoàng Chính, Hoàng Quân, Hoàng Xuân Sơn, Hồ Chí Bửu, Hồ Xoa, Hùng Nguyễn, Huỳnh Liễu Ngạn, Khaly Chàm, Lâm Băng Phương, Lê Chiều Giang, Lê Hân, Lê Hữu Minh Toán, Lê Thanh Hùng, Lê Thị Ngọc Nữ, Luân Hoán, Lữ Quỳnh, MEM Nguyễn Thị, MH Hoài Linh Phương, Minh Ngọc, Mộng Hoa Võ Thị, Ngàn Thương, Ngô Thế Vinh, Nguyên Bình, Nguyên Cẩn, Nguyễn An Bình, Nguyễn Dạ Quỳnh, Nguyễn Đình Phượng Uyển, Nguyễn Hữu Dụng, Nguyễn Kiến Thiết, Nguyễn Hải Thảo, Nguyễn Hàn Chung, Nguyễn Quốc Hưng, Nguyễn Lê Hồng Hưng, Nguyễn Sông Trẹm, Nguyễn Thái Dương, Nguyễn Thanh Châu, Nguyễn Thành, Nguyễn Thị Hải Hà, Nguyễn Thị Thanh Bình, Nguyễn Thiếu Dũng, Nguyễn Văn Điều, Nguyễn Văn Gia, Nguyễn Vy Khanh, NP Phan, Phạm Cao Hoàng, Phạm Công Luận, Phan Ni Tấn, Phương Tấn, Song Thao, Thái NC, Thiên Di, Thục Uyên, Thy An, Trần Cẩm Hằng, Trần Đình Sơn Cước, Trần Hạ Vi, Trần Nguyên, Trần Hoàng Vy, Trần Thị Nguyệt Mai, Trần Trung Sáng, Trần Vạn Giã, Trương Thị Mỹ Vân, Trương Xuân Mẫn, Tuyết Lan, Võ Phú, Võ Thạnh Văn, Vương Hoài Uyên, Xuyên Trà, Y Thy.

BÌA: Uyên Nguyên Trần Triết
DÀN TRANG: Nguyễn Thành & Lê Hân
ĐỌC BẢN THẢO: Trần Thị Nguyệt Mai

LIÊN LẠC:

Thư và bài vở mời gởi về:
- Luân Hoán: lebao_hoang@yahoo.com
- Song Thao: tatrungson@hotmail.com

TÒA SOẠN & TRỊ SỰ:
Lê Hân: (408) 722-5626 han.le3359@gmail.com

Mục lục

THƯ TÒA SOẠN

Ngôn Ngữ 12 có mặt sau Tết Tân Sửu không lâu. Thời gian các tác giả sáng tác cũng như chúng tôi nhận bài, còn nằm trong hơi thở Xuân nhật, nên một số bài còn mang nội dung này.

Nếu tính về lượng, phần thi ca luôn luôn dồi dào, áp đảo những thể loại khác. Cụ thể số 12, có 31 tác giả văn xuôi, và 54 nhà thơ. Báo giấy khó tiêu thụ, sinh ra quý hiếm. Nhờ đó khá nhiều tác giả vui vẻ góp tay. Mỗi kỳ báo tùy nghi số trang, nhưng thường giới hạn ở mức hơn ba trăm trang. Ngoài việc chọn bài tương đối đồng đều, chúng tôi còn muốn mỗi kỳ có số lượng tác giả đông vui. Chính vì thế, phần thơ chúng tôi thường chọn những bài không quá dài, và mỗi tác giả chỉ một bài duy nhất, mong quý bạn thơ thông cảm.

Số 13 sắp tới, chúng tôi sẽ giới thiệu những bạn vừa bắt tay vào nghề trong những năm gần đây, thuộc cả hai bộ môn thơ và văn. Thường được gọi là "Những Người Viết Trẻ". Hy vọng tất cả quý bạn trong ngoài Việt Nam hào hứng tham gia.

Theo thực hiện quen thuộc, mỗi tác giả sẽ cho chúng tôi ảnh căn cước (không dùng ảnh cảnh nhiều hơn người), vài dòng về mình tùy nghi, nhưng ghi rõ thời gian bắt đầu sinh hoạt, cũng như những gì đã thành tựu, cụ thể như tác phẩm đã in, nếu có. Kèm theo sáng tác ưng ý của mình, không cần chọn bài mới nhất. Ngôn Ngữ cũng chấp nhận bài đã phổ biến trước đây của bạn trong số đặc biệt này. Một lần nữa, nhắc quý bạn vui vẻ hưởng ứng.

Song song với số giới thiệu đặc biệt này, nhà thơ Lê Hân, hiện quản lý nhà xuất bản Nhân Ảnh, dự định nhờ ban chủ trương Ngôn Ngữ chọn những tác giả xuất sắc, để giúp cơ hội cho bạn đó được in và phát hành tác phẩm tại Hoa Kỳ cũng như Việt Nam.

Rõ hơn, Nhân Ảnh sẽ chọn in 4 tác phẩm. 2 hải ngoại và 2 trong nước cho thơ và văn. Mỗi tác giả sẽ được in miễn phí 25 cuốn đầu tiên cộng với chi phí để giới thiệu trên Amazon, cùng với các chi phí layout thực hiện bìa và ruột. Đây là thí nghiệm đầu tiên hy vọng sẽ thực hiện được.

Sau hết anh em chủ trương chúng tôi vui gởi đến quý bạn đọc, bạn viết, lời cảm ơn và lời chúc an bình cho mỗi ngày.

Thân tình,

Luân Hoán

Buổi Chiều Cuối Năm
MINH NGỌC

Hắn ngước nhìn cái đồng hồ tròn to trên bức tường trước mặt. Chiếc kim ngắn chỉ gần số 5, chiếc kim dài đi quá số 9. Căn phòng đã vắng hẳn, chỉ còn một hai người đứng trước các ô kính lo làm cho xong giấy tờ. Nhiều đồng nghiệp xung quanh bắt đầu lục tục thu xếp hồ sơ, đồ đạc. Hắn nhìn ra ngoài cửa, tuyết đã rơi lất phất từ nãy, bắt đầu đọng lại trên mặt hè phố. Hắn chán nản nghĩ tới vài phút nữa ra xe nổ máy cho ấm, lui cui gạt sạch tuyết khỏi kính xe, rồi lần mò lái xe trên mặt đường trơn trợt về nhà.

Hắn vừa định sắp xếp lại giấy má, đóng *computer* để sửa soạn ra về thì bỗng gã bảo vệ mở cửa cho một bóng người trùm áo khoác sùm sụp lách vào, chỉ tay về phía quầy của hắn. Hắn hơi bực, nhưng đúng là còn hơn mười phút mới tới giờ chính thức đóng cửa, nên phải cố giữ vẻ lịch sự chào rồi hỏi người ấy cần gì. Cô gái - vì đó là một cô gái - ấp úng bảo cô đến thi lấy giấy phép học lái xe (*learner's permit*). Hắn cau mày hỏi:

- Cô có lấy hẹn không, chứ bây giờ đâu còn giờ thi nữa?

Cô sợ sệt lúng túng cho biết thật ra cô lấy được hẹn bốn giờ, nhưng vì làm quá giờ ra trễ, hụt xe *bus* nên cô lỡ hẹn. Cô khẩn khoản xin lỗi, năn nỉ hắn châm chước giùm vì khó khăn lắm cô mới lấy được cái hẹn đó. Điều này hắn biết quá rõ, hiện tại lịch hẹn đã đầy kín cả năm sau, lỡ hẹn hôm nay cô sẽ phải chờ không biết tới bao giờ. Hắn dịu giọng, bảo cô đưa giấy tờ. Cô đưa hắn cái hộ chiếu của một nước

Trung Mỹ, lá thư của chủ nhà chứng nhận cô đang ở địa chỉ đó, hai cái phong bì đóng dấu bưu điện có tên cô là người nhận. Chỉ lèo tèo có bấy nhiêu không đủ, hắn bảo cô như vậy, và hỏi cô có hóa đơn điện, nước, điện thoại, cable TV hay không. Cô tuyệt vọng lắc đầu, cho biết cô ở chung với họ hàng nên không đứng tên, những ngón tay nhỏ nhắn tái ngắt vì giá rét run run siết vào nhau, đôi mắt van vỉ. Hắn thở dài. Từ giữa tháng Mười Hai, Thống đốc tiểu bang ra luật *Green Light*, cho phép di dân lấy bằng lái, chỉ cần có giấy tờ tùy thân và bằng chứng cư trú ở New York. Văn phòng của hắn đông đúc, bận rộn tối tăm mặt mũi. Trước đây, chỉ có học sinh trung học đến mười sáu tuổi thi lấy *learner's permit* để học lái xe, lấy bằng lái, không cần lấy hẹn, cứ bước vào văn phòng nhận bộ đề thi ngồi làm bài, mười phút xong, chụp ảnh lấy thẻ. Bây giờ, hàng ngày hắn và đồng nghiệp phải tiếp cả trăm người đủ mọi quốc tịch, đủ mọi ngôn ngữ, đa số không biết tiếng Anh phải gọi thông dịch mất thêm thì giờ, giấy tờ không phải ai cũng có đủ, trình những thứ trời ơi đất hỡi chẳng biết có hợp pháp hay không. Ít nhất cô gái này tuy nói tiếng Anh còn rụt rè nhưng khá trôi chảy và đúng văn phạm, có vẻ có học thức, lại rất trẻ, mới có hai mươi mốt tuổi. Hắn bỗng dưng muốn rộng lượng, nhất là vào buổi chiều cuối năm, bèn nói "Thôi được", và bảo cô đứng lùi lại chỗ vạch trên sàn, bỏ mũ, cởi áo khoác, nhìn thẳng vào ống kính. Gương mặt cô hiện lên trên màn ảnh *computer*. Hắn sững sờ. Một gương mặt trẻ trung tuyệt đẹp với đường nét thanh tú, đôi môi mọng, mắt to sáng long lanh ngây thơ. Chợt thấy xao xuyến, hắn dịu dàng hỏi cô có muốn sửa lại tóc không. Cô cuống quýt nhoẻn miệng cười cảm ơn, mở túi xách lấy ra cây lược chải suôn mái tóc ướt bết trên mặt và rối tung vì chiếc mũ trùm. Bà đồng nghiệp quầy bên cạnh ngó cô và hắn bằng cái nhìn không mấy thiện cảm. Chiều cuối năm, ai cũng mong xong việc về nhà, trời lại đang đổ tuyết. Hắn cười bảo bà cứ về đi, để tôi ở lại lo xong cái cô này. Bà ta chẳng đợi nhắc lần thứ hai, đứng phắt dậy, khoác áo vào, quơ lấy cái giỏ xách, chào xã giao chúc mừng năm mới rồi te te bỏ đi như sợ hắn đổi ý gọi lại. Cả văn phòng chỉ còn hắn với cô gái và gã bảo vệ đứng cạnh cánh cửa đã khóa.

Chụp ảnh xong, hắn đưa cô gái xấp đề thi và cây viết chì, chỉ chỗ cho cô ngồi. Mươi phút sau, cô trở lại, đưa hắn xấp giấy. Hắn nhìn lướt qua rồi bảo cô đã đậu, in cái thẻ tạm bằng bìa cứng trao cho cô, dặn cô canh thư bưu điện, thẻ thật sẽ tới trong vòng một tuần, không quên nói thêm "Chúc mừng năm mới!". Cô mừng rỡ, cảm ơn hắn rối rít rồi quay ra. Gã bảo vệ mở khóa, cái dáng thanh mảnh lách qua cửa ra ngoài trời tuyết mịt mù. Hắn vươn vai đứng dậy, đóng *computer*, mặc áo khoác, nhìn đồng hồ. Đã quá năm giờ chiều. Bên ngoài trời tối mịt, đèn đường vàng vọt hắt qua màn tuyết rơi lả tả. Mùa đông mặt trời lặn từ bốn giờ rưỡi, gặp hôm tuyết rơi như thế này trời tối còn sớm hơn.

Bước ra ngoài, tuyết giá tạt vào mặt lạnh buốt. Bãi đậu xe vắng tanh. Hắn mở máy xe để cho nóng máy, lấy cây cào tuyết ra cào sạch các kính xe, rồi run lập cập chui vội vào xe, đạp ga chạy từ từ ra phía đường. Chuẩn bị quẹo phải để ra đường chính, hắn chợt trông thấy cái dáng quen quen của cô gái lúc nãy đang co ro đứng chờ xe *bus*. Đường sá tối om, tuyết đổ mịt mù. Hắn thấy lòng nao nao, bèn hạ kính xe xuống, vẫy cô. Nhận ra hắn, cô vui mừng chạy tới. Hắn bảo:

- Cô đi xa không? Lên đây tôi chở về.

Cô gái do dự, ngần ngại, nhìn về phía cuối đường tìm bóng chiếc xe *bus* nhưng không thấy. Vẻ mặt thành thật của hắn và sự rộng lượng ban nãy khiến cô yên tâm, hơn nữa đứng một mình ở đây vừa lạnh vừa sợ, mà không biết xe *bus* có đến hay không, cô đánh bạo chui vào xe. Hắn hỏi địa chỉ, hóa ra cũng khá gần. Chiếc xe lại mò mẫm lăn bánh giữa trời tuyết. Hắn cảm thấy ấm áp hơn, lòng lâng lâng vì có người con gái bên cạnh. Nhìn những ngón tay nhỏ nhắn rét cóng xoa xoa vào nhau để sưởi ấm, hắn những muốn ủ đôi tay nuột nà ấy vào tay mình che chở. Hắn lên tiếng gợi chuyện để xua đuổi những ý nghĩ thầm kín trong đầu:

- Cô nói tiếng Anh giỏi lắm, cô sang đây lâu chưa?

- Dạ em mới sang được một tháng, ở trong nước em là sinh viên đại học khoa Anh ngữ.

Hắn ngạc nhiên thật sự:

- Giỏi vậy sao cô phải đi qua đây chịu cuộc sống bấp bênh? Tôi thấy phần nhiều dân xứ cô là lao động kiếm ăn thôi.

Cô ngó mông ra cửa sổ, đáp nhỏ:

- Dạ tại không còn cách nào khác.

Hắn tế nhị không hỏi thêm. Cô tiếp tục:

- Em đi theo một chị đồng hương làm mướn lặt vặt. Chiều nay em phụ chị ấy dọn dẹp cho một nhà chủ chuẩn bị tiệc giao thừa nên trễ hẹn, may mà có anh giúp. Em mang ơn anh lắm, nếu không có anh thì em hư hết việc.

Hắn mát cả ruột, vờ khiêm tốn:

- Có gì đâu cô.

Rồi hắn tiếp:

- Cô định học lái xe chưa?

- Dạ, trước hết em muốn làm *learner's permit* để có cái *ID* đã, còn chuyện học lái thì chưa biết vì không có xe.

Xe ngừng trước khu chung cư cô gái trú ngụ. Đó là loại chung cư cho người lao động nghèo, phần nhiều là di dân, trong một khu vực nhếch nhác. Bình thường cho kẹo hắn cũng không dám bén mảng quanh đây ban đêm, nhưng có người đẹp bên cạnh hắn cảm thấy hùng dũng coi trời không bằng vung, nói gì tụi băng đảng đầu trâu mặt ngựa. Hắn quên nghĩ là tụi này có súng và hay nổi hứng bắn ẩu, hắn chỉ biết hắn là vệ sĩ gan dạ bảo bọc nàng, đưa nàng đi đến nơi về đến chốn giữa trời tuyết mịt mù đêm cuối năm.

Cô gái định mở cửa xe bước ra, hắn ngập ngừng đề nghị:

- Tôi có thể tập cho cô lái xe vào giờ nghỉ trưa của tôi. Từ sở tới đây gần xịt.

Mắt cô sáng lên:

- Nếu không phiền anh, em cảm ơn lắm. Trong tuần em không có việc làm, thường chỉ làm vào cuối tuần khi chủ nhà gọi.

Hắn phẩy tay:

- Có gì đâu mà phiền. Cô ghi cho tôi số *cell phone*, tới giờ nghỉ tôi gọi, nếu cô rảnh thì tôi đón cô.

Họ trao đổi nhau số điện thoại. Hắn dặn cô có cần gì thì *text* chớ đừng gọi vì hắn thường không để chuông, chỉ để rung nên có thể không nghe. Cô gái tươi nét mặt, cám ơn hắn, chúc mừng năm mới, vẫy vẫy tay rồi chạy biến vào bên trong. Hắn lại cho xe chạy mò mẫm trong trời tuyết về nhà, trong lòng phơi phới.

oOo

Thế là mỗi ngày vào giờ nghỉ trưa, hắn đến đón cô gái đi tập lái xe khoảng mười lăm phút. Hắn nhận thấy cô có vẻ đã biết lái xe đôi chút từ trước, lại nhanh trí nên học rất mau lẹ. Hai người thường ghé McDonald's hay Burger King mua đồ ăn trưa, tán gẫu, nhanh chóng thành thân quen. Hắn mê mệt nhìn cô say sưa nói chuyện, đôi môi xinh xắn lúc nào cũng như chúm chím cười. Người đâu vừa đẹp lại thông minh ý nhị, hiền thục trong trắng, cái nhan sắc rạng rỡ dù không son phấn trang điểm, áo quần xoàng xĩnh. Hắn cảm thấy diễm phúc kề cận một tuyệt tác của Hóa Công. Hắn trân trọng e dè như thể cô là một nàng tiên bé nhỏ trong truyện cổ tích, chạm nhẹ sẽ bay mất.

Khi đã hoàn toàn tin cậy hắn, cô mới kể lý do cô phải liều mạng sang đây ở lậu. Con trai lão trùm ma túy ở thành phố của cô say mê và đòi lấy cô làm vợ, nếu không cả nhà cô sẽ bị hại. Gia tộc này có thế lực rất lớn, chi phối cả cảnh sát và chính khách. Cùng đường, cô bèn nghĩ cách đi du lịch sang đây rồi trốn ở lại, trú ngụ cùng gia đình người bà con xa là di dân hợp pháp. Được hai tuần, cô quen được vài người bạn, dọn ra ở với họ để đề phòng bọn chúng lần ra dấu vết. Gia đình cô phao tin là cô bỏ nhà trốn đi. Để an toàn, cô cũng không dám liên lạc với gia đình. Hắn nhìn cô, thán phục người con gái trẻ tuổi mà táo bạo dấn thân mạo hiểm nơi đất khách xa lạ. Hắn suy nghĩ rồi bảo cô có thể có lý do chính đáng để tị nạn chính thức. Hắn đưa cô tới gặp người bạn là luật sư chuyên về di trú. Tên này vừa thấy mặt cô đã vồn vã quá đáng khiến hắn khó chịu và đâm hối hận đã không tìm một nữ luật sư. Nghe cô trình bày xong, tên luật sư cười toe toét "Được, được. Trường hợp của em anh lo một phát là xong. Anh làm giúp, không cần tiền bạc gì đâu." Rồi quay sang hắn "Tao phải lập hồ sơ cho cô này, chắc sẽ hơi lâu, mày về trước đi, khi nào xong tao đưa cô ấy về cũng được." Hắn tức uất lên cổ, nhưng vì mang thân đi nhờ vả nên phải ngậm bồ hòn làm ngọt, dằn xuống để giữ phép lịch sự cảm ơn rồi ra về trong cơn điên tiết. Những ngày sau đó, cô vẫn tập lái với hắn mỗi ngày, vẫn vui vẻ thân thiết. Hắn kín đáo dò xét cử chỉ, lời ăn tiếng nói, thậm chí hỏi khéo về gã luật sư nhưng cô chỉ hồn nhiên thẳng thắn, không có gì khác lạ.

Đến ngày cô đi thi lấy bằng lái, hắn xin nghỉ buổi chiều, chở cô đến trụ sở thi. Người chấm thi ngồi vào xe, cô lái xe đi, hắn đi tới đi lui chờ đợi. Bỗng một gã nhân viên quen chạy a tới, tay bắt mặt mừng: "Đi đâu lang thang ở đây vậy? Bộ chuyển qua đây làm hả?" Hắn sượng sùng ú ớ: "Đưa người đi thi." Gã thanh niên ngạc nhiên: "Ai vậy? Ông đâu có em út tuổi trung học." Hắn khỏa lấp: "Em bà con." Gã đồng nghiệp lại tinh quái: "Gần hay xa? Nam hay nữ?" Hắn còn đang lúng túng thì may sao có người gọi gã ta ơi ới từ bên trong văn phòng. Gã bắt tay hắn rồi bỏ đi với nụ cười ranh mãnh. Hắn thở phào nhẹ nhõm rồi bước ra phía góc đường ngó vơ vẩn để tránh gặp thêm người quen.

Chiếc xe đã quay trở về, từ từ tấp vào lề rồi ngừng lại. Hắn mừng rỡ chạy tới. Người chấm thi bước ra khỏi xe, đưa cô gái tờ giấy, dặn dò mấy câu rồi bỏ đi. Hắn chui vào xe, hồi hộp hỏi: "Đậu rồi phải không?" Cô gật đầu, cười tươi, chồm qua hôn lên má hắn một cái, thì thầm: "Cảm ơn anh!" Hắn bất ngờ trước sự đụng chạm đầu tiên giữa hai người, đôi môi mềm ấm. Hắn sướng rơn, đê mê. Cô hỏi: "Bây giờ mình đi đâu?" Hắn sực tỉnh, chỉ đường cho cô lái đến một nhà hàng Ý ngon nổi tiếng. Đậu xe trước cửa nhà hàng, cô ngước nhìn bảng hiệu thếp vàng cầu kỳ, cười: "Không ăn McDonald's nữa sao?" Hắn cười, đắm đuối nhìn cô: "Hôm nay đặc biệt, phải ăn mừng."

Bữa ăn ngon lành với mì ống và *artichoke* nướng, món tráng miệng *tiramisu*. Cô gái thưởng thức thích thú, xuýt xoa khen ngon. Hắn ăn cầm chừng, chỉ mải mê nhìn cô hoạt bát vui tươi, đôi mắt long lanh, nói cười luôn miệng. Lòng hắn dào dạt cảm xúc dâng trào như sóng biển, đôi lúc làm hắn muốn nghẹn thở.

Ra khỏi nhà hàng, gần năm giờ chiều, trời đã sụp tối. Hắn lái xe đưa cô về, cảm nhận hơi ấm tỏa ra từ thân thể yêu kiều gợi cảm ngồi bên cạnh. Những ánh đèn đường vàng vọt lướt qua loang loáng nét mặt xinh tươi mờ ảo. Hắn rộn rực, không kìm được, đưa tay lần tìm bàn tay cô. Cô có vẻ muốn rụt lại, nhưng rồi để yên. Bàn tay thon mềm, ấm áp. Hắn muốn siết chặt lại e ngại nên chỉ vuốt ve nhè nhẹ, mong đường về cứ dài ra mãi, nhưng rồi cũng tới khu chung cư cũ kỹ. Hắn bấm nút P đậu xe lại. Cô quay sang mỉm cười định chào hắn. Đôi mắt sáng long lanh, đôi môi mọng tươi tắn. Hắn điên đảo, quàng tay ôm ghì lấy cơ thể mỹ miều, ngấu nghiến hôn ngoạm đôi môi mọng hồng. Vì bất ngờ, cô không kịp phản ứng, chỉ hơi ngả đầu tránh né. Trong cơn hưng phấn tột độ, hắn bấu tay siết nắn bầu ngực thanh tân. Cô bật kêu lên, vùng vẫy thoát ra khỏi tay hắn, òa khóc. Hắn hoảng hốt, tỉnh hẳn cơn điên, lắp bắp xin lỗi. Khóc một hồi, cô cố trấn tĩnh, dằn tiếng nức nở, lau vội mặt mũi, sửa lại tóc, mở cửa xe thoát nhanh ra ngoài, rảo bước về cổng khu nhà, biến mất trong bóng tối. Hắn ngồi thẫn thờ, cảm thấy mình vừa đánh vỡ một món đồ mỏng manh quý giá.

oOo

Cả tháng sau đó, hắn không gặp được cô. Gọi hay *text* không thấy trả lời. Năm thì mười họa hắn nhận được *text* trả lời vẻn vẹn "Bận". Hắn nhớ cô điên cuồng, ngay cả trong khi làm việc, thấy cô gái nào bước đến trước quầy, hắn lại nghĩ đến cô, buổi chiều cuối năm, người con gái co ro sợ sệt cầu xin giúp đỡ. Hình bóng cô ám ảnh hắn ngày đêm. Trằn trọc trên giường, hắn chỉ thấy gương mặt xinh đẹp đẫm nước mắt, hắn tự rủa mình thậm tệ, vừa đau vừa tiếc. Hắn lái xe ngang qua khu chung cư mấy lần, mỏi mắt tìm kiếm cái dáng dấp quen thuộc.

Rồi bỗng dưng, một buổi trưa chủ nhật ghé vào Starbucks, đang đi về phía cửa, hắn trông thấy cô bước ra khỏi chiếc Lexus ES mới tinh. Tim hắn như hụt nhịp. Người con gái thay đổi hoàn toàn, không còn là cô gái ăn mặc xoàng xĩnh, e dè lo âu ngày trước, mà tự tin lộng lẫy trong chiếc áo lông đắt tiền nổi bật thân hình tuyệt mỹ, gương mặt trang điểm nhẹ nhàng quyến rũ. Cô cũng vừa nhận ra hắn, hơi bối rối nhưng bình thản lại ngay, mỉm cười chào hắn. Hắn sóng bước cùng cô vào bên trong, mua cà phê cho mình và cho cô, rồi chọn bàn trống mời cô ngồi cùng. Cô thoải mái ngồi xuống, đặt chiếc túi da sang trọng xuống bàn, nhìn mông lung vào khoảng không sau lưng hắn. Hắn gợi chuyện:

- Xe đẹp quá nhỉ?

- Xe của anh luật sư M. cho em mượn chạy đỡ.

- Ở khu đó mà dám đi xe này à?

Cô nhún vai:

- Em không còn ở đó nữa. Em ở trên lầu tòa nhà văn phòng của anh M. Em bây giờ làm thông dịch và thư ký cho văn phòng luật của ảnh.

- Giấy tờ xong xuôi cả chứ?

Cô gật đầu:

- Anh M. xin cho em thường trú hợp pháp diện tị nạn vì gặp nguy hiểm nếu trở về quê hương.

Hắn ngập ngừng:

- Cho anh xin lỗi về chuyện hôm đó. Anh ân hận lắm, lẽ ra anh không nên xử sự như vậy.

Người con gái ngó ra ngoài trời nắng sáng rực rỡ, nói bâng quơ:

- Thời gian qua em học được nhiều thứ, ngộ ra được nhiều điều.

Rồi cô đứng dậy, cầm lấy ly cà phê, tay kia cầm túi xách.

- Em phải đi, có việc cần. Rất mừng gặp lại anh.

Hắn đứng dậy theo.

- Thỉnh thoảng em giữ liên lạc với anh được chứ?

Hắn định nói "đi chơi, đi uống cà phê" nhưng dáng dấp sang trọng của cô với chiếc áo thời trang Ý, chiếc túi da, và chiếc Lexus ES ngoài kia khiến hắn nín bặt. Khoảng cách giữa hai người chỉ có một tầm tay mà sao xa vời vợi.

Cô thoáng một nụ cười mơ hồ, gật nhẹ đầu không biết để trả lời câu hỏi của hắn hay để chào từ giã, đi thoăn thoắt ra ngoài. Tấm áo lông kiểu sa mượt mà dưới ánh nắng buổi trưa xa dần về phía chiếc xe Lexus ES màu xanh sẫm.

oOo

Trận dịch từ đâu bất ngờ ập tới. Văn phòng của hắn, cũng như mọi công sở, phải đóng cửa, nhân viên nghỉ ở nhà, một số làm việc trên *computer* từ nhà. Một số nhân viên sở hắn bị cho nghỉ việc bớt vì cắt giảm ngân sách, thường là những nhân viên thâm niên cao, gần đến tuổi hưu trí. Hắn may mắn được làm việc ở nhà. Sau ba tuần, hắn đã thấy tù túng phát điên, ra ngoài chỉ có đi chợ mà thôi vì đó là những chỗ duy nhất mở cửa. Hắn chưa bao giờ nghĩ đi chợ lại vui như vậy, mặc dù phải mang khẩu trang, nhưng được thoát ra khỏi nhà, lái xe, vào chợ ngắm nghía thứ này thứ nọ, mỗi dãy hàng thành đường một chiều, phải chú ý mũi tên dưới sàn, lỡ đi ngược chiều bị thiên hạ dòm khó chịu như vi phạm luật giao thông. Sau sáu tuần, hắn bắt đầu chán ghét đầu tóc bù xù của mình, sắp thành *hippie* mà ông Thống đốc cứ cằm ràm không cho mở cửa tiệm cắt tóc. Lúc này người đẹp có mời hắn cũng chẳng dám đến gặp.

Rồi bỗng nhiên dịch tan đi cũng nhanh như khi nó tràn tới. Mọi dịch vụ, cửa hàng, tiệm ăn mở cửa trở lại, tuân thủ quy định mang khẩu trang, cách xa 6 feet. Ai nấy nhìn nhau nghi kỵ như hủi. Hắn đi cắt tóc. Văn phòng công sở mở cửa trở lại. Hắn lại đi làm mỗi ngày từ chín giờ sáng đến năm giờ chiều, bù đầu với cả trăm lượt khách cần giải quyết đủ loại giấy tờ, dịch vụ đã bị ùn tắc suốt hai tháng đóng cửa. Bây giờ thêm một điều mới là hắn phải nhớ nhắc họ tháo khẩu trang trước khi chụp hình. Riết rồi hắn có cảm tưởng mình thành con người máy móc như phim Modern Times của Charlie Chaplin: "Giấy tờ đâu?" "Đứng ra chỗ vạch ngang kia, nhìn vào *camera*, tháo khẩu trang." "*Next!*" Hắn không còn thì giờ mơ màng nghĩ tới người con gái nguyên sơ ngày nào rụt rè tiến đến trước quầy của hắn với đôi mắt long lanh cầu khẩn, những ngón tay nhỏ nhắn rét cóng.

oOo

Những tháng cuối năm. Biểu tình. Bầu cử. Tranh cãi chính trị đốp chát trên truyền thông, *internet* và cả trong sở. Hắn câm lặng bỏ mặc ngoài tai, sáng đi chiều về, làm việc lãnh lương. *Thanksgiving* buồn hiu, nhà ai nấy ở. Giáng Sinh chuông nhà thờ vẫn đổ hồi rộn rã nhưng những hàng ghế vắng hoe rải rác vài giáo dân được tham dự theo luật chống dịch, lễ truyền qua *Livestream*.

Buổi tối gần hết năm, ăn xong, hắn ngồi coi một phim cũ trên TV mà đầu óc lơ đãng chẳng nghe chẳng thấy gì. Chợt có tiếng kêu lên:

- Anh thấy cái này chưa?

Hắn giật mình quay lại. Vợ hắn cầm tờ tạp chí Long Island Pulse chìa vào mặt hắn.

Hắn chúa ghét tờ tạp chí này. Toàn đăng những hình ảnh tiệc tùng đình đám xa xỉ của giới thượng lưu Long Island. Cuộc sống của họ cao xa lạ lẫm quá, chẳng liên quan gì tới hắn. Những nhà hàng sang trọng có giá một bữa ăn bằng cả tháng lương của hắn, những câu lạc bộ thuyền buồm, những giải *golf*, những con ngựa đua, những tòa dinh cơ bề thế, những bộ quần áo lộng lẫy, những món nữ trang chớp nháng.

Hắn hờ hững ngó vào trang báo, giật mình nhận ra người-con-gái-của-hắn âu yếm dựa vào một người đàn ông đứng tuổi mặc bộ *tuxedo* sắc sảo, sau lưng là hồ bơi cầu kỳ xanh biếc rộng mênh mông còn hơn cả cái nhà của vợ chồng hắn. Hắn làm tỉnh hỏi mà trống ngực đập thình thình:

- Ai vậy?

- Ông triệu phú chủ hiệu kim hoàn J. chứ ai, mở tới mấy tiệm toàn chỗ sang: East Hampton, Woodbury, Manhasset. Vợ mới của ổng đó.

- Ổng lấy ai thì kệ ổng chứ.

- Tại chị luật sư M. kể cho em nghe về con nhỏ này nên em mới chú ý chớ. Mấy tháng trước, tự nhiên ông chồng về đòi ly dị, sau mới biết là tại con nhỏ này. Nó là dân tị nạn, nhờ ổng lo giấy tờ sao đó mà ổng chết mê chết mệt, bỏ vợ định lấy nó, cung phụng xe cộ quần áo toàn là đồ mắc tiền. Nó còn õm ờ chưa chịu lấy ổng, thì ông triệu phú này tới văn phòng có việc cần, gặp con nhỏ này vớt luôn. Ông luật sư có tiền nhưng làm sao giàu bằng chủ doanh nghiệp kim cương. Coi ngây thơ vậy chớ sát đàn ông lắm đó.

Hắn tức mình dè bỉu:

- Ngây thơ gì đâu, mặt mũi son phấn áo quần láng o.

Vợ hắn nguýt:

- Đẹp thua con nhỏ của anh đó hả?

Hắn giật mình:

- Con nhỏ nào?

Vợ hắn bật cười:

- Con nhỏ bồ *fast-food* của anh chớ con nhỏ nào. Đi ăn trưa hoài, quên rồi hả?

Thấy thị tỉnh bơ sảng khoái, hắn chột dạ, thắc mắc:

- Em không ghen sao?

- Trời, ghen làm gì cho tổn thọ. Bộ tướng anh chỉ có ăn trưa *fast food* là cùng chớ làm sao đủ sức bao gái. Thấy gương anh luật sư M. không? Cung phụng quá trời mà còn vuột mất.

Hắn thấm thía. Vợ hắn nói đúng. Công chức quèn như hắn, lãnh lương về giao vợ đóng đủ thứ tiền, sức đâu mà bon chen bao gái, lại còn mơ mộng hão huyền. Hắn thấy mắc cỡ, bèn hạ giọng xu nịnh:

- Anh đâu có dại như con chó đứng trên cầu thả khúc xương để nhảy xuống tìm khúc xương in bóng dưới nước.

Vợ hắn cũng dịu giọng:

- Em biết mà, bởi vậy em đâu có gây gổ chuyện đó. Mình an phận sống thì bình an thôi. Đi đâu thì nhớ ở nhà còn có em đây nè.

Hắn nhìn vợ tóc túm cột sau ót, bộ áo quần cũ gọn ghẽ, mặt mũi tái nhợt không son phấn, đang chăm chỉ gấp xếp thùng quần áo to tướng của cả nhà, cố giấu tiếng thở dài cam chịu, mon men tới ngồi cạnh bên lôi áo quần ra xếp lại phụ vợ. Thị nhìn lên hắn, mỉm cười, cái cười bao dung của người mẹ hơn là người vợ. Và hắn cảm thấy an phận như cái đống quần áo này, tuần hoàn từ tủ áo đến chậu đồ dơ, máy giặt máy sấy rồi trở lại tủ áo, vòng luẩn quẩn cả một đời, dưới bàn tay cai quản đảm đang của vợ hắn.

oOo

Buổi chiều cuối năm.

Hắn ngước nhìn cái đồng hồ tròn to trên bức tường trước mặt. Chiếc kim ngắn chỉ gần số 5, chiếc kim dài đi quá số 9. Ngoài cửa còn một vài người kiên nhẫn xếp hàng đứng đợi, mặt đeo khẩu trang kín mít. Hắn thở dài. Lại về trễ nữa rồi. Trong túi áo hắn có mảnh giấy vợ hắn ghi những thức cần mua khi ghé chợ trên đường về để nấu bữa ăn giao thừa cho gia đình. Năm nay giao thừa trời ấm nhưng ở Times Square không có hàng triệu người chen chúc ăn mừng như mọi năm. Thành phố vắng vẻ. Một năm mới sẽ lặng lẽ đến, mang theo nhiều hoài nghi hơn là hy vọng.

Hắn thở dài, uể oải cất tiếng: *"Next!"*

Minh Ngọc
Tháng Giêng 2021

Chỉ Là Chuyện Hôm Qua
HOÀI ZIANG DUY

Vào đầu là câu chuyện bạn tôi. Anh hỏi tôi làm thơ để làm gì, có khoái cảm lắm không. Là người không viết văn, không giao du nhiều với người cầm bút, nhưng muốn biết nhiều chuyện. Anh chơi với tôi đã lâu, từ thời đi học. Mỗi lần gặp nhau, anh hay hỏi vớ vẩn, nhưng thật ra muốn tìm hiểu điều gì đó cho chính bản thân anh. Từ ý hướng này tôi muốn ghi lại, như một lời tâm tình, thơ thẩn nhìn lại.

Anh biết tôi là người làm thơ rất sớm, thời học lớp đệ ngũ, đệ tứ trung học. Tại sao tôi làm thơ hồi đó hay còn đến bây giờ tôi cũng không biết. Tôi không có một lý tưởng, ước vọng làm thi sĩ gì hết, bởi thực tế nó không đảm bảo đời sống tương lai.

Tôi không có nhiều bạn, không có nhiều cuộc vui chung quanh. Do đâu có tâm hồn lãng mạn nhập vào hóa thân để biết buồn, biết rung cảm, có chất thơ? Do hoàn cảnh sống đơn độc? Do thiếu thốn tự mình cảm thấy? Do một mối tình đơn phương nào để tạo thành thuở làm thơ yêu em? Hay muốn tập tành làm người lớn? Vẫn không có câu trả lời dứt khoát. Đó là cách nhìn ở một thời tuổi nhỏ.

Anh bạn nói: Tôi cũng giống anh. Sao tôi không làm thơ, không có những xúc cảm thành lời, và do đâu anh làm được? Bạn hãy trả lời giùm tôi đi, buổi ban đầu, ấu thời làm sao bạn biết sống, biết bày tỏ nỗi buồn ở cuộc thế nhân sinh? Hay bạn sống trước những người cùng tuổi? Hay từ một duyên nghiệp đời trước, ở cái vòng quần quanh cuộc đời lặp lại bản ngã, cái thân tứ đại này?

Tôi là tôi, là con người có hai con người trong đời sống, như lời cô giáo dạy Việt văn có lần nhận định rất riêng tư. Một con người thực tế trong hoàn cảnh, và một con người rất lãng mạn để làm thơ. Thuở nhỏ, cũng như trẻ khác, tôi đua đòi bắt chước, thích đọc sách để tự mình khôn ra. Theo như lời khuyên phải coi sách vở làm thầy? Biết đâu một lúc nào đó, cái khiếu bẩm sinh ló mòi bộc phát. Cái học hỏi buổi ban đầu là điều không thể tránh được, tập cho mình một hướng đi riêng cho về sau khi đến lúc thành danh. Là người kém tuổi, chơi sau, dĩ nhiên tôi có lòng ngưỡng mộ đàn anh đi trước, tuổi đời, tuổi cầm bút, khác gì cái chốn giang hồ võ lâm, với tiền bối, sư huynh, sư tỷ. Còn hỏi khoái hay không thì phải nói tuổi trẻ ban đầu làm sao không có niềm tự mãn, vui sướng với mình, khi bài thơ, bài văn được đăng tải, được bạn bè biết đến.

Bước vào chốn văn nghệ sớm, cái máu văn nghệ không coi nặng bằng cấp, phiêu phiêu trong cõi chưa biết trời cao đất rộng, dù đời sống còn nương vào mái gia đình đùm bọc. Cho đến khi sắp bước ra ngưỡng cửa cuộc đời. Thực tế với tình hình chiến tranh trước mặt. Chính thời gian này, là lần buông bỏ thơ văn một thời son trẻ. Ngừng lại ở đó và không biết lúc nào nối lại duyên phận chữ nghĩa. Thôi thì cứ để mặc nó lửng lơ.

Trước năm 1975 bên nhà, người cầm bút không nhiều như bây giờ. Nhân tài hầu như từ bản năng bẩm sinh. Do vậy, người cầm bút biết tên tuổi nhau, dưới hình thức xuất hiện bài trên mặt báo, tuần san, tạp chí hàng tháng. Cái giá trị tên tuổi thành danh cũng đi theo khuynh hướng, sự tuyển chọn ở bài viết từ ban biên tập của tạp chí. Do sự cạnh tranh về tính nghệ thuật, họ cần tuyển chọn bài vở hay, để tờ báo sống còn với bạn đọc chịu bỏ tiền mua. Rồi đến tác giả có tác phẩm in ấn (đàng hoàng) còn khó khăn hơn. Trước hết phải có tiền, phải qua kiểm duyệt, xin giấy phép. Đời sống bận lo trong cuộc sống, đâu có thời gian để tự mình lo toan đến nơi đến chốn,

Người cầm bút nào buổi đầu cũng mơ mình có tác phẩm in ấn, nhưng mỗi người một hoàn cảnh sống, có duyên số định mệnh, được đãi ngộ từ nhiều bạn bè ủng hộ. Nhưng ngược lại tên tuổi chưa đến độ chín, ra mắt, chào hàng sớm quá, chưa đúng lúc, sẽ giết tên tuổi tác giả về sau, chìm luôn đối với người đọc, hay không còn xuất hiện. So với thời gian, không gian bây giờ. Mọi sự khác nhiều. Ở đây chân trời rộng mở. Ai muốn viết, muốn in, muốn làm gì ở xã hội Âu Mỹ này, muốn khoác lên mình chiếc áo, danh xưng nào cũng được, khi web của riêng mình, chuyển tải bài mình lên, giới thiệu mỗi ngày, quen mắt người đọc.

Anh hỏi tôi về thơ tự do, thơ kể chuyện, ở một lần tôi về Việt Nam. Thơ nói chuyện, chi tiết trần trụi như chuyện ngồi quán nói phiếm mà chơi, hoàn toàn không có tính văn học văn chương gì cả. Có phải là thơ không. Thơ tự do hay là tự do làm thơ? Đọc mà không biết họ nói gì?

Tôi cũng không biết sao trả lời anh. Tôi nói đọc một bài thơ thấy hay là lúc mình cảm nhận được, cái hay nó trầm lắng đi vào tâm hồn, xuyến xao nhận biết. Người làm thơ ban đầu hay dùng ghép từ khó hiểu, thêm cái bệnh tả cảnh, tả tình phụ, khổ đau trong tưởng tượng. Dưới mắt người đọc, khuynh hướng này, dễ bị xếp vào loại thơ rẻ tiền. Còn vần điệu, nhạc trong thơ, đối với người biết làm thơ hay làm thơ đã lâu, chỉ cần đọc lướt qua một đoạn đầu thơ, là có thể đánh giá được một bài thơ hay, dở. Thứ nữa, người quen làm thơ, khi viết xuống tự dưng có âm điệu, có vần sẵn, ăn khớp với nhau. Cho nên khi anh bạn hỏi câu này, tôi không nằm trong thành phần làm mới thơ theo kiểu này, nên không biết trả lời sao cho xuôi lòng vẹn ý.

Tuy nhiên có điều đáng nói, là ngoài những đóng góp của những người xuất hiện sau này, những tác giả năm cũ vẫn còn phong độ sáng tác, ở đó đôi khi đọc bài thơ thấy bùi ngùi, thấm lòng thấm ý. Với người khác thì tạo thêm đường hướng mới trong sáng tạo ngôn ngữ, ý tưởng mà người đọc khó lòng theo kịp tâm tư người viết. Cho nên thơ dù ở không gian xa, thơ rất gần như đứng ở biển. Biển là thơ trong gió ngàn, biển động, có sóng vỗ, có âm thanh ì ầm cuồng nhiệt, có mặt trời buổi sáng biển, có hoàng hôn, có tấm lòng người thưởng ngoạn.

Đọc những bài thơ của các tác giả trong và ngoài nước trên những *web* đã chọn lọc đăng tải, phải nhìn nhận một điều chúng ta có quá nhiều bài thơ hay, của các tác giả ít được nhắc đến. Tôi lúc nào cũng hoan nghinh những người bạn trẻ, những người viết mới, những người có thực lực, tài năng tiềm ẩn. Phải để cho họ có đất, có cơ hội vươn lên. Tên tuổi thành danh, đôi khi cũng cần có cơ hội, có duyên nghiệp để hòa nhập. Không thiếu những nhà thơ có danh trước đây, nhưng không thực lực, chỉ trong giai đoạn phù phép tung hô nhau, để rồi đường trường xa, đứng đó chỉ tay vào hư danh ngày cũ.

Bạn hỏi tôi, nếu phải làm thơ, viết lách, đi con đường viết bài ca ngợi tên tuổi lớn này, quen người này, biết người kia, nhớ người nọ, chứng tỏ mình với anh em nhà văn nghệ sĩ thật gần gũi. Làm như vậy có thành công không? Cách này thật ra đã có người làm qua nên anh mới có ý với câu hỏi này?

Thật ra sự thành công nào, cũng bằng tài năng vốn có của mình, để tạo nên tên tuổi quen thuộc. Anh hỏi tôi khi có danh rồi thì thấy thế nào? Theo tôi thì "danh tiếng" lúc nào cũng đi kèm với "tai tiếng". Có nhiều phù phép họ tung lên *net*, giả danh có, tạo chuyện không có thành có, ghép hình. Làm những chuyện y như thật. Người đọc chỉ đọc qua, đâu ai có thì giờ, mắc mớ gì đến mình mà đi kiểm chứng, nên cứ tin là thật. Bởi một điều, là nạn nhân của chuyện bịa đặt không ai thèm lên tiếng đính chính, hay đưa ra luật pháp. Nói thật không đâu xa, chính tôi cũng từng là nạn nhân của sự bêu xấu này trong văn giới.

Trên đây là mấy trang tôi viết đã lâu, viết cho bạn hiền. Đọc lại. Không biết sao anh hỏi nhiều vậy, và tôi cũng thật tình trong gần gũi. Chỉ là chuyện hôm qua. Hôm qua để nói lại bây giờ, chứ hiển hiện thì có gì để nói. Không biết ở đâu sót lại, muốn gởi cho người. Người bây giờ đã đi về chốn xa. Đọc lại nhớ người cũng là mối cảm thông dù muộn. Đời sống mà, tình thân nào cũng có lúc buông bỏ, làm sao níu kéo. Chính tự mình còn không chống nổi, thì làm sao chia sẻ cho người. Vậy thôi. Cũng đành.

Những điều tự vấn với anh, sau này mới có lời giải đáp tự mình. Chúng tôi là bạn học ngày cũ, ở tù chung sau năm 1975. Anh về sớm. Mấy năm sau ở tù về, giao tình ngày trước sống lại. Hoàn cảnh bấy giờ thì thân ai nấy lo. Tôi nghe phong phanh anh cộng tác với đài truyền thanh nơi tỉnh lỵ nhà. Anh cho tôi biết phải làm vậy mới an thân sống, chứ không làm gì khác, tổn hại ai. Tính anh hoạt náo vui vẻ, dễ mến với người chung quanh. Điều này tôi biết từ lâu. Nhưng điều bất ngờ làm tôi khó tin là thực. Có người nói là anh có hai quyển sách đã được xuất bản. Anh viết văn. Anh là nhà văn. Thật vậy không? Gần nhất, có lần anh đến nhờ tôi viết giùm phân đoạn giới thiệu chương trình biểu diễn văn nghệ. Một lần, tôi cằn nhằn tình hình bây giờ, tôi không muốn cầm bút. Anh cười khì khì, rồi tìm đến lần hai, cũng chuyện ca hát. Cho nên nghe qua chuyện này tôi cần hỏi anh cho ra lẽ.

Ở quán cà phê, gặp nhau. Anh thú thật, thôi thúc đi theo con đường văn nghệ lỡ làng này, cũng chính từ tôi. Mấy chuyện anh hỏi tôi này nọ từ trước tới nay, là vốn liếng để anh đi theo. Ở lúc gặp thời thế, thế thời phải thế, là lúc để anh thực hiện. Làm truyền thanh, trong hội văn nghệ. Anh không thể không có tác phẩm để có chỗ đứng. Tôi nói viết gì vậy? Đưa cho coi, in ấn ngon lành không? Vẫn tiếng cười vui. Viết mấy chuyện cà rỡn tức cười, chứ chuyện tình cảm động, sâu sắc thì không. Tôi nói vậy là chắc thành công, như tính khí ồn ào ở tác giả. Nói gì thì nói, nhiều năm trôi qua, lúc tôi còn ở lại bên nhà, tôi vẫn không thấy mặt mũi quyển sách nào hết. Tôi nghĩ chắc anh mặc cảm, thì thôi. Có thể dưới chế độ mới, sự xuất hiện của anh sẽ không làm vừa lòng anh em. Anh cần phải làm, phải sống theo vậy để lo thân. Tôi biết những khó khăn ở hội nhập này. Do vậy, chúng tôi vẫn bình thường bạn bè, không phê phán. Cũng là lần đầu tôi nhắc đến chuyện này, gởi ai đó, hay gởi cho anh khi tưởng đến ngày nào, năm tháng cũ.

Năm nay ở đây trời lạnh quá. Cứ mỗi mùa đông đến rồi đi hàng năm. Cái lạnh thấm sâu vào da thịt, lòng người. Chợt thấy cái lẻ loi buốt giá, muốn đi nằm sớm. Mở *heat* nóng, để yên tâm ấm áp ngồi viết, vậy mà vẫn rộn ràng muốn tìm một chỗ nằm, thảnh thơi đầu óc. Cái thú đọc sách hàng đêm như một thói quen lâu ngày.

Một năm qua rồi. Một năm tôi sống quá nhiều với áp lực buồn lo bệnh hoạn ở người thân, chuyện nhà. Mấy năm nay tôi đang *ở không*. Cái tiếng ở không có nghĩa là không còn đi làm nữa. Không ai bắt mình phải nghỉ hưu. Đôi khi nhớ bạn bè đồng nghiệp. Nói tiếng đồng nghiệp thì nói chung, hơn bảy trăm ngàn nhân viên bưu điện (USPS) cho cả nước (số lượng chỉ đứng sau quân đội Hoa Kỳ). Nói riêng là nói cái buy-đinh mình làm việc, mặt mũi nhìn nhau quá quen, hơn một ngàn người chung cùng, đủ mọi sắc dân. Cái không gian mà hầu như từ ngày định cư xứ người, đời sống tôi gắn liền với công việc ở đó. Nhưng hỏi tôi có nuối tiếc khi nghỉ không? Xin thưa là không. Tôi cần có thời khắc thảnh thơi sống cho mình ở tháng ngày còn lại. Nhưng lúc mình ngừng nghỉ hẳn, không còn bổn phận trưa đi tối về (cho dù đêm về còn ngồi viết bài), là lúc cảm nhận một điều không chối bỏ, đó là tuổi đời về chiều, ngao ngán nhìn lại con đường đã qua, dù muốn, vẫn không thể bước tới làm lại.

Những điều trên như đã thưa, chỉ là chuyện hôm qua, thì là chuyện hôm qua có bao điều vẩn vơ nói đến. Có bao giờ anh sống với ước mơ, nhưng hiện thực dừng lại, chỉ có ngần ấy. Như một người tôi đã gặp, chỉ thích nhìn những trái chuối chín dần, những trái chuối từ xanh để đổi ra màu vàng ửng lên, từ từ mỗi buổi, mỗi ngày. Tôi không biết ở một thời quá khứ, có một kỷ niệm nào để ông sống cùng. Hầu như trước mắt ông lúc nào cũng có một quày chuối xanh treo trong tầm nhìn, ở vị trí cố định. Tuổi đời chỉ hơn bốn mươi. Ông lặng lẽ ít nói, không thích người lính chào hỏi nhiều lần khi gặp mặt. Những trái chuối chín đều hết trên quày, không phải để ăn. Chỉ nhìn thôi và được thay bằng một quày chuối xanh khác. Thấy đó, coi như chuyện tức cười. Không ai dám hỏi, cả tôi là người gần gũi bên ông với chuyện hành quân. Có phải niềm tin ở ông là thực tế màu xanh hôm qua, sẽ đến bằng sắc vàng ửng, nó chậm chạp thay đổi từng ngày giờ, như một nhan sắc đổi dời trước khi đi đến toàn mỹ. Ở đó cái đẹp chỉ một mình ông nhìn thấy trọn vẹn, giữ gìn và nuôi dưỡng ước mơ.

Chưa có dịp hỏi, chỉ trong thời gian ngắn ông đã bị thay thế. Như cơn gió sái mùa kéo ông đi, từ tấm lòng nhân ái hiền lành, không thích hợp với chiến trường. Ông đi rồi không ai bàn tới chuối xanh, chuối chín ửng vàng. Tất cả rồi sẽ quên đi. Chỉ có ở phút giây tôi nhớ đến lạm bàn, chưa có đáp số. Cả hai đều khuất bóng. Một ở quê nhà mỏi mòn chờ cơ hội ra đi. Một đã bỏ mình nơi chốn lao tù miền Bắc. Có buồn cũng vậy thôi, chỉ là lúc ngậm ngùi, thương tưởng.

Tâm trạng tôi lúc này là nỗi trống không. Cái khoảng trống anh không thể hình dung. Chỉ có tôi để biết mình từ đâu. Nó bàng bạc, nhẹ nhàng lâng lâng cái cảm giác không tưởng là mình. Nói không cần ai biết, ai nghe, cái tiếng thị phi, đua chen cuộc đời. Phải hay trái? Có hay không? Đó là nỗi trống không mà tôi đang ở vị trí viết bài này, nói cùng anh. Anh bảo tôi phải làm gì, viết gì thêm nữa? Cái cảm giác buồn chán đời sống, tình nghĩa nó nhạt dần, khó tìm đâu một thứ tình chân thật, nhơn rộng ra bao quanh, tưởng như cái hạnh phúc có thật, buổi đầu tôi đã sống hôm qua.

Hôm nay là đời sống thực. Ngẩng đầu trước mắt với hừng đông hy vọng, đủ ấm áp cho mình. Cho dù hôm nay chúng ta không còn trẻ nữa, tôi vẫn tìm thấy niềm vui đâu đó. Hạnh phúc với tình thân gia đình, bè bạn? Có nhớ hay quên cũng cùng một nghĩa như nhau trong bao dung đằm thắm. Chúng ta sống tốt cho nhau, như tự lòng mình. Đừng mang chi những gánh nặng không cần thiết, tâm niệm đã hằng bao lâu tôi nhủ với lòng. Chuyện hôm qua theo chuyện hôm nay, vẫn là câu chuyện còn đó, nhắc tới hay không, cũng nằm yên trong ký ức. Đôi khi nói lại cũng là những phút giây bồi hồi. Có bận lòng bạn, cũng xin tha, như chuyện qua đường, nghe được đâu đó ở quán cà phê. Chỗ ngồi, bàn ghế quen thuộc. Hương cà phê vẫn vậy, mà sao bao năm vẫn thương chốn cũ, người thân quen. Có khác gì nhau khi chúng ta hồi tưởng lại. Cái tấm lòng sống với tình bạn, tình người, cho dù cách xa, nó vẫn thiết tha mời gọi, cận kề. Phải vậy không?

Hoài Ziang Duy

Bộ Mặt Nạ Bằng Lụa Màu Da Người
NGUYỄN THỊ HẢI HÀ

Chú Út, quản gia của cụ Nhân, gọi điện thoại cho Nghĩa.

"Cụ Nhân muốn cháu và gia đình về nhà nhân dịp Tết. Giao thừa nhằm ngày thứ Bảy. Nếu cháu và gia đình không thể ở lâu thì thứ Bảy đến. Ăn sáng ngày Chủ Nhật, trưa về. Ngày Chủ Nhật nhằm vào dịp lễ Mardi Gras nên hai đứa con của cháu, Trí và Tín, có thể sẽ rất thích. Sở dĩ tôi gọi cháu về gấp vì bố cháu có vẻ yếu lắm. Sợ không qua khỏi tuần này. Bố cháu bảo tôi đặt vé máy bay, và tôi sẽ đón cháu từ phi trường. Bố cháu cẩn thận tươm tất, biết tự lo liệu, nhưng cháu phải tính chuyện hậu sự cho bố cháu."

Từ khi bà Nhân qua đời, đã mười năm nay Nghĩa không gặp bố. Ông Nhân không cần sự chăm sóc hay giúp đỡ của Nghĩa. Công việc nhà có vợ chồng chú Út lo liệu. Đau ốm có bác sĩ. Nghĩa không hợp tính nên tránh gặp bố nhưng không thể tránh mãi. Nghĩa đến nhà vừa lúc ông bác sĩ đang ra khỏi cửa. Hai bên trò chuyện trong lúc vợ con Nghĩa mang đồ đạc vào phòng.

"Bố tôi bệnh từ bao giờ, thưa Bác sĩ?"

"Tôi theo dõi sức khỏe của cụ Nhân từ mười năm nay nhưng chỉ mới vài tháng sau này tôi mới phải đến nhà để khám bệnh cho cụ. Cụ yếu đi nhiều so với vài tháng trước nhưng tinh thần vẫn rất minh mẫn. Tôi có việc bận nên không thể trình bày cặn kẽ căn bệnh của cụ Nhân. Ông hãy vào thăm bố. Tôi sẽ gọi điện thoại nói chuyện với ông sau."

"Bố tôi còn thời gian bao lâu nữa?"

"Không biết chắc được. Có thể một tháng, một tuần, hay một ngày, nhưng không lâu đâu."

Nghĩa bước vào phòng ông Nhân. Vợ và hai đứa con theo sau. Ông Nhân mở mắt, nhìn con, yên lặng. Nghĩa bước đến đỡ ông ngồi lên, chêm cái gối phía sau lưng.

"Bố thấy trong người ra sao?"

Ông Nhân trả lời câu hỏi bằng câu hỏi khác.

"Công ăn việc làm của con có khá không?"

Nghĩa ngập ngừng chưa trả lời thì Lễ lên tiếng:

"Ảnh thôi làm công việc cũ rồi, bây giờ ảnh đang đi học lại."

Như thường lệ, ông Nhân không bao giờ tán thành bất cứ chuyện gì về cuộc sống của Nghĩa.

"Đi học? Giờ này mà còn đi học. Học gì? Ai nuôi vợ con cho mà đi học?"

Nghĩa liếc nhìn vợ, nét mặt cau lại tỏ ý bực bội. Ông Nhân nhìn cô con dâu.

"Còn con thì thế nào?"

"Dạ cũng tạm đủ. Chúng con cố gắng gói ghém thôi."

"Ồ, cô cứ nói thế. Ăn mặc lúc nào cũng sang trọng như *model* thì chắc là không nghèo."

Trí, con trai cả của Nghĩa, đứng mãi phía sau cạnh vách tường, tí toáy với quả địa cầu loại dùng để chặn sách trên kệ của ông nội. Lễ, đẩy con đến trước giường.

"Con đến chào ông nội đi."

Trí thòng hai tay trước bụng, cúi đầu chào, nhưng không nói gì.

"Cháu có còn bắn chim, bắn sóc, cột giẻ vào đuôi mèo rồi đem đốt lửa không?"

"Con nói, cháu nhớ ông lắm. Cháu rất vui khi gặp lại ông. Cháu mong ông khỏe mạnh." Lễ bảo con.

Trí lặp lại lời mẹ một cách ngượng nghịu.

"Cám ơn cháu nói lời tử tế với ông."

Tín đang ngắm nghía soi mình trong gương.

Ông Nhân nhìn cô cháu gái, giọng trách móc:

"Sao con bé cứ săm soi mình như thế? Kẻ nào cứ lo chăm sóc bề ngoài sẽ bỏ quên phần hồn."

Tín im lặng tiếp tục bôi son môi. Cô bập bập đôi môi cho lớp son in đều, không nhìn ông.

"Mà sao chẳng ai chăm sóc nó để nó to béo như thế này, chẳng mấy chốc sẽ bị bệnh tiểu đường, khổ thân thôi!"

Tín cau mặt.

"Ông thật là.... Cháu chỉ mới gặp ông lần đầu mà ông chẳng nói câu nào nghe được cả!"

Lễ mắng con:

"Mày không được hỗn láo với ông!"

Tín xụ mặt vùng vằng bước ra ngoài phòng.

Nghe giọng nói, không ai nghĩ là ông Nhân ốm nặng, thậm chí có thể chết nay mai. Tuy ông không lớn tiếng, nhưng những câu nói của ông chua chát nặng nề. Dường như ông chẳng ưa ai cả.

"Bố mời các con và các cháu về, trước để ăn Tết, sau là bàn chuyện gia tài. Giấy tờ bố đã nhờ luật sư soạn thảo xong."

Ông Nhân với tay lên bàn ở đầu giường. Bên cạnh chai lọ thuốc men là một tập giấy màu vàng *vanilla*. Ông đưa nguyên tập giấy cho Nghĩa.

"Trong này, bao gồm tất cả giấy tờ tài sản của bố. Bố biết các con về đây chỉ vì tài sản của bố. Gia tài sự sản của bố sẽ về tay các con. Hẹn con cháu ở phòng ăn lúc tám giờ. Thím Út đã chuẩn bị một bữa ăn để chúng ta cùng đón giao thừa."

Bữa ăn tối diễn ra trong không khí ngột ngạt. Nghĩa trả lời những câu hỏi của bố một cách ngắn gọn, nhiều khi im lặng. Nghĩa thấy ông Nhân sống đơn giản không ngờ ông Nhân giàu như thế. Sang Mỹ vào lứa tuổi ba mươi, ông có sẵn vốn tiếng Anh lúc trước học ở Hội Việt Mỹ, và có nghề thầu khoán xây nhà. Ông đi học vài năm và tiếp tục hành nghề thầu khoán. Ông muốn Nghĩa học nghề kỹ sư xây dựng để tiếp tục làm chủ hãng thầu cho ông nhưng Nghĩa không thích ngành kỹ sư mà chỉ thích sáng tác hội họa. Ông Nhân rất tự tin, có cá tính rất mạnh, điều gì ông nghĩ hay nói ra ông tự cho là phải. Vợ con phải nghe theo. Sợ bố, Nghĩa đi học kỹ sư nhưng không để tâm nên ra trường với số điểm thấp. Không tìm được việc kỹ sư, cũng không muốn làm cho bố, Nghĩa làm nhân viên vẽ kỹ thuật bằng computer. Nghĩa dự tính từ từ sẽ tìm cách leo lên bậc kỹ sư, nhưng không thành công. Nghĩa không yêu nghề, bản tính quật cường, hay chống đối cấp trên. Có lẽ vì chống đối ông bố hằng ngày từ thời niên thiếu trở thành thói quen, cũng có thể do bản chất nghệ sĩ, thích tự do, Nghĩa thù ghét quyền lực áp bức, nhất là từ cấp trên. Sếp có tuổi, độc tài, càng làm Nghĩa liên tưởng đến bố, nên càng ghét và bất tuân lệnh. Hễ tức giận là bỏ việc không chờ đến khi tìm được việc khác. Lương không cao. Lấy vợ không phải là người bố mẹ chấp thuận hay lựa chọn. Sự bất hòa của Lễ với bà Nhân cũng làm hạnh phúc gia đình Nghĩa bị sứt mẻ. Hai đứa con ra đời khiến cuộc sống của Nghĩa thêm phần chật hẹp. Ngày bà Nhân còn sống, bà vẫn luồn tiền cho con dù Nghĩa tự ái không hề xin. Mẹ mất, Nghĩa càng lúc càng bất đắc chí. Nghĩa ghét công việc làm, ghét người làm việc chung. Bị *lay off*, không thể tìm công việc mới mà cũng không muốn tìm, Nghĩa đi học lại. Ngành hội họa. Dĩ nhiên, cô vợ không vui.

Lễ cũng không ưa gia đình chồng. Bị cười chê tên Lễ mà thiếu lễ phép, thiếu công dung ngôn hạnh. Lễ có tiệm *nail* đủ nuôi chồng con. Lễ thích ăn mặc đúng thời trang, mẹ chồng càng không vừa lòng, bảo ăn diện như thế thảo nào lương của chồng không đủ sống. Không sao, nhà ai nấy ở, bà muốn nói gì thì nói, không nghe thì thôi. Tuy vậy, Lễ luôn luôn lo lắng chuyện tiền bạc, nhất là từ khi Nghĩa bỏ việc làm đi học vẽ. Thà là đi vẽ bông vẽ hoa trên móng tay còn kiếm được tiền, chứ những bức tranh bôi đủ thứ màu không có hình thù gì cả vừa tốn tiền mua sơn vừa hôi hám cả nhà mà chẳng bán được bức nào. Hai đứa con càng ngày càng lớn. Đứa lớn muốn đi học đại học xa nhà, tiền học tiền ăn ở nội trú mỗi năm cả bảy tám chục ngàn. Đứa nhỏ chỉ thích ăn diện, hăm he học xong Trung học con sẽ ra làm thợ *nail* cho mẹ. Lễ bị chê thiếu bằng cấp nên muốn con có bằng cấp. Nếu không thì con cũng phải học cái gì đó để chứng tỏ là có được cả công dung ngôn hạnh.

Trí không ưa những bữa ăn gia đình vì mẹ luôn than thở. Phải nhúng tay vào hóa chất, hít thở bột acrylic thế nào cũng chết sớm vì ung thư. Bố mẹ Trí hầu như không nói chuyện với nhau ngoại trừ những khi cần thiết. Mẹ không muốn Trí đi học xa, lo ngại chuyện tốn kém. Nỗi lo lắng của mẹ về tiền nong luôn luôn đè nặng không khí gia đình. Ông nội dám cho cả căn nhà cho người quản gia thì có lẽ gia tài của ông phải lớn lắm. Bố nói, chia đều ra thì mỗi người được hơn triệu đồng. Ông có nhiều tiền như thế sao ông không cho con cháu lúc ông còn khỏe mạnh? Ông nội ghét bố Trí không vâng lời nên bà nội muốn cho gia đình của Trí tiền cũng phải lén ông nội. Sự bất hòa giữa bố mẹ Trí càng tăng khi bố không chịu đi làm nữa mà đi học hội họa. Trí cũng không thích ông nội. Ông hay chỉ trích quá. Ai nói gì ông cũng chê sai, chê ngu. Ông nghĩ là ai cũng chỉ muốn xâu xé tiền của ông làm ra. Với ông, Trí chỉ là thằng bé độc ác, hành hạ thú vật. Ông không thích mẹ Trí, nhưng từ khi Trí ra đời, ông bà cứ nói hoài, Trí là cháu đích tôn. Nhiệm vụ của Trí là phải lấy vợ sinh con trai để nối dõi tông đường. Mà dòng họ này có gì quý mà phải nối dõi? Không ai hiểu được chuyện này, chuyện lấy vợ sinh con, là Trí rất khổ tâm. Trí là người đồng tính luyến ái. Không hiểu bố và ông nội sẽ phản ứng như thế nào khi biết sự thật về Trí?

Tín thấy ông nội rất là xấu tính. Mọi người đều nhịn ông, cố gắng chiều ý ông cho ông vui, nhưng ông toàn nói những lời chê bai, tiêu cực. Tín có sức nặng trung bình, như bao nhiêu cô gái mới lớn ở Mỹ nhưng không phải mình hạc xương mai như mấy cô gái ở Việt Nam. Ông biết nói tiếng Anh, sống ở Mỹ, nhưng ông là người Việt một trăm lẻ hai phần trăm, người Việt hơn cả người Việt ở Việt Nam mới qua. Tín không nhớ có gặp ông bà lúc Tín còn bé hay không, nhưng đây là lần đầu tiên mà Tín biết mặt ông, thế mà ông đã có lời nặng nhẹ, phê bình Tín. Ở thì ông có nhiều tiền, nhưng kệ ông đi chứ, nhà Tín không cần phải nhờ tiền của ông mà sống. Trước giờ mình vẫn sống cơ mà? Thật tình hễ ai nói đến cái béo của Tín thì Tín ghét lắm. Chỉ vì hơi nặng cân mà Tín không được làm *cheerleader*. Và mẹ hay mắng Tín mỗi lần Tín lên cân. Mẹ bắt Tín cân hằng ngày, không được uống sô-đa hay ăn bánh ngọt thế mà Tín vẫn bị xem là béo. Vì ông nói Tín béo, trước Tín không ưa ông, giờ càng ghét ông hơn.

Khi bữa ăn tàn, ông Nhân đưa ra một bộ mặt nạ bao gồm năm cái. Đây là loại mặt nạ bằng lụa màu da người. Ông nói.

"Bố dành dụm bao nhiêu năm và khéo đầu tư nên số tiền cũng khá lớn. Tất cả sẽ thuộc về các con với một điều kiện. Mỗi người sẽ tự chọn cái mặt nạ và đeo vào cho đến qua khỏi giao thừa. Bộ mặt nạ này của một người tham dự lễ Mardi Gras tặng cho bố. Chúng ta vốn không thể sống thành thật với nhau, tự mỗi người đều mang một mặt nạ để giao tiếp với mọi người, dù đó là người trong gia đình hay ngoài xã hội. Những cái mặt nạ bằng lụa này sẽ hủy bỏ lớp mặt nạ có sẵn trên mặt các con các cháu. Nó sẽ giúp mặt thật của các con các cháu xuất hiện. Nó sẽ giúp người đeo nó có can đảm chấp nhận con người thật của mình để sống mà không cảm thấy hổ thẹn."

Tín kêu lên. "Eo ơi, cái mặt nạ trông giống như mặt xác chết như thế kia. Con không đeo đâu!"

"Còn nếu con không đeo nó thì sao?" Nghĩa hỏi, giọng phản kháng.

"Người nào không đeo, hay cởi nó ra trước giờ giao thừa, sẽ bị mất phần gia tài." Ông Nhân gằn giọng.

Cả Trí và Tín đều đồng loạt kêu lên, "Con không cần gia tài!"

Ông Nhân lặng lẽ lấy một cái mặt nạ đeo vào. Mặt nạ đã cắt sẵn lỗ trống cho mắt và mũi. Nó ôm sát mặt ông một cách tự nhiên. Cái mặt nạ làm ông mất đi vẻ cáu kỉnh khắc nghiệt. Trông ông có vẻ hiền hơn. Ông gọi chú Út đẩy xe lăn cho ông về phòng ngủ. Sau giờ giao thừa ông sẽ trở lại.

Cả Nghĩa và Lễ vừa dỗ dành vừa đe dọa hai đứa con để chúng chịu khó đeo mặt nạ. Cả hai vợ chồng thấy nhục nhã vì bị ông Nhân dùng tiền để uy hiếp. Tuy không muốn phục tùng ông Nhân, nhưng số tiền quá lớn khiến cả hai không thể để mất. Bọn trẻ đâu có biết tiền quý đến mức nào, nhất là khi chúng vẫn còn được cha mẹ đùm bọc.

Cái mặt nạ dường như bay vụt ra khỏi tay, ôm chầm lấy khuôn mặt người cầm nó. Nó ôm siết khuôn mặt thật chặt, khiến người ta cảm thấy như có làn hơi nóng bốc lên từ trong ngực chạy ngược lên khuôn mặt. Nó làm người đeo cảm thấy choáng ngợp phải há hốc miệng ra để thở.

Tín vội chạy đến tấm gương, nhìn mình. Cô bé nghiêng người, nhìn bụng, nhìn đằng sau, nhìn mặt mình, bỗng dưng cô không còn thấy thẹn vì cái béo của mình nữa. Nếu con có trở thành người thợ làm móng tay thì mẹ cũng không nên lấy đó làm điều xấu hổ. Bà nội thiếu hiểu biết nên coi thường người thợ của một nghề lương thiện. Con còn trẻ, đời con còn dài, tương lai con mở ra sáng láng. Mẹ đừng lo, con sẽ chọn một nghề, hay đi học đại học, làm cái gì đó cho vừa sức của con. Dù sao cũng cám ơn ông, nhờ cái mặt nạ con nhìn ra con người thật của con.

Trí thấy cần phải nói cho bố mẹ biết.

"Bố mẹ à, con xin lỗi vì con không thể giữ trọn vẹn vai trò cháu đích tôn. Dù ông có để gia tài cho con hay không thì con vẫn phải nói sự thật. Con muốn bố mẹ nghe từ chính con thay vì nghe lời người khác rồi thắc mắc. Con là người đồng tính luyến ái. Con không thể có con theo cách bình thường với người vợ của con, nhưng con có thể nuôi con nuôi. Với số tiền gia tài ông để lại, mẹ không còn phải lo lắng chuyện con đi học xa hay chọn trường mắc tiền. Mẹ yên tâm nha mẹ."

Lễ nói với Nghĩa. "Em thấy nhẹ người, không còn lo lắng nữa. Gia tài là của anh. Em là người ngoài nên không muốn chia phần, dù nói thật số tiền quá lớn khiến em động lòng tham. Đã từ lâu em muốn ly dị để chúng ta có thể mỗi người theo đuổi hạnh phúc theo đúng như mình muốn. Tuy nhiên em sợ người ngoài nhìn vào nghĩ rằng em bỏ chồng khi chồng mất việc. Bây giờ thì chúng ta được tự do."

"Trước đến giờ anh có cái bứt rứt là không làm ra tiền, mà khi làm ra tiền cũng ít hơn em. Cái tính sĩ diện này khiến anh không vui, và thiếu tiền thì chúng ta cũng mất hạnh phúc. Anh lại luôn luôn có cảm giác cha mẹ không thương anh vì anh không học giỏi giống bố. Giá mà bố cho anh đi học vẽ ngay từ đầu có lẽ đời anh đã khác. Anh chỉ muốn được làm họa sĩ, được vẽ theo ý thích, được làm đẹp cuộc đời, nhưng chúng ta không thể sống vì những thứ ấy. Anh biết em muốn ly dị và không cần tiền, nhưng đó là tiền của bố cho, em có thể dùng tiền ấy tùy thích. Còn việc ly dị thì chúng ta hãy suy nghĩ thêm rồi tính. Nha em."

Ông Nhân qua đời trong đêm ấy. Trước khi qua đời ông cởi mặt nạ và nói: "Bố luôn luôn xấu hổ với mọi người vì bố có tiền mà không thể nuôi con nên người. Thậm chí bố cũng không thể cho con một nền giáo dục căn bản, vì thế con không trở thành kỹ sư. Bây giờ bố chỉ xấu hổ là bố chưa bao giờ nói với con là bố yêu con. Bố rất ngậm ngùi mà thú nhận là bố chưa hề nói lời yêu thương dịu ngọt với mẹ con cho đến khi trở nên quá trễ. Đến giờ chết bố mới thấy có nhiều tiền không hẳn là có hạnh phúc. Bố không được tình yêu thương của con cháu. Đôi khi bố có cảm tưởng như bố là ông Scrooge, chỉ cất tiền và hằng đêm đem tiền ra đếm để cảm thấy sung sướng là có nhiều tiền. Rồi đến lúc già, bố lại tự hỏi, tiền này để cho ai. Con cái cháu chắt không nhìn đến mình, thậm chí lảng tránh mình. Bố thèm có người vòng tay ôm bố, ôm thật chặt để lòng thương yêu biến thành hơi ấm thấm vào người bố. Từ rày về sau con hãy nhớ nói lời thương yêu với vợ và các cháu thường xuyên nhé."

Ông Bác sĩ gọi điện thoại cho Nghĩa bảo là ông Nhân mắc một chứng bệnh rất lạ. Bấy lâu nay, trái tim của ông cứ dần dần teo tóp lại cho đến khi nó nhỏ và nhăn nhúm như một trái táo tàu. Sau khi ông cho hết ký giấy chia gia tài thì trái tim ông dần dần nở ra trở lại bình thường như cũ. Chính sự co rồi giãn của trái tim đã lấy đi mạng sống của ông. Năm cái mặt nạ được gom lại cho vào trong hộp và tặng cho một người đi dự lễ Mardi Gras sáng hôm sau.

Nguyễn Thị Hải Hà

New Jersey. Viết xong ngày 29 tháng 1 năm 2021.

ông bà Táo không mặc quần
để phòng lửa bắt không chừng cháy râu
quanh năm ngồi hưởng mỡ dầu
ngọt mặn cay đắng lấy đâu tinh thần
phù hộ cho nhà chủ nhân
chỉ mong tất cả giữ lương tâm người

luân hoán

Ngòi Bút Ngập Ngừng
HOÀNG CHÍNH

Ngày thứ N.

Gã vung nắm tay đập xuống mặt bàn. Chiếc bàn gỗ mộc mạc nhảy bật lên. Bốn chân bàn nhấp nhổm, cập kênh vài giây rồi đứng yên. Cây bút và xấp giấy tung bay xuống nền nhà. K lúng túng, đứng chụm hai chân vào nhau trên nền xi măng mát lạnh, mắt liếc cái cổ rắn hổ mang đang bành ra hết cỡ, rồi nhìn xuống những tờ giấy rải rác trên nền nhà. Cái bút lăn thêm một vòng rồi mới dừng lại. Ngọn bút chỉ về phía K như ngón tay tố giác tên tội phạm. Ba giây đồng hồ phân vân. K dợm bàn chân. Nửa người trên nghiêng ra phía trước nhưng hai bàn chân vẫn dính cứng trên nền nhà. Gã nhìn xoáy vào K. Mắt đỏ. Thức khuya hay đẫm rượu. Hai cục than hồng ngun ngút khói làm mắt K cay nhức. Có nên bước tới nhặt những tờ giấy màu cỏ úa, xếp gọn thành tập, đặt lên mặt bàn gỗ; và nhặt cái bút bi đặt ngay ngắn lên trên không? Một động tác lấy lòng. Động tác đơn giản nhưng có tác dụng chinh phục. Động tác biểu lộ sự thuần phục. Động tác của kẻ tôi đòi mong lấy lòng ông chủ. Cái phân vân làm K nhấp nhổm.

Bất chợt gã gầm gừ. Và tay phải gã co lại, đặt lên dây thắt lưng, ngay phía trên cái bao da đựng khẩu súng đen thui. K nhìn gã. Vẫn cái mặt mâm đồng. Vẫn môi thâm ốc sên. Vẫn cổ bành rắn hổ. Và vẫn sợi gân nâu quằn quại hai bên cần cổ.

"Đứng im đó. Mày có muốn tao bắn mày không?"

Thân thể K ngả về phía sau. Hai bàn chân bắt ốc trên nền xi măng mát lạnh. Thân hình K đu đưa như hình hài thằng bù nhìn nghiêng ngả trước gió.

K gồng mình đứng yên, hai mắt mở hờ, nhìn gã. Bởi K chưa quên câu gã dạy buổi *làm việc* trước đó, Mày trừng mắt với tao đấy à. Nhìn bằng con mắt mở bình thường là có tội. Tội thách thức. K cũng chưa quên cái đập bàn vang động căn phòng nhỏ như chiếc hộp hôm nào. Mày nhìn tao bằng nửa con mắt phải không. Nhìn bằng con mắt hơi nhỏ hơn bình thường cũng là có tội. Vì vậy K nhìn gã bằng hai con mắt mở hờ. Không lớn, không nhỏ. Mất đúng sáu buổi thẩm vấn mới hiểu ra.

"Mày biết tại sao tao gọi mày lên đây không?" Gã nói nhỏ, thật nhỏ, như thì thầm.

K vểnh tai nghe, "Anh nói gì?"

Bàn tay gã vẫn đặt lên cái báng súng đen ngòm lủng lẳng bên hông. Chỉ cần làm sai một động tác. K nghĩ. Chỉ cần một lời nói nghe không xuôi tai là mình đi đời. Khẩu súng lục có cái họng đen ngòm. K đã gặp nó. Đã đối đầu với nó. Vẫn còn nhớ cảm giác lạnh buốt nó để lại trên trán. Nghĩ thoáng qua mà vẫn thấy lạnh cả người.

"Mày có điếc không?"

"Tôi không điếc."

"Không điếc tức là có nghe, có nghe mà làm như không nghe thấy." Cái đầu chầm chậm lắc qua lắc lại nhưng hai con mắt vẫn dán vào K. "Tao biết tụi chúng mày quá mà. Mày có muốn đi U Minh không?"

Lúc nào cũng "mày có muốn" như thể gã cho kẻ bị hỏi cái quyền chọn lựa.

"Mày coi thường chúng tao."

"Không có."

Cái miệng bây giờ mở lớn. Lấp lánh chiếc răng vàng. "Chúng mày chỉ giỏi lý sự."

Im lặng. Mọi thứ chợt hóa đá. Cả K lẫn gã cai tù. Những cục pin bị tháo khỏi chiếc đồng hồ thời gian. K nín thở.

"Gài nút áo lại." Mệnh lệnh của gã cai tù. Ngắn, gọn và cộc cằn.

K đưa bàn tay sờ soạng cổ áo. Rồi sực nhớ, anh đưa cả hai tay lên chộp lấy hai mép vải, chập chúng vào nhau, che kín cái cổ họng teo tóp.

"Nghe tao nói không?" Câu hỏi ném vào khoảng không chật chội và oi bức.

K càng túm chặt lấy hai mép vải.

"Cài cúc áo lại!" Thêm một mệnh lệnh nữa. Tên bạo chúa, K nghĩ, chính tay nó nắm cổ áo mình giật như giằng miếng ngon ở bàn tay người ăn mày hôm nào, và chính mắt nó nhìn đăm đăm theo những cúc áo đứt tung, lăn tròn trên nền xi măng đen xin.

"Mày điếc hả, thằng kia?"

"Tôi không điếc nhưng đứt hết cúc áo rồi."

K không dám nói cúc áo ông đã giật đứt hết rồi như lần *làm việc* trước. Lần ấy gã đã lồng lộn, đứng bật dậy, vung tay đấm thẳng vào mặt K, nhưng điều kỳ diệu và khó hiểu là nắm đấm ấy dừng lại chỉ cách mũi K không đầy một phân. K đoán khoảng một phân, bởi K cảm được luồng gió và ngửi được mùi hoi và khét từ những cục xương đốt ngón tay gã. Gã cai tù sở trường trong nghệ thuật sử dụng nắm đấm dọa để bắt hồn tù nhân.

Gã nhìn những ngón tay K, nhìn cái cổ áo túm chặt, nhìn hai cái mắt mở vừa phải, le lói một nửa tia nhìn.

"Mày có muốn biết vì sao tao gọi mày lên đây không?"

Câu hỏi quen thuộc. Quen tới cả cái âm hưởng trong giọng nói gã. Cái giọng ướp bột ngọt ở cái nửa *mày có muốn biết*, ngâm nước lạnh ở *vì sao*, ướp muối ở *tao gọi mày lên đây*, và ứa ra cái mùi độc tố ở chữ *không*.

"Tôi làm sao biết được." K nói nhỏ, điềm đạm đến từng âm, từng chữ.

"Mày nói láo."

"Tôi không nói láo."

"Đừng có lý sự với tao. Tụi mày luôn nghĩ chúng tao không biết tư duy mà."

"Không phải thế."

"Câm mồm đi."

Cái miệng đóng ngay lại. Dặn mình hoài như thế mà cứ quên. K ngậm miệng. Không dám dán chặt hai môi. Lần nào đó tên cai ngục đã phạt K phơi nắng cả buổi chỉ vì dám mím môi khi *làm việc* với gã.

Chợt tên cai ngục đứng bật dậy. Khối thịt đồ sộ xô chiếc ghế bật xuống sàn, gây nên một tiếng động khô khốc. Hai con mắt K vẫn nhìn thẳng phía trước. Dưới ngọn đèn loang lổ ánh vàng, một con nhện buông mình từ trên trần nhà xuống, đong đưa trên sợi tơ mỏng, phía trên đầu gã cai ngục.

"Tao cho mày hai tiếng đồng hồ. Giấy bút đây." Gã chỉ những tờ giấy rải đầy trên nền xi măng. "Thật thà khai báo mọi chuyện." Gã sửa lại dây thắt lưng quần. Ưỡn ngực ra trước. Từng bước, từng bước đi ra cửa, bàn tay vẫn đặt trên báng khẩu súng đen ngòm giắt bên hông.

Dường như có kẻ nào đó chờ sẵn bên ngoài bởi gã vừa ra tới, cánh cửa tự nhiên hé mở.

Trước khi lọt qua khung cửa, tấm thân bệ vệ ấy quay ngoắt lại. "Khai mọi chuyện mày làm từ lúc bắt đầu có trí khôn."

Cánh cửa đóng sập lại. Tiếng lách cách của chìa khóa nghe xa xôi như vọng đến từ cõi âm.

K khom người gom xấp giấy và nhặt cây bút, đặt lên bàn. Dựng cái ghế cho thẳng, K buông mình ngồi xuống. Những hàng kẻ trên trang giấy vàng úa uốn éo, cười cợt. Tờ khai lý lịch thứ mấy mươi rồi. Lần nào cũng khai mọi chuyện từ lúc bắt đầu có trí khôn.

K ngẩng đầu nhìn con nhện đu dây. Sợi tơ óng ánh dưới ánh đèn vàng vọt. Đi đâu mà lạc vào chốn này. Đất trời thênh thang, khi không lại chui đầu vào nơi tăm tối. Hay là ở đây thì không sợ gặp mỏ nhọn của lũ chim mổ và nuốt chửng. Và ở đây thỉnh thoảng cũng có một hai con muỗi, con ruồi đi lạc. *Buồn trông con nhện giăng tơ.* K lẩm bẩm câu ca dao thuở trước. Hai tiếng đồng hồ. Khai mọi chuyện kể từ khi bắt đầu có trí khôn.

K cầm bút, viết những dòng đầu tiên. Tôi tên là Trần K. Sao lại viết tên tắt. Mấy lần bị hỏi như thế. Sao không là Trần Ca. Lần nào cũng bị bắt bẻ như thế. Tên tôi là K, chữ K. Mày giỡn mặt tao đấy à.

Không, không giỡn đâu. Tên tôi thật sự là K, một mẫu tự K thôi. Ai đặt tên cho mày. Bố mẹ tôi đặt. Lần nào cũng những câu trả lời như thế. Hỏi chán rồi không hỏi nữa. Tôi tên là Trần K. Sinh ngày 15/05/1960. Con ông Trần H và bà Nguyễn Ngọc Huyền Trân. Tên bố thì ông nội đặt. Bố hát, con ca, cả nhà hạnh phúc. Bài bản soạn tới soạn lui, viết đi viết lại mấy mươi lần nên thuộc làu làu. K viết thật nhanh. Cái bút bi rẻ tiền hay bị nhòe mực nhưng chả sao. Viết liên tục thì sẽ không bị bỏ sót chi tiết nào. Nơi sinh. Nơi đăng ký hộ khẩu thường trú. Nghề nghiệp. Tôn giáo. Đầu cây bút bi sựng lại trên hàng kẻ. Tôn giáo. Từ trước đến giờ K vẫn ghi là Công Giáo. Bao nhiêu tờ khai lý lịch vẫn ghi là Công Giáo. Hôm nay sao ngòi bút lại ngập ngừng. K ngước nhìn con nhện đu đưa trên đầu. Có Chúa không? Con nhện kia, có Chúa thật không hở mày? Hay là có Chúa nhưng Chúa đã ngủ quên như lần ngủ quên trên chiếc thuyền mỏng manh giữa cơn dông tố, trong lúc thuyền sắp chìm khiến các môn đệ lo âu hoảng hốt. K vạch nhẹ chữ C rồi ngừng lại. Bố đi tù ngoài Bắc. Mẹ bị rắn độc cắn chết ở vùng Kinh Tế Mới. Mình tan buổi học, trên đường về nhà thì chúng nó chờ sẵn ở đầu ngõ. Chúa có còn ở xứ sở này hay đã vượt biên mất rồi? K xóa vội chữ C. Và lạnh lùng ghi hai chữ *Vô thần* vào phía sau phần tôn giáo. Xong. Không làm phiền Chúa nữa. Từ nay yên lòng. Thôi trông đợi. Thôi ước mong. Số phận như thế rồi. Buông xuôi chứ biết sao.

Phần còn lại của tờ khai lý lịch không có gì khúc mắc. Như kinh nguyện đã đọc cả ngàn lần, như bài hát đã ngân nga cả trăm lần. Cứ thế mà viết xuống. Tên những đứa bạn ấu thơ. Tên xứ đạo nơi thằng bé K xưng tội lần đầu. Tên vị Giám Mục đã làm phép thêm sức cho con chiên ngoan đạo tên K. Tên những ngôi trường đã cũ. Tên những hàng quán đã đi qua. Tên cô gái học cùng lớp mà K đã trèo cửa sổ ban đêm vào lớp, ghi câu tỏ tình lên mặt bàn chỗ cô gái ngồi. Tên quán nhậu lần đầu tiên K uống rượu với ông già vá vỏ ruột xe đạp cùng xóm. Cả tên cái xóm đèn đỏ có cô gái mỏng mềm như chiếc gối ôm mát rượi. Tên những con đường lân la dõi theo bóng một tà áo trắng. Tất cả trải đầy năm trang giấy. Chẳng biết đã đủ hai giờ đồng hồ chưa nhưng tờ khai lý lịch thì đã đầy ăm ắp.

K đọc lại từng dòng. Vẫn sựng lại ở cái phần *tôn giáo*. Bố mẹ biết được hẳn sẽ buồn. Bố đi tù còn mang theo cây Thánh Giá nhỏ. Nhưng biết làm sao hơn. Cho dù là có Chúa đi nữa thì Chúa cũng chẳng có thời gian cho mình nữa rồi. Chẳng theo đạo nào nữa là xong. *Vô thần.* Nhớ câu thơ của Nguyễn Minh Đường, *Huyệt đào trên mộ tiền nhân, một đàn con cháu vô thần điếu tang.*

Cánh cửa bật mở. Một cái đầu ló vào. Con mắt híp và mớ tóc xù. Bộ đồng phục màu vàng rộng thùng thình. Cái khóa dây thắt lưng lóe sáng.

"Tờ khai xong chưa?"

K đặt vội cái bút xuống bàn. "Xong rồi anh." Và sửa soạn đẩy ghế đứng dậy.

Gã áo vàng xua tay, "Ngồi đó chờ chút đi."

K lại ngồi thụp xuống, tay mân mê góc những tờ giấy mềm nhũn. Đầy năm trang. K nhìn lướt qua trang đầu và lật sang trang cuối. Không thiếu chi tiết nào. Cả cái lần đầu tiên xuống xóm, được cô gái chỉ từng li từng tí.

Cánh cửa lại bật mở. Những cánh cửa nơi này không mở ra từ tốn mà luôn bất ngờ bung ra như bị lốc cuốn. Nòng súng đen ngòm chĩa vào trước. Gã áo vàng theo sau.

"Đi ra!"

Ngón tay K lúng túng sờ soạng xấp giấy.

"Bỏ đó, đi ra. Đi chậm từng bước một."

K đi trước, mũi súng dài theo sau, đôi lúc chạm cả vào lưng K. Lạnh lẽo, rờn rợn nhưng quen thuộc. Và gã áo vàng đi sau cùng.

Cái miệng tươm nước bọt. Cơn đói nào cũng vậy, luôn vắt cái bao tử, cho nước bọt ứa đầy trong miệng. K nhăn mặt nén cái cồn cào, nuốt vội xuống. Nước bọt để lại vị chua chua đắng đắng trong cổ họng. Xích xiềng rổn rảng. Cánh cửa hé mở rồi đóng sập lại. K chìm vào vùng hầm hập hơi nóng và mùi người. Hai trăm thằng đàn ông, nhét gọn vào căn phòng dùng làm hội trường thuở trước. Đoán là hội trường bởi trên một vách tường còn sót lại cái bệ vẫn dùng để máy truyền hình.

"Có hy vọng gì không?" Thằng bạn tù râu tóc xồm xoàm hỏi. K lắc đầu.

Thằng bạn tù khác, cao lông ngông, đứng dựa vào vách tường, tay phe phẩy cái áo xếp thành quạt, hỏi, "Vẫn thành thật khai báo chứ gì?"

K gật đầu.

"Tao có cầu nguyện cho mày đấy nhé." Thằng râu tóc xồm xoàm nói.

K quay lại trừng mắt nhìn nó, rồi lầm bầm, "Cầu làm mẹ gì nữa!"

Ngày thứ N+1

"Mày biết tao gọi mày lên đây để làm gì không?"

Lắc đầu. Cái lắc đầu nhẹ nhàng. Vẫn căn phòng nhỏ như chiếc hộp. Vẫn ngọn đèn vàng vọt trên trần. Vẫn cánh cửa đóng sập lại và mở bật ra bất ngờ. Vẫn cái cổ bạnh ra như cổ rắn hổ mang. Chỉ thiếu con nhện và sợi tơ óng ánh.

"Mày có muốn tao cho mày biết lý do không?"

"Muốn."

"Mày gian dối. Mày không thành thật."

K nhướng hai con mắt. Từng hàng chữ trong năm trang giấy dàn hàng ngang trong trí nhớ. Mười chín lần khai báo. Thuộc từng câu, từng chữ. Năm mười một tuổi, đêm lễ Giáng Sinh, năn nỉ bố mẹ cho vào tiểu chủng viện. Mơ làm linh mục. Ôi giấc mơ tuyệt vời. Lần sinh nhật thứ hai mươi, thằng bạn rủ rê xuống xóm. Ghi lại đến cả buổi tối hôm Giáng Sinh, sau lễ nửa đêm. Ghi lại cả cái giờ theo cô gái làng chơi lên căn gác tối tăm ở Hạnh Thông Tây. Khai đến như thế mà còn bị mắng là gian dối nữa sao. Thằng cai tù này chỉ dọa mình thôi. Tất cả những lời khai của mười chín lần *làm việc* đều đúng sự thật và giống nhau từng câu từng chữ. K dám chắc những chỗ xuống hàng cũng giống nhau. Gian dối chỗ nào.

Bàn tay đập mạnh xuống bàn, những trang giấy lao xao nhưng không bay xuống nền nhà như mọi khi và trên bàn cũng không có cái bút bi quen thuộc.

"Mày sẽ lãnh đủ hậu quả của việc mày không thành thật."

K nhìn đăm đăm những tờ giấy xô lệch trên bàn. Không thấy cái bút bi cũ kỹ hôm nào. Nghĩa là hôm nay không phải khai lý lịch. Thế cũng buồn. Không khai lý lịch thì biết làm gì cho qua thời gian. Mỗi lần khai lý lịch là một lần sống lại đời mình. Cứ thế từ lúc có trí khôn cho tới khi bị bắt.

"Hậu quả; mày sẽ lãnh đủ hậu quả." Gã cai tù nhắc lại cái câu quen thuộc.

K đoán gã sẽ bắt K khai lại, cho đến khi nào những tờ khai giống nhau đến từng dấu chấm, dấu phẩy. Cũng được đi. Mỗi lần khai là một lần sống lại đời mình. Mỗi lần khai là một lần đòi bố mẹ cho đi tu làm linh mục. Mỗi lần khai là một lần xưng tội lần đầu, mỗi lần khai là một lần hẹn hò với cô bạn học trò, mỗi lần khai là lại một lần cô gái điếm dịu dàng nhắc nhở: Nhẫn nha đi mà!

Cánh cửa bật mở. Hai đứa áo vàng bước vào. AK 47 kè kè bên hông.

"Đứng quay mặt vào tường!" Gã cai tù ra lệnh.

K lúng túng đứng sát vào vách tường, mặt vẫn cố hướng về phía cái bàn gỗ nơi có những tờ giấy đặc kín những chữ K đã viết.

"Cho mày nếm mùi biệt giam một tháng." Gã cai tù chưa nói hết câu thì hai cánh tay K đã bị bẻ quặt ra sau và hai chiếc vòng sắt khóa chặt hai cổ tay K vào với nhau.

Biệt giam. Chiếc thùng sắt khối vuông. Giữa nắng lửa, mưa lũ. Đêm với ngày lẫn lộn. Lồng ngực K thắt lại.

"Tôi có giấu giếm gì đâu!"

"Còn ngoan cố à." Gã gai tù xấn xổ bước tới, hùng hổ vung tay, quăng nắm đấm vào mặt K. Nắm đấm dừng lại cách mũi K đúng một phân bởi K cảm được sức gió và ngửi được mùi hôi của da người, mùi khét của thịt nướng, mùi ngai ngái của hành tỏi, rau thơm.

"Bao nhiêu lần mày khai là *Công Giáo*. Bỗng nhiên mày thành *Vô Thần* là thế nào?"

Hoàng Chính

Phận Người Trong Cõi Ảo
CUNG TÍCH BIỀN

"Là mộng mơ thôi, nhưng tình nhân trong giấc ngủ vẫn tràn lạc thú của nhục dục, bọn nam xuất tinh, bọn nữ âm binh quyến rũ kia hoài thai. Mỗi con ma trong mộng mang một bầu sinh linh từ một người đàn ông có thực".

I

Chùa Hải Tiên nằm trên một thửa đất cao, lưng chừng đồi. Từ cao nhìn xuống vực thấp, con tàu xuyên Việt mỗi chuyến đi về hú còi chạy phía dưới vườn chùa như chạy qua một đường hầm. Từ sân chùa nhìn ra xa bên dưới là một khu ngoại ô nhà nhà mái thấp trong mỗi vườn cây xanh ngát, trông như một khu rừng.

Chủ chùa là một nữ tu, danh vị bá tánh thường gọi là Đạo Nữ. Ngoài năm mươi tuổi nàng vẫn còn nhan sắc, một vẻ đẹp bí ẩn, giọng nói ấm áp. Đặc biệt Đạo Nữ có một đôi mắt khá quyến rũ, một bày lộ của u uẩn, đôi khi sáng hoặc uy quyền, ma mị.

Tuổi hai mươi, tôi theo học trường Văn khoa, một thời gian dài tôi ở trong chùa này. Đấy là những tháng ngày mở đường cho tôi bước vào cái thế giới khác thường, một thử nghiệm, "Một cộng với một không chắc là hai". Nghi vấn luôn bày ra giữa cái luôn được gọi là Sự thật.

Tôi dạy cho cô con gái của Đạo Nữ, không biết xưa kia nàng có con rồi mới đi tu, hay là vừa tu vừa có con. Nghề dạy kèm này gọi là gia sư, được trả một ít tiền, và ăn cơm chay trong chùa, thay trả tiền cơm tháng. Cô gái học trò của tôi đã mười sáu tuổi, rất xinh đẹp, nhưng học khá dốt nên phải cần người dạy kèm. Trời lấy đi cái này bù cho cái nọ, em tính tình hiền hòa, ăn nói nhẹ nhàng, có một giọng hát rất tuyệt, về sau em là một ca sĩ phòng trà, không nổi tiếng lắm, nhưng tình ái thì nhiều, đủ gây phiền muộn cho một đời giai nhân.

Ở dài lâu trong chùa, tôi biết Phật hiền hòa và bọn ma quỷ cũng khá lém linh. Phật một vị trên tòa tháp, vẫn nụ cười muôn thuở ấy, nhưng ma quỷ thì nghìn phần xanh lục, linh động biến hóa khôn lường.

Cái nghi ngút làm biến đổi Hải Tiên, vì chùa này thực ra là một bệnh viện, chuyên chữa trị các con bệnh tâm thần.

Cách trị bệnh điên của Đạo Nữ khá lạ lùng. Mỗi ngày các bệnh nhân phải đến hầu Đạo Nữ. Đạo Nữ ngồi gọn trên một cái bàn cao, áo cà sa, đầu đội khăn vải. Lúc tụng nam mô kinh Phật, lời kinh có pha chế thêm những lời bùa chú là sáng tác của riêng cô.

Đạo phòng rộng thênh. Bàn thờ to lớn ở chính điện. Sáu bàn thờ nhỏ hơn nằm dọc theo hai bên tả hữu. Luôn nghi ngút hương khói, đèn màu, nhiều hoa quả, bánh trái. Nơi chính điện ngoài tượng Thích Ca, chư Phật, có tranh, tượng các thánh, thần, đạo sĩ, cả Lão Tử, Bồ-đề Đạt-ma. Những hàng giá gỗ rực màu đỏ thiếp vàng là những đao kiếm, phương trượng. Từ cao lưng chừng dọc theo cột nhà, những phướn vải lụa vàng hàng chữ nho, buông rũ. Toàn cảnh, một đa nguyên tín ngưỡng, tạp lục.

Nơi hậu điện, một bức truyền thần to lớn chân dung một phụ nữ. Đạo Nữ bảo đó là Nữ Thánh Cứu rỗi. Nhờ tánh linh thần thông của "Nàng Thánh", Đạo Nữ chữa lành bá bệnh. Thoạt nhìn, nhân diện của Nàng Thánh Cứu rỗi chính là chân dung Đạo Nữ. Mái tóc, vừng trán, mặt mũi sao y. Chỉ ma mị hơn, qua bút vẽ tô điểm. Đầu vương miện, rườm rà hoa văn màu sắc. Da trắng ngà, tóc đen, lông mày liễu, khuôn mặt thanh tú mang hơi hám tà ma, trán cao môi mỏng, đôi mắt sắc dài, trong lòng mắt như có bùa mê phát sáng.

Một bàn thờ to rộng, trước chân dung Nàng Thánh luôn đầy hoa trái tươi màu. Lại bày thêm cho Thánh những hộp lọ mỹ phẩm, đồ trang sức, nước hoa loại hảo hạng. Đạo Nữ giải thích, "Có lúc khuya khoắt Nàng Thánh về trang điểm".

Lạ lùng, một hàng dài hai bên bức truyền thần có mười tám bức tượng hình những búp bê dị dạng nhiều màu sắc. Đạo Nữ giảng giải:

"Bọn này không phải thập bát La hán mà là thập bát Hài nhi. Là con cái từ cõi âm hiện hình, một hình thức cô hồn hạng nhẹ, có thể một mai hóa ra thánh thần. Nhưng khi chưa hiển thánh hóa thần chúng còn dạng quỷ nên quấy phá dữ lắm."

Đạo Nữ thay mặt Nữ Thánh Cứu rồi để trị bệnh, ban ân cho thế gian. Được vậy, là qua cái cách hiển linh khi Nữ Thánh nhập hồn vào xác Đạo Nữ.

Thường mỗi ngày Đạo Nữ được nhập hồn một vài lần. Mỗi lần lên đồng như thế gọi là "ngự", dù cái từ "ngự" chỉ được dùng riêng cho nhà vua trước đây. Bến nước vua từng đến là Bến Ngự. Món ăn được dâng cho vua nếm qua là món ngự, chuối ngự, khoai ngự. Dân chúng bị oan ức, chờ lúc vua thân chinh ra ngoài, cả thảy quỳ bên lề đường kêu oan, gọi là "Quỳ giá ngự".

Mỗi lần Đạo Nữ ngự, mọi con bệnh cùng thân nhân răm rắp chắp tay cúi đầu hướng về. Đạo Nữ đi từ chính điện tụng vái, ra hậu điện, ra vườn đi quanh quất, tay chân vung vẩy múa may, tất cả con bệnh cùng tín hữu đều phải đàn lũ theo sau.

Đạo hữu theo cầu Đạo Nữ thường là một lũ bệnh điên. Đa phần là con nhà giàu có, việc đóng góp tiền của cho nhà chùa là rất hậu hĩnh. Tiểu sử của Đạo Nữ khá nhiều bí ẩn, cách tu hành lạ lùng, phong thái kẻ tu hành nửa ma nửa Phật, tỉnh tỉnh mơ mơ, cũng là đặc điểm quyến rũ bá tánh hiếu kỳ. Cái khuôn phép, cái khuôn vàng thước ngọc lắm khi làm con người chán nản, muốn phá bỏ, vượt ngoài. Là tìm tới cái lạ, chỗ ma ám quỷ hiện hình.

Một đôi lần Đạo Nữ bị nạn. Con bệnh điên trở chứng thường tấn công bất ngờ. Cả việc dùng dây thừng tròng qua siết cổ. Đạo Nữ chế ngự đám đông bằng cách tự biện khá hoang đường:

"Nó tròng dây qua cổ Ta siết mạnh như vậy không phải cố ý giết Ta đâu. Chính 'nó' đưa Ta một giây phút tới gặp Nữ Thánh cứu rỗi. Nó siết cổ ta là do ân ý sai bảo của Nữ Thánh để Ta có dịp tự thức mà hướng về thánh linh."

Đám đông thường tin lời Đạo Nữ, một niềm tin rặt màu tôn giáo, thuần phục của tín đồ, khi được ban phúc lành.

II

Một hôm, một nhà giàu đưa con trai mình tới Đạo Nữ nhờ chữa bệnh. Anh trai trẻ này có cách nói năng lạc đề rất... triết học.

Vừa bước vào chùa, nhìn mọi người, Nguyền ngập ngừng ngưỡng cửa, nói lơ mơ:

- *Đây đâu phải là nhà của ta. Chừng như đây là cái chuồng ngựa vắng ngựa. Phải tầm cho ra bầy ngựa thất lạc. Cứ theo tiếng thở mà tìm. Ngựa không nói.*

Nguyền nhìn Đạo Nữ, nói trổng:

- *Rồi bầy ngựa cũng trở về. Nơi trở về là trận mạc. Em đang mất một cái đầu cho cuộc tìm kiếm.*

Đạo Nữ định bệnh của Nguyền:

- Thằng người này đang bị lũ con cái ở cõi âm quậy phá rồi. Một kẻ dâm giao với bọn tiên nữ trong những cơn mơ. Gọi là tiên, nhưng bọn này là bọn con gái yêu kiều từ thiên giới đang bị đày xuống hạ giới chịu tội. Chúng dâm ô khôn lường. Đậm đà quyến rũ tới đỉnh.

Lại giải thích với đám tín hữu đang ngơ ngác chung quanh:

"Con cái trong cõi âm là lũ con chẳng đứa nào có được một cái giấy khai sinh, một chiếc nôi nằm, chẳng nghe được một lời ru, chưa từng ngậm vú mẹ.

"Chúng được đầu thai từ trong các cơn mộng mị của bọn đàn ông lẫn lũ nữ nhân đa tình kia. Trong giấc ngủ đêm khuya khoắt, nhất là những đêm trăng huyền rỡ khơi gợi dục tình, bọn gái trong cõi âm hiện ra. Bọn tóc dài này chỉ là hư ảnh nhưng có thể gần gũi tỏa nhiệt dục. Chúng hâm nóng nhau bằng máu xương ảo, lên cơn thèm muốn, mơn trớn, hôn hít, giao cấu thỏa thích với nhau.

"Là mộng mơ thôi, nhưng tình nhân trong giấc ngủ vẫn tràn lạc thú của nhục dục, bọn nam xuất tinh, bọn nữ âm binh quyến rũ kia hoài thai. Mỗi con ma trong mộng mang một bầu sinh linh từ một người đàn ông có thực.

"Các mụ bà trợ giúp việc sinh nở những hài nhi có hồn ma không có máu xương này là bọn gió, mây, có khi là sấm sét, mưa bão, tùy vào hiền dữ, màu sắc đắm say lúc cơn mộng ôm ấp diễn ra.

"A Di Đà Phật, lũ hài nhi từ cõi âm, bọn nổi trôi trong tinh khí điệp trùng bóng tối kia, bọn miên man thác đổ ái ân, đứa màu tím màu lục, thằng Đỏ con Vàng. Chúng không là con của quỷ dữ, cùng là con của ân ái thôi, là giao hợp giữa siêu hình với trừu tượng.

"Lũ này chẳng tới được thiên đường chẳng về địa phủ mà trôi hoang trong man mác hư ảo. Chúng đi gió về mây. Là tựu dựng từ những giao hoan ngoài vòng ý thức lúc mê muội giấc ngủ. Chúng có nỗi oan riêng, nên 'cây oan' xanh tốt như rú rừng, chẳng khác chi rừng biển oan khiên mà phận ngươi lầm than đương chịu trên chốn thế gian đang nương náu này... Nam mô A Di Đà Phật."

Đạo Nữ nhìn chú mục người mẹ của Nguyền đang đau khổ khấn vái, nói mơ hồ, lời gió rao:

"Con trai của tín chủ trước kia là gã đa tình, nhiều mộng mị về đêm. Bọn nữ âm binh o bế thằng Nguyền này như bọn nữ bia ôm phủ dụ. Bọn tiên nữ đậm đà rất mực duyên dáng bị thiên đình đày xuống cõi gian trần, chúng buồn phiền đi làm gái ôm ráo. Đó mới là đặc trưng tuyệt diệt, là hoàn hảo của một trần gian đọa đày.

"Này, thằng Nguyền đang đứng đây, bóng mặt trời chói chang ngoài kia, kìa cái bóng mây chập chùng đang kéo qua sân chùa, lúc này ư, Nguyền đang trả nợ. Món nợ âm binh. Bọn hài nhi kết thai từ mộng ảo lênh đênh kia đang hiện về. Ta thấy chúng thấp thoáng đó đây qua ánh đèn giữa làn khói hương, cõi thinh không rùng rợn hoang rỗng. Kia kìa, cha ơi chúng rách rưới, còm nhom, chắc là bị quan nhân chốn lưu đày bóc lột, bỏ đói. Đến cái phận người trong Cõi Ảo cũng hắt hiu hăm dọa, bị đọa nguyền thất lạc".

III

Nguyền đang trong một cái chuồng. Thế giới của chàng bỗng dưng là một cái chuồng.

Nền láng xi măng, mái lợp tôn ít truyền nhiệt, gọi là tôn mát. Mặt chuồng nhìn ra khoảng sân rộng để giao tiếp với người bên ngoài có đóng song sắt ca rô. Một cửa sắt mở ra vào. Ba mặt kia tường tô vôi. Cửa sắt luôn được khóa kỹ lưỡng bên ngoài. Nguyền bên trong không thể tự mở. Phần nền cao người mẹ trải một tấm chiếu hoa trên nền xi măng. Tấm đệm mút làm chỗ nằm, một tấm chăn dày phòng đêm gió mưa, một chăn mỏng, một cái gối thêu hoa đẹp đẽ.

Từ trong chuồng Nguyền có thể nhìn ra khoảng sân rộng trước mặt chùa đầy bóng cây. Một hồ nước lớn giữa hồ có nhất trụ, đỉnh trụ có bánh xe luân hồi.

Tôi làm gia sư trong chùa, ngoài cô con gái cưng rất xinh đẹp của Đạo Nữ, còn có một thanh niên tên Huề. Anh này tu ăn chay trường, ghi tên học ban triết trường Văn khoa, học hành rất thông minh, một giọng tụng kinh ngân nga ngọt ngào. Huề rất ưa thích tính cách điên của Nguyền. Cách phát ngôn lạ lẫm, ý tứ kỳ quặc của Nguyền, anh cho rằng kẻ điên này là một triết gia. Nguyền lại rất thích tôi. Tạo ra cuộc hội ngộ tàng tàng giữa ba "đứa" chúng tôi.

Vườn chùa tịch mịch. Đêm trăng sáng. Sân vườn chùa đầy bóng cây. Trải một chiếc chiếu trên nền sân xi măng trước cửa chuồng Nguyền. Uống trà, tâm sự thấp cao ngang dọc sự đời, là từa tựa ba triết gia giả cầy.

Một đêm, tôi với Huề bên ngoài. Thấy trên chiếu có nước trà, mấy trái chuối, Nguyền trong chuồng hỏi ra:

- Uống trà mà ăn chuối à?

Huề bảo:

-Vậy phải ăn cái gì?

Nguyền:

- Tụi bây có Thượng đế không?

Tôi:

- Có, không? Sao phải hỏi?

Nguyền:

- F. Nietzsche đã nói.

Huề:

- Thượng đế chưa chết đâu.

Nguyền:

- Ít ra là trong cái đầu của chúng mày.

Trăng đang vô một chùm mây. Nguyền bất ngờ hỏi:

- Sao chúng mày không vô rừng, vào bưng?

Tôi kinh ngạc:

- Mê K. Marx đến thế ư?

Nguyền lơ mơ:

- Đừng nhầm tưởng bọn trong rừng theo Marx. Chúng phản bội Marx.

Trăng ra ngoài mây. Trăng sáng rỡ, chứng minh điều tôi hiểu, *"Nguyền không hề điên chút nào"*.

Huê nói nhỏ với tôi như một lời than thầm:

- *Vậy Nguyền với Đạo Nữ ai điên ai tỉnh. Ai là kẻ chữa bệnh cho ai.*

Nghe được, Nguyền mắng:

- *Tao cũng có một cái linh hồn. Tao chịu lấy, dù cái linh hồn tao chẳng thấy đâu. Tao phải tôn thờ cái Tao-chẳng-thấy-đâu.*

Nguyền rên rỉ :

- *Trăng tàn gió tàn mây khuya lụn tàn. Anh kìa, cho em một nhánh lá em đuổi muỗi. Đó, em thấy chưa, xưa kia ta không nắm tay em đâu cứu em khỏi cảnh trôi chìm giữa dòng sông nước. Chuyện xưa cũ rồi. Thôi mình đi đi, để ta một mình suy gẫm lai rai. Cảm ơn con nước nguồn đã tha chết cho nhau".*

IV

Một cư xử lạ lùng. Người ta đã chia một phần cái chuồng rộng rãi của Nguyền để nhốt vào đó một con gấu. Có rào sắt ngăn cách. Người với vật.

Vì sao những vội vàng tan tác, những chia ly ngậm ngùi lại hỗn độn bày ra giữa chúng tôi? Cuối bãi tức tốc bày ra đầu nguồn? Nguyền không lành bệnh. Một đêm, cái xác buồn phiền của anh, một Cõi-Nằm chẳng mấy thong dong trên chiếc chiếu hoa, lúc trăng tà xuyên chút ánh sáng ma hoang trên vạt áo nâu sòng.

Tôi đã rời Hải Tiên. Một con tàu xuôi vào Nam mang theo em. Em bỏ học, rời chùa, bỏ Đạo Nữ, mỗi đêm em hát, ánh đèn màu. Huê bỏ đạo, một đại đức cưới vợ, sinh con.

Cũng đã quá lâu tôi không có dịp trở lại. Thời gian trong tôi chín vàng, đã mềm nhũn bên trong, khác chi trái chín cây lâu ngày. Tôi nhớ

Nguyền và buồn khôn xiết, vì tôi cùng ở chung với Nguyền chùa Hải Tiên, cùng nhau bao kỷ niệm.

Trong cái thiu ung của tháng ngày nỗi buồn của tôi rộng ra, dị dạng, vì nỗi hồ nghi, vừa âm u vừa đau đớn từ đêm trăng ấy. Cho tới nay tôi vẫn không tin, rằng, *"Cái xác người trong chuồng gấu là của Nguyền? Hay là xác con gấu đã chết trong chuồng? Con gấu chết hóa ra xác của Nguyền? Hay Nguyền đang còn sống trong chuồng mang hình con gấu?"*

Tôi đau đớn lắm, *"Có thể nào một con vật đã mang hồn đi, và một con người trở lại không một linh hồn"*.

Hai gã đàn ông lực lưỡng đưa con gấu từ trong chuồng vào một cái cũi sắt, xe chở tới nhà một vị dân biểu. Đạo Nữ cúng dường con gấu làm quà. Tôi nghe mơ hồ có tiếng rên rỉ của Nguyền trong cũi sắt. Một con gấu màu đen có đôi mắt của Nguyền. Tôi la hoảng:

- Nhầm lẫn, nhầm lẫn quá rồi, sao các người đưa Nguyền đi làm quà tặng, bỏ con gấu ở lại trong chuồng.

Chính tôi thấy Nguyền ốm o mặc áo nâu sòng da dẻ xanh xao được bắt ra, nhốt trong cũi, đưa lên xe, sớm mai chở đi.

Mọi người nhìn tôi kinh ngạc, nghĩ thằng này điên. Tôi đau lắm. *Nhiều lần trong đêm khuya tôi thấy một lúc hai con gấu, một lúc khác là hai Nguyền trong chuồng.* Dần dà, tôi rối rắm chẳng nhận ra đâu là Nguyền đâu là gấu.

Gia đình khóc than bên thi hài Nguyền tôi thấy mọi người khóc bên một con gấu đã chết. Con gấu trong chuồng nhà ông dân biểu, quan khách đến thăm viếng chính là Nguyền.

Tôi vẫn mong cha mẹ Nguyền đã chôn một con gấu với đầy đủ lòng thương xót, và Nguyền hôm nay còn bị giam nhốt đâu đó trong một cái cũi sắt.

Cung Tích Biền
Bồ Đề cốc, Midway 9-2020.
Những ngày nhớ Chuồng

Quân Tử Cầm Và Ông Lão Vườn Đào

TRẦN HOÀNG VY

Chiều cuối năm hiu hắt, cái nắng hanh hao, vàng vọt, lọt qua kẽ lá, kéo thành những vệt dài gầy guộc và ẻo lả. Gió ngoài sông Vân vẫn thổi từng chặp, từng chặp, khiến những cành đào mảnh mai như run lên cùng với cái lạnh mùa đông, cứ thấm từng chút một khiến ông lão cứ như giật mình thon thót.

Vườn đào năm nay đã thu hẹp lại, như cái bánh đa nhỏ, bị trẻ con gặm dần từng chút một, bởi hai, ba cái dự án gì đó kéo dài hết vệt đất bờ tây của sông Vân, chỉ còn chừa lại rẻo đất nhỏ như lòng bàn tay cho cái vườn hoa đào đã có từ bao đời nay của ông cố, ông nội, cha và bây giờ là của lão.

Căn chòi nhỏ, xiêu vẹo, nhưng lại được cất dựng công phu theo hình bát giác, kiểu những căn nhà nghinh phong, đón nguyệt, cầm ca, xướng hát của những bậc thức giả hay trí nhân quân tử, hoặc giả người mai danh ẩn tánh, muốn tận hưởng kho "phong nguyệt" của trời đất, bỏ mọi chính sự, thế sự ngoài tai, tẩy rửa tâm hồn cùng thiên nhiên. Có lẽ cũng đã được làm từ rất lâu rồi. Cứ nhìn những cây cột, kèo, làm bằng tre gai đằm bùn và ngâm nước, lâu ngày láng bóng, đen như gỗ mun thì khắc biết.

Ông lão chủ nhân của căn chòi và khu vườn, người nhỏ nhắn, thanh mảnh như phụ nữ, trên mình luôn mặc bộ bà ba màu chàm. Điểm nổi bật của ông lão có lẽ là mái tóc trắng muốt, chải tém rất điệu nghệ, như một kép lão về già. Còn đôi mắt, lúc nào cũng như vời vợi buồn thương rất khó tả. Gia tài duy nhất trong căn chòi là cái hòm gỗ đen bóng, cùng cây đàn "Quân tử cầm" cũng đã lên nước bóng loáng vì thời gian và tay người chơi đàn.

Gió cứ lê thê lướt thướt làm run rẩy từng giọt nắng chiều. Vườn đào năm nay xơ xác, thất trắng vì bão lũ, duy chỉ còn một gốc đào già, sần sùi những nốt u, nốt nần, là chúm chím dăm chục nụ hoa hàm tiếu, màu hồng phơn phớt tím, như ngạo nghễ, thách thức cùng cơn gió cuối năm bực dọc và rét buốt.

Ông lão quý gốc bích đào này nhất. Cứ nhìn cách ông chăm chút, cắt lá, tỉa cành cũng đủ biết ông nâng niu gốc đào đến nhường nào. Theo lời kể bất chợt của lão, đây là gốc đào chiết từ cây đào mà vua Quang Trung đã mang về tặng công chúa Ngọc Hân từ ngày xửa, ngày xưa, khi mà ông cố của lão là lính cấm vệ trong kinh thành Phú Xuân. Nhưng mỗi khi có ai tò mò, vặn vẹo cặn kẽ, thì lão lại lờ sang chuyện khác. Phải chăng cái bí mật nửa kín, nửa hở của ông lão đã có từ thời ông cố của lão, khi vương triều của Tây Sơn rơi vào tay họ Nguyễn Ánh, và với chủ trương trả thù truy cùng, bắt kiệt, những người theo Tây Sơn, đã khiến ông cố của lão phải mai danh ẩn tích, cảnh giác và bí mật về thân thế của mình?

Duy chỉ có chiếc đàn "Quân tử cầm" (ấy là theo cái cách gọi sang trọng của lão, khách thì gọi là đàn Nguyệt, hoặc nôm na là cây đờn kìm theo kiểu người Nam bộ) là lão kể tận tình gốc tích, sau khi đã sương sương gần bứt xị rượu đế.

- Trước khi nói tông tích, lai lịch của cái anh "Quân tử cầm" này, xin dạo anh nghe mấy bản "Xuân" và mấy bản "Oán" để anh "rửa tai" đã… Ông lão nói như tự giễu cợt.

- Dạ, dạ không dám! Xin được lắng tai nghe! - Khách từ tốn trả lời.

Khúc Xuân được trỗi lên, khách như nổi da gà. Nghe như có nắng ấm chan hòa, muôn hoa khoe sắc, và nổi bật cái màu bích đào của hoa, bắt người nghe phải hướng mắt về cội đào một cách kỳ lạ…

Rồi khúc Oán với tiếng réo rắt thảm sầu. Muôn ngàn cánh hoa lã chã, tơi tả trong cuồng phong thịnh nộ… Khách nghe như thấy đoạn trường của kiếp đời, nghiệp chướng, u uất đến tận tâm can.

Khách ngồi nghe mà lòng chìm đắm trong men say mơ màng, hun hút tiếng sóng, tiếng gió với bao thế sự thăng trầm qua lời kể của lão.

- Cái đàn Quân tử cầm này xưa vốn là của một cao tăng ở ngoại ô kinh thành Phú Xuân, là bạn thâm giao với tướng quân Trần Quang Diệu. Chỉ khi có vợ chồng tướng quân Trần Quang Diệu, Bùi Thị Xuân, cao tăng mới đưa đàn ra dạo những cung điệu của vùng An Khê thượng và cùng bàn luận việc nước rất tâm đắc.

Nguyễn Ánh lên ngôi, vợ chồng tướng quân Trần Quang Diệu, Bùi Thị Xuân bị trả thù một cách dã man. Cao tăng treo đàn phía sau Phật điện, bỏ đi vào núi. Lúc ấy, ông cố tôi cũng vừa chạy trốn vào chùa xin cưu mang. Cây đàn được giao cho cố tôi cất giữ cho đến đời tôi…

Ông lão bỗng ngưng kể đột ngột, đôi mắt trĩu buồn, nhìn xa xăm ra ngoài hướng sông Vân. Khách trịnh trọng rót thêm vào ly rượu, hai tay nâng lên kính cẩn mời ông lão:

- Mời lão uống thêm ly rượu cho đỡ… sầu bi.

Ông lão cầm ly rượu, trút thẳng vào họng, không một tiếng khà. Giọng ông bỗng trở nên đờ đẫn, lắp bắp:

- Anh… anh biết không? Quân… Quân tử cầm cũng có linh hồn anh ạ! Gần cuối đời cố tôi, những sợi dây đàn khi khảy lên, không hề có âm thanh… anh ạ! Chỉ khi người con trai trưởng của cố tôi, mang đàn đến rẻo đất này, trồng xuống gốc đào ghép từ thời Tây Sơn, hay còn gọi là gốc đào tổ. Cây đàn lúc đó mới lên tiếng!

Anh biết không? Mùa đào năm ấy, đẹp như chưa bao giờ có. Ánh nắng cuối đông, đầu xuân như cũng nhuộm hồng, rực rỡ cùng với sắc thắm của đào. Một màu hồng đỏ ấm đến từng cọng cỏ, dấu rêu…

oOo

Mùa xuân năm ấy, ánh dương quang đầm ấm dịu dàng, cái màu sắc đẹp nhất của đất trời vào đầu năm mới, điểm xuyến bằng những hạt mưa phùn tha thiết bịn rịn, vương lên vai áo, tóc người cái ngan ngát của hoa, của hương, của khói trầm như tích tụ màu trời đất sau mùa hôn phối, long lanh mắt ướt và hây hây môi má, thắm đỏ, tươi tắn.

Một nữ khách đến thăm vườn đào trong những ngày đầu xuân ấy. Khách chừng tuổi nguyệt tròn, có lẽ lúc ấy tôi cũng độ mười bảy, sức trai phơi phới xuân thì, có thể quật ngã con trâu mộng, vậy mà…, vậy mà tôi bỗng như cây sậy run rẩy, yếu đuối trước ánh nhìn rạng rỡ, tinh nghịch của khách. Nữ khách tóc chấm ngang vai, óng ả, đen mượt. Sợi tóc mỏng manh, mềm mại là thế mà… như trói buộc tôi đến tận bây giờ? Ông lão thở dài ngậm ngùi. Giọng như ngọn gió bị tàn cây cản lại, dồn cục, lào thào đến khó nghe.

- Anh biết không? Nữ khách xin gặp nội tôi và đòi mua cây đào tổ, gốc đào mang từ kinh thành về. Nàng sẵn lòng trả bằng mọi giá!

Nội tôi cũng là người hào hoa phong nhã, dù tuổi đã thất tuần, ông tinh quái hỏi nữ khách.

- Tôi sẵn sàng nhường lại cây đào tổ cho cô, nhưng cô phải… phải làm thiếp tôi, cô có chịu không?

Đang ngồi ngoài hiên hóng chuyện và ngắm trộm dung nhan nữ khách, trái tim non tơ của tôi như bị ngọn gió xuân phơi phới, mơn trớn tơ tưởng một khuôn mặt đào hoa tuyệt thế của nữ khách. Nghe câu nói của nội, tôi bỗng bừng bừng… ngồi ngây như hóa đá… Trong nhà vẫn tiếng của nội tôi:

- Nếu cô bằng lòng, nội nhật hôm nay sẽ cho người mang hoa đến tận nhà cô và xin phép được rước…

Tai tôi như bị ù đi, tiếng trả lời của nữ khách tôi không nghe thấy. Nữ khách đứng dậy cáo từ, bước ra như tiên nữ từ trong tranh, mặt không hề biến sắc. Đôi mắt long lanh, môi hoa chúm chím. Đón nàng phía trước còn có một nữ đồng tay cầm dù hồng. Cả hai khoan thai yểu điệu khuất dần sau những nhánh đào ửng đỏ.

Nội trong nhà bỗng cười lên sảng khoái. Tôi oán trách nội: "Người ta còn quá… bé mà nội…". Nội nghiêm nét mặt:

- Ấy là ta thử lòng người cũng như giá trị của gốc đào tổ. Ta già rồi, còn thiết chi… Ta muốn cô bé là… cháu dâu của ta đó, ha…ha… ha…

Tôi lại chết lặng trong cảm giác ngất ngây, lâng lâng trong tràng cười sảng khoái của nội. Người không hổ danh là trí lực của dòng họ.

Cô bé ấy hẹn ba ngày sau sẽ đến trả lời, nội cho tôi biết vậy. Có lẽ nàng còn phải về trình báo lên song thân. Cuộc "mua bán", trao đổi có vẻ huyền hoặc này không biết có thành sự thật hay không? Tôi như người sống trong khắc khoải chờ đợi, người nhẹ như chiếc lá, sợ cơn gió làm rụng đi lúc nào không biết...

- Tôi chờ và chờ đến bây giờ... - Tiếng ông lão bỗng giống như tiếng mưa rơi, lộp bộp, lào phào trên phiến lá non tơ của nhánh đào vừa biếc lộc...

oOo

Khách cứ ngây người ngồi nghe, lạc dần vào trang dã sử mà chỉ có những con người bình dân, chân đất, ngang tàng, nghĩa khí mới dám nghĩ ra và lưu truyền trong dòng tộc, cũng như việc mua bán gốc đào tổ đầy hồ nghi huyền hoặc của ông lão.

Cả vườn đào bỗng dậy thơm bảng lảng, gió như quấn quýt, bịn rịn, không nỡ bay đi. Mưa tạnh. Ánh nắng đầu xuân nhuốm hồng phơn phớt. Ông lão đã nghiêng đầu lên chiếc gối mây, mắt lim dim ngủ. Khách nhẹ nhàng lấy cái chăn len đắp ngay ngắn trên ngực ông lão.

Cầm lấy cây đàn, khách bỗng rùng mình như bị điện giật trước cái mát lạnh của cần đàn. Vuốt ve Quân tử cầm, khách thử búng ngón dạo khúc Hành vân. Nhưng tiếng bục, bục vang lên lạnh lẽo. Cái vô âm bất ngờ của cây đàn làm da gà của khách cứ nổi lên rờn rợn. Ông lão bỗng cựa mình và trên đôi môi thâm tái của lão bỗng rạng rỡ một nụ cười vô ưu như trẻ nhỏ.

Khách biết mình đạo hạnh kém cỏi, kính cẩn nâng đàn lên treo ở cột lớn của căn chòi. Bỗng một âm thanh náo nức, như khúc Nghê thường, hay phút giao hòa giữa trời - đất, giữa đông - xuân... ấm áp ngân rung. Thấy trên chiếc kệ nhỏ có chiếc lư hương và thẻ nhang. Khách đốt lên nén nhang. Mùi trầm thơm tràn ngập.

Ngoài kia, những cành đào đã hé mở, trông như những đôi môi đào trong buổi chiều cuối năm rừng rựng những ráng đỏ...

Trần Hoàng Vy

Điều Ước

NGUYỄN ĐÌNH PHƯỢNG UYỂN

Hình như ai cũng ao ước được trở về thời ấu thơ, không lo nghĩ, mọi thứ đều có người làm giùm, chỉ việc ăn rồi ngủ.

Thử đi phỏng vấn mấy đứa trẻ xem, thật sự nó có hạnh phúc, có thích thế không?

Con nít làm gì, muốn gì… tất tất đều phải theo ý người lớn, nhiêu đó đủ oải rồi.

Cứ nhìn người già, già và yếu đến mức phải mặc tã, không còn tự chủ tự lập được nữa, ăn phải đút, đi cần người dìu, trở mình trên giường cũng phải giúp, không nói được điều mình muốn, đau chỗ nào… Ấu thời đấy, ai mong giơ tay lên?

Ghét nhất là không thích ăn nhưng đến giờ, đến cữ là phải tọng hết vào mồm, không bỏ một thìa, no quá ói ra thì bị đòn, trong khi người lớn, bỏ hai ba bữa không sao, muốn ăn món gì, chỗ nào, với ai, được hết.

Ngủ cũng thế. Đến giờ, con nít phải đi ngủ mà phim đang hồi gay cấn còn người lớn vẫn hào hứng dán mắt vào tivi bàn tán xôn xao.

Xưa, cũng vì ghét ngủ trưa mà tôi bị đòn không biết bao nhiêu mà kể. Đợi mẹ ngủ say, tôi leo hàng rào ra ngoài đi bụi. Đói bụng bò về là y như rằng thấy mẹ mình hầm hầm, tay lăm le cây phất trần. Rất thường, chưa cần trốn đi chơi, chỉ cãi "Con không buồn ngủ" hay mấy anh em xì xào nói chuyện trong giấc trưa là "đét, đét, đét" "Quỳ gối, úp mặt vào tường". Gì chứ cái màn quỳ gối nó chán và mỏi kinh khủng. Quỳ một hồi là tôi ngủ gục lúc nào không hay, tỉnh dậy, thấy mình nằm trên giường, ngộ vậy đó!

Đến khi có con, chúng nó eo xèo, cự nự việc ngủ trưa, mẹ tôi dặn "Cứ phết vào đít vài phát, nó khóc là nó sẽ buồn ngủ." Hèn chi tôi bị đòn hoài. Đấy, làm con nít sướng há?

Trẻ nhỏ không biết lo ư? Ai học bài, ai trả bài giùm đây? Cô giáo thử hạ một lời phê độc độc xem, nhức răng, nhức óc ngay. Rằng thì là không biết công ơn cha mẹ. Rằng thì là có nhiêu đó chuyện cũng không làm nổi. "Học, ấm thân tụi bay chứ tao xơ múi gì!" Đấy là thời tôi, ba bốn chục năm về trước, chỉ đi học một buổi mà bài vở quên đầu quên đít hoài nên bị chép phạt, bị "lao động khổ sai" bằng việc quét lớp hay cấm túc trong giờ ra chơi liên miên. Người lớn nào bị phạt như thế ? Công sở này cà chớn, ông qua chỗ khác làm, chưa kể ông còn thưa tụi bay kỳ thị, tụi bay hà hiếp ông, chết cả nút nhé!

Đừng tưởng chỉ có trẻ ở Việt Nam mới học ngày học đêm, bên Úc, bên Mỹ, y chang.

Vừa tan trường xong là mấy cô cậu bị xúc đi học thêm English cho dù nó đẻ ở đây, tiếng Anh xoen xoét, rành rẽ. Toán, hai buổi trong tuần. Thứ Bảy học võ, học đàn. Tối đến lại ôm một núi bài tập. Có đứa, ngoài những môn kể trên, mỗi ngày mẹ còn dựng dậy từ năm giờ sáng để đi bơi, chiều lại ùm xuống nước thêm một giờ nữa. Mẹ thích vì chị em nó khỏe khoắn và được tiếng là vô địch bơi trong trường. Chủ nhật rảnh chứ? Không, phụ huynh cho con đi học Việt Ngữ… Nghĩa là chẳng có buổi nào cho trẻ nghỉ ngơi. Họ quan niệm, thì giờ trống, trẻ cắm đầu vào máy tính, tốt lành gì, đi học không bổ bề ngang cũng bổ bề dọc. Tốn nhiều tiền lắm đấy, trẻ con miễn ý kiến ý cò.

Nghĩ xem, học cái chi cũng phải tập tành, làm bài, trả bài. Sao có chuyện cứ đến lớp rồi bỏ đó, kỳ sau học tiếp. Đàn không thuộc, bơi không đúng, bị chê bai, mắng mỏ vừa quê vừa nhục. Phụ huynh cứ thử đi làm cả ngày, chiều về học lớp bồi dưỡng tay nghề, thứ bảy học điền kinh, chiều đàn Tranh, chủ nhật học tiếng Quan Thoại, toàn những thứ mình không thích và sự thể cứ kéo dài như thế trong mười mấy năm trời để hiểu áp lực, sức khỏe và tâm trạng của con em mình. Quý vị hạnh phúc chứ?

Chưa, lên đại học trẻ con phải thi đúng ngành nghề, đúng trường phụ huynh thích. Đã xảy ra nhiều vụ con cái dở điên dở khùng vì không đủ điểm vào trường này, lớp nọ, nhất là không đậu trường y, ngành đòi hỏi điểm thi tuyệt đối, để bậc sinh thành được dịp nở mày nở mặt với thiên hạ. Có đứa bị nhiếc móc dữ quá, bày mưu giết luôn cha mẹ, khỏi nghe ổng bả cằm ràm và nó lãnh án chung thân. Nếu nó đủ trí khôn, đủ lớn, đủ quyền để tự quyết định việc học hành, đâu đến nỗi xảy ra việc tày trời như thế.

Con nhà khá giả chịu nhiều áp lực, con nhà nghèo còn tệ nữa. Coi trẻ em chạy loạn ở những nước tan hoang vì chiến tranh, thiên tai kìa. Chúng có sung sướng, yên lòng khi được bế bồng, cõng địu? Người lớn mệt một nhưng chúng nó mệt mười vì nó mau khát mau đói hơn, vì thế dễ chết hơn. Đứa sống mà ba má mất, bé như cái dáy khoai thế kia, xoay sở cách nào?

Vào lúc Covid đang hoành hành trên toàn thế giới, hình ảnh các cô cậu nhí thót bụng, ưỡn ngực để rít từng luồng ô-xy qua miệng và mũi, ai không xót xa. Giá như chúng lớn một tí, đủ đề kháng, đủ mạnh để chiến đấu với bệnh tật.

Đất nước yên bình, gia đình có cái ăn, cái mặc nhưng vì lý do nào đó cha mẹ chia tay, con trẻ thể nào cũng bị ảnh hưởng. Nó không nói năng, phần nhiều vì không biết diễn tả tâm trạng thế nào hoặc sợ nói điều nó muốn - hòa bình - lại hoàn toàn mâu thuẫn với ý cha mẹ, nhất là sợ phật lòng người đang giữ quyền nuôi nó, một cái phao sắp chìm mà nó đang bám vào. Nó thường chọn cách im lặng cho an toàn, khỏi bị trách móc binh phe này, bỏ phe kia… Nếu nó đã có gia đình riêng, ông bà cụ bỏ nhau mười lần cũng chỉ là chuyện của quý vị, thuyền của con không đắm, dĩ nhiên.

oOo

Nhớn nhớn, đùng một phát, có kẻ rất lạ lọt vào mắt. Mình đâu cố ý. Sao hàng trăm người xung quanh trông chả khác con Gà con Vịt, mỗi người này, người duy nhất bất ngờ hóa thân thành Công, thành Phượng làm mình ngỡ ngàng rồi thổn thức. Phụ huynh chả biết giùm cho, đấy là chuyện tự nhiên của Tạo Hóa, con mình không hề bị nhiễm trùng nhiễm bẩn từ bất cứ ai, đến tuổi nó biết rung động, thế thôi! Nhiều khi bà mẹ của "chính chủ" chưa kịp hiểu ất giáp thì đã có bà mẹ nào đó, gần đấy nhún trề "Không được chơi với con nhà đó. Nứt mắt ra đã bày đặt..." Thế là bà mẹ nạn nhân cuống cuồng đe nẹt, đòn roi con mình. Đứa nhỏ không hiểu tại sao nó trở thành kẻ hư đốn, xấu xa dưới mắt thiên hạ và bố mẹ, lắm đứa ngờ vực cả chính mình. Hừ!

Ai biết giùm khổ chủ là con Nai, vàng ròng ba số 999 hẳn hoi, nhưng bạn trai, bạn gái nhiệt tình bu quanh, đến chơi tưng bừng làm ngứa mắt hàng xóm thế là Nai biến thành bia hứng đạn. Oan gì mà khiếp thế!

Cứ để nó tự nhiên như Bambino, tập làm người lớn, giả bộ hút thuốc, làm thơ, viết nhật ký... ôm đàn hát vu vơ dưới cửa sổ nhà nàng/ chàng... rồi sẽ đến lúc đời dạy cho nó bài học vỡ lòng về tình yêu. Không chóng thì chầy nó sẽ lăn xả vào lòng các bà mẹ, khóc một cú ngon lành rồi người trong mộng cũng biến thành Gà Vịt thôi.

Với người lớn thì ngược lại, càng rung động, càng nhiều Công Phượng lọt vào mắt càng giành điểm cao. Họ được dán "mác" đào hoa, hấp dẫn, duyên dáng, bặt thiệp. Đố cô cậu oắt nào dám chê bai, bình phẩm về các ngài đấy.

oOo

Người lớn sướng vì họ đi làm, có tiền, muốn mua gì thì mua, ăn gì cũng được, chả phải xin xỏ.

Khi tôi còn ở tiểu học, trước cổng trường có xe bán kẹo bông gòn. Bà hàng bỏ vào khay ít đường và vài giọt màu, khay xoay tít vài vòng, bông gòn nở bung lên, cái màu xanh thơm mùi Bạc Hà, màu hồng mùi Dâu, màu vàng mùi Cam... Bà quấn từng lớp bông to tướng vào cây que rồi cho vào túi ni-lông, cắm trên cái cọc cao đằng sau chiếc xe đạp, từ xa học trò cũng thấy túi kẹo bông màu sắc sặc sỡ, bắt mắt lắm!

Tôi thèm cái túi bông mềm mềm đó nhưng bà ngoại nhất định không cho, bảo có phẩm màu hóa học, ăn đau bụng "Ở nhà kẹo Tây thiếu gì, ngoại để cả đống trong tủ lạnh đó." Ngoại không hiểu, kẹo Tây con ăn rồi, chán rồi, con muốn nếm kẹo bông gòn coi mùi vị ra sao mà bạn con đứa nào cũng thích. Chúng nó kể nguyên miếng bông to, bỏ vào mồm tí xíu là tan thành nước. Ly kỳ chưa?

Ngoại không cho một xu dằn túi vì sợ tôi mua đồ bậy bạ và sợ tôi biết xài tiền. "Muốn ăn gì, nói ngoại mua cho". Con nói, ngoại có mua đâu, ức chết, nên suốt cả năm trời đi học, kẹo bông gòn mơ ước, với tôi, mãi chỉ là ước mơ. Tôi mà có nhiều tiền như ngoại, như bố, như mẹ, một ngày tôi sẽ mua năm bịch kẹo bông gòn, đủ thứ màu để nếm cho đã mồm.

Chuyện xin phép đi chơi cũng là cả một vấn đề.

Bạn mời dự tiệc sinh nhật - đứa trẻ nào lại không thích đi sinh nhật bạn, được ăn bánh kem, được coi bóc quà - nhưng bố mẹ bận hay vì lý do nào đó của người lớn, ai biết - không chở con tới được thì coi như "ao". Hôm sau đến lớp nghe chúng bạn xôn xao bàn tán về bữa tiệc mà nhỏ nước miếng. Khi có thể tự đi chơi một mình, không phiền đến các cụ thì phải xin phép xin tắc "Đến chỗ nào? Với ai? Mấy giờ về? …" đâu phây phây như các bậc trưởng thượng, vi vu Đà Lạt, Nha Trang dăm bảy bữa, chừng nào chán mới thôi.

Xưa, bao lần tôi ước làm người lớn, đủ lớn để có thể làm gì đó, tính toán gì đó phụ giúp gia đình. Nhìn mẹ tôi hao gầy, bấn loạn vì cái ăn cái mặc, vì những tai ương, nợ nần đổ ập vào nhà, thấy ông già bị bao vây bởi mưu hèn kế bẩn, kiếm sống bằng chăn nuôi, đào mương đắp rẫy… tôi mong mình đủ sức đủ vóc, chia bớt nhọc nhằn với các cụ. Tôi biết bố mẹ tôi trông chờ con cái mau trưởng thành, không hề ước chúng tôi mãi nhỏ dại.

oOo

Già bằng này, những thứ lớn nhất, quan trọng nhất, cơ bản nhất trong đời đã tính xong, đã làm tròn. Con cái tự lo thân, tôi không cần phải vật vã với cơm áo gạo tiền. Công việc hằng ngày như một minh chứng mình còn khỏe mạnh, còn hữu ích cho xã hội. Miệng đời giềm pha chả khác nước đổ lá Môn. Kinh nghiệm sống, đủ để tìm ra giải pháp cho những bài toán khó, tài chánh không quá eo hẹp….

Ước làm trẻ con chi vậy trời???

Nguyễn Đình Phượng Uyển
08/01/2021

Thơ Tặng
TRẦN THỊ NGUYỆT MAI

Mẹ

Nhờ Skype nối kết
Vui nhìn Mẹ bình yên
Dù mái tóc sương tuyết
Từ những ngày truân chuyên

Con mãi còn thơ trẻ
Trong ánh mắt Mẹ hiền.

Chàng

Nằm cạnh chàng, thủ thỉ:
"Mùa đông trời lạnh ơi
Em thích trong chăn ấm
Có anh kề bên thôi..."

Tạ ơn người tri kỷ
Cho em đời an vui.

Cam Li NTMT

Nhớ những ngày tháng ấy
Căn gác với tiếng hát
Chị và em chơi vơi
Hụt hẫng cuộc đổi đời

Vui. Vẫn còn có nhau
Tình bền chặt dài lâu...

Thanh Yên

Từ thuở xa xưa trước
Chúng mình đã kết thân
Bỗng rồi bặt tin tức
Cùng làn sóng thuyền nhân

Anh Ngô* thời Ý Thức
Nhịp cầu nối cách ngăn.

* Phan Ngô là tên thật của nhà văn Lữ Quỳnh, cùng nhà thơ Hồ Thanh Ngạn (anh của Yên), là những thành viên của tạp chí Ý Thức (1969 - 1971).

Anh chị Tùng-Duyên

Thương người em gái nhỏ
Đến thăm Michigan
Anh cho đi ngắm phố
Chị trổ tài nấu ăn

Và chúng mình luôn nhớ
Một người Bạn. Người Anh.

Khánh Minh & Thu Vàng

Ba đứa cùng vui vẻ
Những lần em ghé thăm
Căn nhà đang lặng lẽ
Bỗng rộn ràng, xôn xao

Hẹn hết mùa Covid
Chúng mình lại cùng nhau...

Người tặng lịch

Cảm ơn người tặng lịch
Hummingbirds đẹp xinh
Thiên nhiên đáng yêu quá
Cùng gắng sức giữ gìn

Mong còn mãi hành tinh:
Trái Đất Xanh chim hót.

Người giám đốc cũ

Gặp lại nhau mừng rỡ
Chẳng nhớ phải cách ly
Dù đang "thời Cô Vi"...

Chúng tôi rất yêu quý
Ông, người *boss* rất hiền
Thương tất cả nhân viên.

Người bạn mới

Chị là người mẫu, người thơ
Người có tiếng hát êm như tơ trời
Tiếng đàn chị cũng tuyệt vời...

Mong một lần gặp rất vui
Hai người mơ mộng nhất đời phải không?
Sách chưa ra đã mơ mòng... ∎

Cuối năm 2020

Hồng Nhan
ĐẶNG HIỀN

Sáng về rừng, khuya cao nguyên gió
Trời lạnh đầy hơi lạnh của đêm
Em cắn nhầm buốt tê đầu lưỡi
Trách thầm anh ăn nói lung tung

*

Ngày nắng mới môi cong tháng Chạp
Ngày lung linh mắt ngó như cười
Lạnh cuối năm lạnh thèm tâm sự
Hững hờ nhìn ai như người dưng

*

Bài thơ vội thơm cà phê sớm
Mai em về mang theo chút hương
Hẹn sẽ ghé hong tình trên tuyết
Chiều thơm ly sữa nóng môi người

*

Đi chợ Tết áo vàng hoa Tết
Trí nhớ suy tàn chiếc áo đông xuân
Câu thơ cũ hồn hoa rất cũ
Thuở yêu người một cuộc rượu say

*

Em có thấy cành cúc đơn thật tội
Ừ không vui không có nghĩa là buồn
Hồng nhan ơi có buồn anh không hở
Em khấn gì trong buổi lễ đầu năm. ■

Đà Lạt
Và Câu Chuyện Về Khu Vườn Thi Sĩ
PHẠM CAO HOÀNG

và bài thơ tôi viết đêm nay
là bài thơ sau bốn mươi năm
kể từ hôm tôi nắm tay em
chầm chậm đi qua Khu Hòa Bình
xuống con dốc Duy Tân
rẽ sang Hai Bà Trưng
và dừng lại nơi chiếc cầu Vĩnh Viễn

đêm ấy
Đà Lạt có một chút mưa bay
có tiếng hát của Lê Uyên Phương, của Phụng, của Tiên
của Nhượng, của Phong, của Triền, của Chức
em mặc chiếc áo dài màu xanh của miền đồi núi
đôi mắt hồn nhiên như một bài thơ tình

đi bên em trong đêm cao nguyên
tôi nói với em về ước mơ của chàng lãng tử
chàng lãng tử đưa em đến một khu rừng
và dừng lại bên dòng suối
nói với em rằng tôi yêu em
nói với em rằng tôi sẽ không xa em

đi bên em trong đêm cao nguyên
tôi nói với em về câu chuyện thần tiên
tôi và em đi đến một khu vườn
nơi mọi người chỉ biết yêu nhau
chỉ biết tặng nhau hoa, nụ cười và những bài thơ
tôi gọi đó là vườn thi sĩ
em gật đầu cười rất nhẹ:
"em sẽ ở cùng anh trong khu vườn đó"
và bàn tay tôi vừa chạm trái tim em. ∎

Ng Ngọc
CHU VƯƠNG MIỆN

1

Từ khuya đôi đứa đôi đường
Chẳng qua "chũm chọe" nơi phường bát âm
Nghe thôi muối xát trong lòng
Đàn cò đàn nguyệt trống cơm bầy hầy

Hiên ngoài quán "hạ cờ tây"
Khách quen cũng vắng khách say chả nhiều
Mươi năm hết mỹ tới miều
Dài hơn con khỉ con tiều đánh đu

Thoát đời lắm gã đi tu
Thoát Trung lắm kẻ đi tù mọt gông
Xiệc cao đơn khỉ đánh vòng
Chẳng qua thoảng chút hơi đồng mà thôi?

Từ khi đôi đứa đôi đời
Dưới sông toàn cá thời lời rượt nhau
Thì thôi ngồi lại gầm cầu
Thì thôi thương khách về tàu cũng cam

Hôm nao hai đứa đôi đường
Thì thôi bài hát "toàn quàng với xiên"

2

Một mình trụ bến sông Thương
Nhìn dòng nước chảy lãng quên "cuột" tình
Mất nhau đổ quán xiêu đình
Mất nhau vì một quả mìn hỡi ơi

Loanh quanh một lũ chim mồi
Đầy thóc miệng gáy thóc vơi ngủ liền
Bây chừ tỉnh cũng hóa điên
Làm Phạm Công Thiện tu thiền tại gia

Lề đường Bùi Giáng tài hoa
Guốc dép soong chảo sa đà nơi vai
Khóc cười một cõi trần ai
Kẻ sau người trước ca bài "nắng mưa"

Vỏ dưa bên cạnh vỏ dừa
Thơ văn nhão nhoẹt sau xưa nát lòng

Muôi guôi sao muội nỡ đành? ■

San Francisco, phố cũ
LÊ CHIỀU GIANG

Giờ ngọ
Giữa trưa,
Đứng.
"Kên" đời.
Mắt nhắm
Nhưng, chẳng phải im hơi
Ta đứng,
Tới khi chiều
Rồi tối
Nếu quên về?
Thiêm thiếp...
đến mai

Sương đêm thấm qua vai
Tóc ướt, nhớ môi người.

Đã chẳng hẹn nhau giờ gặp lại
Ta đứng đây
Và, ta
Cứ...
đứng đây. ∎

Nghiêng Song
VÕ THẠNH VĂN

Nắng xưa
chiều đổ
nghiêng song
Em chờ người
vội về
hong lưới sầu
Ru nhau
từng giọt
nhiệm mầu
Riêng lòng còn giấu
niềm đau nỗi hờn

Trăng xưa
ngơ ngác phố phồn
Trong bi lụy
đã gặm mòn trăng khuya
Bao lần nguyệt thực
sầu chia
Bấy lần trăng khuyết
trăng lìa cuộc vui. ■

Chuyện Đời Xưa, Cô Tiên Và Chàng Thi Sĩ
PHƯƠNG TẤN

Nụ Hoa

Tròng trành nhớ nhớ thương thương
Sông dường hí hửng sóng dường hí ha
Cười cười lí lắc lí la
Nắng sà nhặt lấy nụ hoa cựa mình…

Cô Tiên

Ô hay nụ đã ra hoa
Trà mi đã trổ mặn mà thuyền quyên
Nghe đâu có một cô tiên
Vịn vai thi sĩ, dịu hiền bước ra.

Tình Ơi

Tơ hồng xe thuở nguyệt hoa
Xe đi xe lại bao la là tình
Cỏ cây quẩy nắng lung linh
Thương chi thương lạ ơi tình, tình ơi!

Vườn Hồng

Tiếng chim chật cả khoang đò
Líu lo líu lít hôm đò sang sông
Có ai đốt rạ vườn hồng
Mà thơm mùi lúa mà hong ngọn tình.

Phu Thê

Ngọn tình chàng cõng về dinh
Mình thêm mình nữa, hai mình một đôi
Cau tươi trầu quế quệt vôi
Têm mai têm trúc thắm môi đỏ lòng (*)

Một Tôi

Dưng không, trời trút cơn dông
Bão đâu úp xuống rối bòng một đôi
Nát lòng lẻ bóng lẻ đôi
Bóng kêu u uẩn, một tôi giữa đời.

Cõi Về

Khoắt khuya trải dạ ra phơi
Ngọn tình ướt lệ thương thời phu thê
Đêm nhàu bỏ lạc sao khuê
Ngó trời trông đất cõi về nhẹ tênh! ■

(*) *Giống tre làm mai mối theo điển tích trong sách "Lưỡng ban thu vũ am tùy bút" mọc trên bờ đầm gọi là "Mai trúc".*

Mùa Xuân Của Mẹ
CAO NGUYÊN

Con buồn
Mẹ buồn

Con giận
Mẹ giận

Con vui
Mẹ vui

"Con là trái tim của mẹ
Con là mùa xuân của mẹ!"

*

Rồi con vào mùa hạ
Với mùa hạ của riêng con
Với những mùa xuân của riêng con

Hạ rồi sang thu
Con vui buồn với những mùa xuân hạ của riêng con

*

Mẹ đã mùa đông

Mẹ lạnh
Con không hay

Mẹ yếu
Con không hay

Mẹ đau
Con mới hay

Rồi con lo
Mẹ lo

Rồi con buồn
Mẹ buồn

"Con mãi là trái tim của mẹ
Con mãi là mùa xuân của mẹ!" ∎

Theo Nhau
TRẦN ĐÌNH SƠN CƯỚC
(Kỷ niệm Valentine Day 2021)

Đôi ta từ thuở vợ chồng
Theo nhau khi cạn, khi sông. Lở, bồi
Theo nhau gió giật mưa trôi
Theo nhau cơm áo một đời long đong...

Theo nhau theo hết tấm lòng
Theo nhau theo hết đục trong kiếp người
Dù mai bóng ngả cuối trời
Theo nhau huyệt mộ theo hồi tái sinh... ∎

(Chicago 9/20)

Nhớ Quê
TRƯƠNG XUÂN MẪN

Đêm nằm thao thức vầng trăng
Ngày ra đi nắng in hằn dấu chân
Mây trời phủ xuống sương tan
Ngày về mưa rũ buồn tàn dấu phai

Tôi xa bao tháng năm dài
Nên chừ mới thấm lệ ray rứt buồn
Nhớ làng nhớ xóm nhớ buôn
Nhớ luôn cả nước con sông rì rào

Khi nào cho đến khi nào
Quê nhà xa lắc làm sao tìm về. ■

Để Làm Gì *
DUYÊN

giữa những ngổn ngang...
về thu xếp lại **
kỷ niệm tìm về...
khi êm đềm, nhẹ nhàng
nụ cười đến tìm, tim ấm áp
lúc xót xa, lúc chạnh lòng...
và sao tránh được niềm đau
dù xa tắp, cũng len lỏi về
quặn thắt tim. đau.

ngổn ngang đó...
khúc phim trắng đen
quay thật chậm, ân cần
khi rõ. lúc mờ...
nụ cười khúc khích
tiếng thở dài
âm thanh rè rè, khi đứt khúc
lúc dịu ngọt. ngân nga...

anh chợt thấy
ngổn ngang kia
dù có
chỉ là những mảnh vụn đời mình
những viên đá. nhặt trên đường đời
anh qua...
được xâu thành chuỗi
lóng lánh như mơ...

dọn dẹp ngổn ngang
là
chạm vào dĩ vãng
sẽ
hỗn loạn riêng mình
vứt bỏ ư?
chỉ, chút thôi
hạt đời. rối tung...
người. lạc lối...

tôi thấy anh. nụ cười nhân hậu
từ lâu, thõng tay vào chợ
biết
để làm gì...
chẳng
để làm gì?
không
để làm gì!

để làm gì...
hạt hồng ngọc giác ngộ của riêng anh.

05/2020

* *để làm gì*, tạp bút Đỗ Hồng Ngọc
** *về thu xếp lại*, Đỗ Hồng Ngọc.

Sen Và Thủy Tạ
THY AN

nghiêng hồn thủy tạ chìm sâu
lắng nghe sen trắng rộ màu hiển linh
áo em ngưỡng cửa vô minh
vén ra chợt hiểu trói hình buộc than

tường rêu trợt bước phân vân
lung lay tâm cảnh mấy phần trần ai
rủ thêm thành quách đền đài
khói sương hư ảo miệt mài phù sinh

tóc kia rối rắm gợi hình
vấn vương mấy lọn nghĩa tình khuấy sâu
cuộn tròn mấy nét tranh màu
vẽ ra ngũ uẩn lao xao cảnh đời

buồn theo chữ nghĩa buông lơi
trôi theo triền núi mấy lời tâm kinh… ∎

Viết Cho Quê Hương Mai Sau...
MH HOÀI LINH PHƯƠNG

Em thấy gì không, màu cờ tổ quốc
Máu đỏ, da vàng nối Bắc, Trung, Nam
Em nghe gì không, vọng từ lòng đất...
Lời ca dao mừng quê cũ... huy hoàng

Lúa đã vàng như lời ru của Mẹ.
Giữa trưa hè theo nhịp võng... à... ơi!
Giọng ngọt ngào mùi thơm tho cây trái
Con lớn lên mau góp sức xây đời

Em hãy cùng ta về qua xóm nhỏ
Thăm quê nghèo có mái lá đơn sơ
Một ngày nao... giặc tràn về đốt phá
Nhưng lòng dân vẫn giương thẳng ngọn cờ

Em học đi, để thương từng ngọn cỏ
Từng con đường trên khắp nẻo quê hương
Vui biết mấy tiếng hò... dô trên sóng
Tiếng nhịp chày giã gạo giữa đêm sương

Em sẽ thấy... quê hương mình đổi mới
Một màu xanh vươn sức sống rạng ngời
Biển rộng, sông dài... núi non hùng vĩ
Ta gọi thầm hai tiếng Việt Nam ơi! ■

Nhớ Về Ấu Thơ với
"Nhánh Tình Thời Chưa Mê Gái" của Luân Hoán

SONG THAO

Để mừng thọ 80 tuổi, nhà thơ Luân Hoán đã cho ra mắt tập thơ "Nhánh Tình Thời Chưa Mê Gái". Dòng đề tặng tôi, anh ghi: "Bản tặng anh chị Song Thao, một ngày trước khi tôi lên 80 tuổi". Tôi nghĩ ông bạn già tính ăn gian, mừng 80 tuổi bằng tập thơ viết về thời… 8 tuổi. Nói vậy tôi không có ý cho là ông bắt đầu mê gái từ năm 8 tuổi. Oan cho ông. Tới 10 tuổi ông mới mê gái. Gái chỉ 8 tuổi.

khi gặp nhau em độ chừng lên 8
tôi chớm 10 rất đỗi ngô nghê
em quá đẹp bởi vì em lai Pháp
tôi từ rừng về làm cậu nhà quê

Cô bé này tên Đỏ là học trò trong lớp học do cha tác giả mở tại nhà. Một bữa trời mưa, cô bé không về nhà được, phải ngủ lại. Cậu bé 10 tuổi ngủ cùng cô bé 8 tuổi.

chẳng nhớ nửa khuya hay mấy giờ đâu biết
tôi giật mình thức giấc, nặng bên hông
em thoải mái gác chân trên đầu gối
hương chi thơm theo hơi thở bềnh bồng

tôi mỏi đớ, nắm chân em lưỡng lự
tay vụng về tinh nghịch úp lung tung
em ú ớ nói gì như đang mớ
tôi khi không nghe nhịp máu lạ lùng

từ phút đó nằm thức hoài đến sáng
tưởng tượng ra nhiều chuyện chẳng đầu đuôi
da em ấm tôi hít hà ngộp thở
nghe nhiều nơi rất khác lạ trên người

Nhận được tập thơ viết về thời chưa mê gái, tôi có phần hững hờ. Ông bạn nòi tình, thơ thẩn chỉ mặn mà chuyện gái trai, vậy thì thơ thời chưa biết mê gái chắc chẳng có chi hay ho. Thường đọc thơ tình được bỏ rất nhiều chất mặn của ông Luân Hoán, tôi nghĩ thơ của ông thần này mà không có tí tình đọc chắc oải lắm. Nhưng tôi bé cái lầm. Khiếu thưởng thức thơ Luân Hoán bấy lâu nay của tôi bị hư theo những vần thơ ma mị nên tưởng như vậy. Thơ viết về thời ngu ngơ của ông Luân Hoán cũng hấp dẫn không kém. Có lẽ vì tôi tìm được tuổi thơ của tôi qua tuổi thơ của ông.

ấu thơ tôi rất bình thường
chẳng chi khác lạ bạn đường cùng đi
giữa thời bom đạn loạn ly
quê nhà mấy cõi sớm đi phiêu bồng

Tuổi ấu thơ như có chung một tâm tình. Tôi nhớ lại những trò chơi tuổi nhỏ. Nhớ trước nhất là những buổi tắm mưa, tắm sông. Trai gái ngây ngô như nhau. Chỉ biết giỡn vui với nước. Nước từ trên trời đổ xuống cũng vui như nước lừng lững trôi trên dòng nước hẹp. Phải công nhận tắm mưa thời nhỏ rất đã. Mải mê chẳng thèm nghe tiếng gọi vào nhà của người lớn khiến ăn đòn thường xuyên. Ông Luân Hoán cái chi cũng hơn tôi. Tôi chỉ biết tắm mưa, ông tắm lung tung. Tắm mưa rừng, tắm nước chứa trong lu, tắm giếng, tắm sông.

tôi hình như ít chơi hoang
chỉ hơi hơi nghịch ngang hàng quỷ ma
mỗi lần tắm sông Tứ Hòa
bao nhiêu đá nước vỡ òa theo tôi.

Tuổi thơ không chỉ biết chơi đùa mà còn có những kỷ niệm thiếu êm ái, đó là những trận đòn. Không ít thì nhiều, thế nào cũng có lúc phải nằm sấp, ngốn những vệt roi lằn mông. Roi của anh chị lớn, của thầy giáo, của cha và nhất là của mẹ. Lằn roi của mẹ là những lằn roi nhớ đời. Có khi mẹ vừa đánh vừa kể tội, có khi mẹ vừa đánh vừa khóc. Con dại cái mang.

mỗi khi bị mẹ đánh đòn
tôi bụm miệng khóc bên hòn đá cao
cụng đầu vào đá nghẹn ngào
chợt như nghe được lời chào hỏi thăm

Nhiều khi không phải con dại mà lằn roi của mẹ là sự ấm ức bị dằn nén đổ trên mình con. Những bà mẹ ngày xưa, phận làm dâu, mang nhiều ẩn ức khi phải sống với đại gia đình chồng, đánh con có khi chỉ là cho hả sự tức tối trong cuộc sống chung đụng mang nhiều uất ức thiệt thòi. Đứa con bị đòn oan cũng uất ức. Lẫy là một thứ vũ khí tội nghiệp của kẻ yếu thế. Cả mẹ cả con đều xót xa.

mỗi khi lẫy không ăn cơm
mẹ dành một chén và đơm thật đầy
trứng vịt luộc, cải-tàu-bay
được úp dưới cái rổ dày nan tre

Ngày nay nghĩ lại thấy thương mẹ. Khổ đau ngày đó chia đều cho hai mẹ con. Ngày nay có muốn chia cũng chẳng còn mẹ để chia.

bây giờ có lẫy có hờn
cũng không còn được bữa ngon ngày nào
nhiều đêm nằm nhớ nao nao
dậy đứng lặng trước bàn thờ hồi lâu

Ông Luân Hoán nì thật ác. Ông làm tôi khóc khi đọc thơ nhớ tới tuổi thơ của ông. Chừ già có hột mới thấy cái tuổi nhỏ nhóc đó là thần tiên. Tôi có chung với ông cái thú đi bắt ve sầu. Chỉ khác chút đỉnh. Tôi bắt ve trên đường phố Hà Nội nên "văn minh" hơn. Buổi trưa mùa hè nắng chang chang, chúng tôi vác những cây sào dài phía trên có dính nhựa. Nhựa là những đế dép cũ bằng kếp ngâm xăng cho chảy ra. Chúng tôi kiếm những con phố có hàng cây cao ngất rậm rạp, nghe tiếng ve râm ran, ngẩng đầu tới sái cổ tìm ve đậu trên cành. Thấy mục tiêu, chúng tôi ì ạch giơ những cây sào dài lên, nhắm lưng ve dính vào. Trăm lần như một, chú ve nạn nhân hết đường trốn tránh. Nhốt ve vào chiếc túi vải, mang về cột sợi chỉ cho ve đậu trên đám cây cảnh cho ve kêu râm ran thưởng thức một mình.

Ông Luân Hoán dân quê nên đâu có thứ keo làm bằng kếp và xăng. Ông dùng mủ mít. Dính không thua chi thứ keo Hà Nội của chúng tôi. Có phần hơn nữa. Vì mủ mít thơm chứ không nồng như thứ keo tỉnh thành. Trò chơi bắt ve sầu của ông thập phần thú vị hơn của tôi. Vì ông bỏ công ra nhiều hơn. Tự túc tự cường có cái thú riêng.

xách rựa chặt nhánh tre non
về trảy hết mắt làm con sào dài
phơi trên giàn mướp hẳn hoi
màu xanh bắt nắng vừa phai dần dần

mít chín cây ở cuối sân
mùi thơm phưng phức hương nồng mái hiên
chờ mẹ về hái ăn liền
xong quấn cục mủ nằm riêng đầu sào

nửa buổi, trưa, gió lao xao
râm ran tiếng hát ve gào khắp nơi
với sào, nhón gót... được rồi
cánh ve dính mủ bắt chơi dễ dàng.

Những thân cây vạm vỡ chẳng chỉ có ve mà còn là chỗ chim nghỉ bay đứng hót líu lo. Ông Luân Hoán lúc đó chưa làm thi sĩ nên kể chi tới tiếng chim hót. Ông bắn ná. Bắn ná là trò chơi ác ôn đầy máu me. Vậy mà tuổi thơ của bất cứ thằng con trai nào cũng có chiếc ná bên người. Chiếc ná tuổi thơ có lẽ là thứ gây nỗi nhớ chì chiết nhất. Đầu năm ngoái, 2020, lúc con vi khuẩn *Covid* ác ôn chưa níu bước kẻ lữ hành, tôi qua Hawaii, vào một cửa hàng tạp hóa, thấy họ bán những chiếc ná. Tôi bâng khuâng đứng nhìn. Cả tuổi thơ ập về. Ná của họ "văn minh" hơn vì được đúc bằng nhựa cứng. Những chiếc ná của tuổi thơ tôi được làm bằng chạc ba cây ổi. Nhất định phải là gỗ ổi vì chúng dẻo dai hơn gỗ các thứ cây khác. Những ngày thơ dại đó, tôi hay cùng chúng bạn ra bãi cát sông Hồng chơi đủ trò. Chỗ chúng tôi hay lai vãng là vườn ổi hồi đó được gọi là "rặng ổi". Vườn có chủ nên mỗi khi xâm nhập gia cư bất hợp pháp, đứa nào đứa nấy mắt la mày lét, sẵn sàng chầu khi nhà vườn xuất hiện. Đứa đứng dưới phải canh chừng cho đứa trèo cao. Nhưng cũng có khi bị nạn. Chủ vườn xuất hiện ngoài tầm nhìn. Đứa dưới đất chạy trốn. Đứa trên cây cuống cuồng. Nhà vườn sợ có tai nạn nên, thay vì la hét, ôn tồn trấn an cho đứa nhỏ leo xuống. Xuống tới gốc là giở bài khóc. Chủ vườn cảnh cáo qua loa rồi nhỏ nhẹ khuyên về nhà đừng leo trèo nguy hiểm nữa. Nhưng nước mắt của lũ chúng tôi là nước mắt giả, chữ thời đại ngày nay là *fake tear*. Làm sao mà không leo trèo được. Ngoài những trái ổi có khi xanh lè, cắn tới gẫy răng, thứ mà chúng tôi săn lùng là những chạc ba đẹp. Đẹp có nghĩa là cân cái, vừa đúng khổ để làm ná bắn chim. Chạc ná bắn chim có hình chữ Y, hai đầu trên được cột hai sợi cao su cắt từ săm xe đạp phế thải xin được nơi các tiệm sửa xe. Hai đầu kia của hai sợi cao su được cột vào một miếng da cũ, thường là từ những chiếc cặp đi học, để làm chỗ để đạn. Đạn là những viên sỏi tròn nho nhỏ. Khi bắn, một tay giữ cọc ná, một tay nắm miếng da có đạn, căng sợi cao su, nhắm đích là những chú chim ngơ ngáo trên cây hoặc trên dây điện, buông đạn cho bay vèo đi.

Tuy Hội An và Hà Nội xa nhau vời vợi, nhưng tuổi thơ nơi nào cũng như nhau. "Kỹ nghệ" làm ná của ông Luân Hoán cũng y chang như của tôi. Có điều ông có hai chọn lựa: hoặc ná bằng gỗ ổi hoặc ná bằng gỗ găng.

> tôi lục soát đã vài mươi cây ổi
> da bị gai găng trầy sướt tứ tung
> đã chọn lắm nhánh ba thật vừa ý
> lén uốn thầm che, đợi, chặt về dùng
>
> đôi dây ná vốn từ săm xe đạp
> đỏ hoặc đen khi chúng đã hồi hưu
> cắt thật đều lớn hơn sợi mì Quảng
> dài ngắn tùy nghi tầm tay mỗi người
>
> một miếng da để bọc đưa viên sỏi
> có hình ô-van bào mỏng mặt trong
> chừa đuôi buộc dây bền hơn đục lỗ
> dùng dây thun ráp nối lại là xong

Có một thú chơi văn hóa hơn tôi không ngờ ông Luân Hoán cũng chơi. Đó là sưu tập những tờ *programme* nơi các rạp xi-nê. Hồi đó, mỗi phim được chiếu, khán giả khi mua vé sẽ được trao cho một tờ *programme*. Ngoài phần quảng cáo các phim sắp chiếu, nội dung chính của tờ chương trình này là kể chuyện phim sắp được coi. Thường họ kể xuôi rót nhưng khúc cuối được giữ bí mật để "coi xong sẽ rõ". Tờ chương trình này thường được in trên giấy màu, cái xanh cái đỏ. Thời đó, chúng tôi có cái thú sưu tập những tờ xanh đỏ này. Tiền đâu mà vào rạp để có tờ *programme* một cách bảnh chọe đàng hoàng, chúng tôi lang thang khắp các rạp gần nhà hay gần trường, vào quầy vé xin. Bị xin nhiều lần quá, họ không cho. Vậy là đón khi tan xuất chiếu, xin các khán giả ra về. Thường họ cho. Về nhà, sắp xếp từng hồ sơ, cất kỹ. Mang khoe nhau những tờ đứa này có, đứa kia không có, ăn thua nhau từng chút. Rồi thi nhau học thuộc lòng, đọc vanh vách từ đầu tới cuối truyện phim. Bài học ở trường có khi không thuộc nhưng "bài" của tờ *programme* thì không bao giờ quên. Tôi có tên bạn, đầu to hơn bình thường, bị chúng tôi chọc là "quái thai", nhưng thuộc *programme* vào loại siêu. Nói tên phim là hắn mở máy đọc từ đầu tới cuối, không vấp váp chỗ nào. Tận trong miền Trung, ông Luân Hoán cũng có trò chơi đầy "văn hóa" này. Nghĩ cũng ngộ, con nít đúng là… đại đồng.

> thả chân cửa rạp chiếu phim
> tìm tờ quảng cáo chương trình cất chơi
> mấy tờ programme tuyệt vời
> có cảnh có vật có người mới tinh

Ai cũng có tuổi thơ nhưng ít ai nhớ được tuổi thơ một cách phong phú như ông Luân Hoán. Cuốn "Nhánh Tình Thời Chưa Mê Gái" được ông phân chia trước sau đàng hoàng phân minh. Có tất cả 5 phần của từng địa danh theo thứ tự thời gian sinh sống của tác giả. Ngoài phần mở đầu nói chung chung, thời gian và không gian diễn ra tuổi thơ của ông chia ra những thời kỳ sau: đầu đời ở Hội An Quảng Nam, những năm sống cùng Tân Phước, nơi Liêm Lạc Hòa Đa Quảng Nam, tháng ngày trên đất Tourane sông Hàn. Vậy là ông long đong từ nhỏ nhưng nhờ đó, tuổi thơ của ông phong phú và đa dạng.

Bài thứ 100, bài thơ cuối sách là bài "Dậy Thì".

chỉ một thoáng mình nghiêng em gởi lại
môi kẹo đường tôi nhiễm nỗi bâng khuâng
mắt chớp vội lòng ngăn không còn kịp
ngỡ ngàng cưu mang dấu ấn nợ nần

cảm xúc lạ xóa tan dần run sợ
từ mắt em từ xinh xắn núm cau
tôi thuần phục hơn là chống đỡ
chấp nhận mình mất chi đó không hay

Gấp cuốn "Nhánh Tình Thời Chưa Mê Gái" lại, tôi thầm trách ông. Ông dối tôi. Ông mê gái rõ rành rành từ thời "rất đỗi ngô nghê" mà nói "chưa mê". Có điều trái trứng chưa kịp chín thôi!

Song Thao
02/2021

Nghĩ Về Thơ Tự-Do
NGUYỄN VY KHANH

Ở những thập niên đầu của thế kỷ thứ XXI, người làm văn học nhìn về tương lai không khỏi nghĩ đến "hiện tình" của những thể loại thi-ca "hôm nay" - có "sống thật" không và đã thoát khỏi những "khuôn khổ" hay "không gian thơ" xưa cũ hay của "người" chưa? Thơ luật/thơ Đường, Cổ phong từ xa xưa, rồi Thơ Mới từ 1932 - thơ có vần có điệu, rồi Thơ Tự-do của thập niên 1950, và gần đây, thơ Tân Hình-thức, v.v... đều bắt nguồn từ thơ của "người", bên Đông hoặc bên Tây. Ta đã nhận ảnh hưởng, sử dụng như phương tiện, cảm hứng, rồi Việt-hóa thành của Ta, nhưng rốt cùng, Ta đã thoát ảnh hưởng gọi là "gia tài chung" hay "thực dân" ấy chưa và đã đến đâu? Trong bài này, chúng tôi có vài nhận định về thơ Tự-do "Việt".

THƠ TỰ-DO "nguyên thủy" ở nước Việt, đã là phản ứng lại Thơ Mới và thơ giao-thời của tiền chiến, một vận động đã bắt nguồn xa gần với Bích Khê, Hàn Mặc Tử và *Xuân Thu Nhã Tập* (1942) - có thể xem là thơ *phá thể* có *vần*, nhạc điệu và thi-tứ hiện diện. Đây là Hàn Mặc Tử "tự do" Ngủ Với Trăng:

"Ta không nhấp rượu, / Mà lòng ta say...
Vì lòng nao nức muốn / Ghì lấy đám mây bay...
Té ra ta vốn làm thi sĩ,
Khát khao trăng gió mà không hay!
Ta đi bắt nắng ngừng, nắng reo, nắng cháy
Trên sóng cành, - sóng áo cô gì má đỏ hây hây...

Ta rình nghe niềm ý bâng khuâng trong gió lãng,
Với là hơi thở nồng nàn của tuổi thơ ngây
Gió nâng khúc hát lên cao vút,
Vần thơ uốn éo lách rừng mây.
Ta hiểu ra rồi, trong một phút,
Lời tình chới với giữa sương bay.
Tiếng vàng rơi xuống giếng
Trăng vàng ôm bờ ao…
Gió vàng đang xao xuyến,
Áo vàng hỡi chị chưa chồng đã mặc đi đêm (…)" [1]

Đến thời kháng chiến, Màu Tím Hoa Sim (1949) của Hữu Loan dù mang tính *kể, trữ tình,* hoặc bài Cánh Chim phá thể *không vần* của Ninh Huy tức Triều Sơn:

"Ta nói tiếng chim đau thương
ánh trời vàng úa mùa trụy lạc
cánh gầy luồng cũ tả tơi
ta nâng tiếng ca bình minh
trong như suối chảy đêm tình.
Ta chôn sâu miên man kỳ dị
ngày chết xa khơi
tuần ấy ta đi trời lá rụng
nguồn sóng buồn điên
ta nhìn vòm đời xanh ngát
đã nở lấp lánh muôn sao tinh ngời.
Khi em u mê còn ngủ / tôi ở xa mở cổng về
ta cùng đi trên đường gò lưng gió thổi
đưa tin lành vi vu sớm mai.
Ta đoái nhìn cánh chim lạc lững lờ
quạnh hiu trên rêu đá cũ
hình tượng ngổn ngang
ngày đêm lịm dần thương nhớ / đời tiền sử.
Ta ngậm ngùi / nhìn buổi chiều đời
kinh thành sáng bụi phù hoa
chân người chập chững" (Hà Nội, 1948)

cũng đã *tự do* hơn Nguyễn Đình Thi nặng nội dung và chủ đích khiến thơ dù phá-thể vẫn chưa thực sự chắp cánh tự do (ông chủ trì thơ "phải giữ lấy phần nội dung"):

"*Muôn ngàn đêm hẹn nhau họp đêm nay*
Yên lặng nép ngồi
Tia vàng vút bay / Tung lên hoa lửa
Lên lên mãi / Một vầng sao ngời muôn vầng sao (...)
Ngàn sao phơi phới đang bay / Dạt dào mắt không thấy nữa
Dưới kia Hà Nội nhìn lên / Phố phường nín thở
Những lề đường mòn cũ / Lành lạnh mưa phùn / Hà Nội (...)"

(Đêm Mít Tinh, 1949) [2].

Triều Sơn sau đó trong *Con Đường Văn Nghệ* (1949) đã cổ động cho một loại thơ gọi là "tự do": "*Ở Âu Mỹ ngày nay, thơ tự-do rất thịnh hành. Trong số mười nhà thơ, chín người làm thơ tự-do. Tại sao thi nhân VN lại không thể bỏ những ràng buộc của thơ cũ để thơ VN tiến theo trào lưu chung của văn nghệ thế giới?*". Trên tuần báo *Đời Mới* năm 1953, Đại Mạch, người giữ mục Tin Thơ, đã tiếp ý: "*Mỗi bài thơ tự do là một sáng tác mới, cả hình thức lẫn nội dung. Sức chứa đựng của bài thơ quyết định hình thể bài thơ, chứ không phải lồng vào trong một cái chung đã có sẵn như thơ Mới (...) Thơ tự-do cởi mở những ràng buộc còn lại để cất cánh bay cao*". Tuy nhiên thơ Tự-do chỉ thật sự có hình dạng vì được nhiều nhà thơ dùng để sáng tác từ khi tạp chí *Sáng Tạo* ra đời tháng 10-1956 đã đến với độc giả với những tác-giả mới và những bài thơ mới (với đề mục "Thơ tự do") và được tiếp nối trên các tạp chí *Thế Kỷ Hai Mươi, Hiện Đại, Nghệ Thuật*, v.v... Trong số, Thanh Tâm Tuyền có những bài thơ Tự-do, không vần, bất ngờ về ý và chữ dùng, sau xuất bản *Tôi Không Còn Cô Độc* (1956) và *Liên, Đêm, Mặt Trời Tìm Thấy* (1964) [ông đã viết bài cổ võ ("Đặt đúng vấn-đề thơ tự do") và sáng-tác Thơ Tự-do trước *Sáng Tạo*, từ năm 1955 trên báo *Người Việt*].

Thơ Thanh Tâm Tuyền dùng ngôn ngữ để phá hủy ngôn ngữ, dùng ngôn-từ chính-trị để tỏ bày tâm tình nổi loạn, từ ngôn-ngữ đời thường nhảy vào nghệ-thuật đen, siêu thực, phó mặc mạch thơ, nhạc điệu cũng như ngôn ngữ thơ, để ngôn từ tự do trôi chảy như sự vật vô tri vô nghĩa từ nguyên thủy, và hòa với không khí chính-trị tự do mới có được sau những năm dài chiến-tranh khốc liệt - ông muốn đi xa hơn nữa: *"thơ hôm nay không dừng lại ở thơ phá thể, thơ hôm nay là thơ tự do"* mà cao điểm sẽ là thơ văn xuôi [3] - trong khi với Nguyên Sa, thơ Tự-do chỉ là thơ *phá thể*, không khuôn khổ [4]. Khi nhóm Sáng Tạo ngồi lại "Nói chuyện về thơ bây giờ", Thanh Tâm Tuyền xác định thơ tự-do trên *Sáng Tạo* đang là *"những thí nghiệm cần thiết phải có cho lớp nhà thơ sắp tới"* [5] khi muốn đi vào thế giới riêng của từng nhà thơ, không còn tính chung chung nữa!

Quách Thoại đồng tình với thơ Tự-do và nội-dung mới. Thơ ông lên án chiến tranh, bạo lực, đồng thời chào mừng tự do và đòi hỏi dân chủ. Cõi tự do thật vô cùng quyến rũ:

"Cờ dân chủ ta bước tới tương lai đầy ứ
Phố lớn cười đại lộ hát nghênh ngang
Xã hội đi về, vũ trụ rộn ràng
Nhà mới dựng, gỗ ngói còn thơm lắm
(...) Đường rộng mở thênh thang trời dân chủ
Ôi! Tự do do thật vô cùng quyến rũ!"

(Cờ Dân Chủ) [6].

Quách Thoại dù vẫn duy trì vần như Hàn Mặc Tử, Bích Khê nhưng đã đánh dấu một thể hiện nhịp điệu mới của thơ. Thanh Tâm Tuyền cho biết đã tìm thấy trong thơ Quách Thoại *"một thứ nhịp điệu mà tôi gọi là nhịp điệu của hình ảnh (...) Từ cái nhịp điệu của hình ảnh, dần dần tôi tìm đến được một thứ nhịp điệu của ý tưởng, cả hai thứ nhịp điệu trên chỉ là sự thể hiện của nhịp điệu của ý thức, người ta sẽ thấy hơn bao giờ hết các nhà thơ hôm nay là những ý thức muốn biểu diễn bằng thi ca. Cần phải nhận định rõ cái nhịp điệu của ý thức diễn trong thi ca không thể có cái hình dáng của bất cứ một thứ lý luận nào, nên dù viết xuôi hiển nhiên thơ xuôi cũng không phải là văn xuôi. Cái nhịp điệu của ý thức sinh ra nhịp điệu của ý tưởng, của hình ảnh nằm trong một mối điệu hòa tự thân phức tạp, không có quy luật nhất định, nó tùy thuộc vào từng nhà thơ. Và bài thơ hôm nay nếu thành công, tôi nghĩ nó sẽ đạt tới một thứ nhạc khá mới lạ không phải chỉ là sự hòa hợp đơn thuần của bằng trắc mà còn ở trong sự chứa đựng của tiếng nói, của hình ảnh của ý tưởng diễn biến qua một ý thức sáng suốt tự do vươn tới sự thống nhất trong khi phải trải qua sự chia sẻ mãnh liệt"* [7].

Về nội dung, đề tài rời xa Bích Khê, Hàn Mặc Tử, ở Quách Thoại, Nguyên Sa cũng như Thanh Tâm Tuyền, thơ đã đi vào thế-giới hiện thực, với những *xe buýt, phố lớn, đại lộ, cột đèn, con chó ốm, con mèo ngái ngủ, mắt cá ươn, tóc ngắn, ngực đồi vú sen*, v.v... Sống thực như trong Điệu Nhạc Tắt Đèn của Hoàng Anh Tuấn:

"*Trong bóng tối buồn như màu tóc rụng*
Của điệu nhạc tắt đèn
Lần đầu tiên tôi thở / bằng hơi em
lần đầu tiên tôi ngả mình trên những vì sao đã chết
gặp nhau trong vũ phiếu vo tròn
lòng tráo trân giải rộng
bước chân hút lấy bước chân
theo điệu nhạc tắt đèn
theo tiếng kèn van nài vài ly rượu mạnh
theo tiếng khóc đâm chồi từ đáy phổi rướn lên
người nhạc sĩ oặn mình / nhắm mắt (...)

Chúng mình đã nói với nhau
Bằng tiếng nói của sự thực hỗn hào
Bằng tiếng nói cởi truồng sống sượng
Bằng tiếng nói bẩn nhơ
- tiếng nói không đánh phấn, thoa son, không đeo mặt nạ
chúng mình đã dùng những lời cống rãnh
những hình ảnh của xe rác loạn màu
vì em và vì tôi / vì chúng mình
chỉ xa nhau một chiều dài đường chỉ nhỏ
em cầm một đầu / tôi cầm một đầu
nét chỉ gầy căng thẳng
như những lời chúng mình mở rộng cho nhau xem (...)" [8].

Diễm Châu cạnh những bài "khô" phản kháng, là những điệu tình điệu thơ, như trong bài Hoa Lê:

" *... Hoa Lê màu tuyết trắng*
Hoa Lê màu sữa trời thắp sáng đêm đêm
Bước Hoa Lê nắng nhỏ giọt thềm
Tóc Hoa Lê rèm mun nửa trán
Hoa Lê cười như Hoa Lê bay

Hoa Lê gần như mùa Thu heo may
Hoa Lê xa như tình yêu chín tới
Ôi Hoa Lê ! / Chim bay mây bay và nắng trời vội vã!
Tôi bước đi trên ruộng hồn đường cày trái phá
Non rất xa và sao hoa cũng mù xa
Bóng cũng tựa mình / Dưới cầu nước chảy...
hai mươi / hăm mốt (...)
  Bữa nao thức dậy nheo đôi mắt
Hoa Lê cười dìu dặt lá vàng Thu
Hoa Thơm thơm mình lẩn với sa mù
Hoa Lê tới ngày mùa đông đã tắt
Ôi bàn tay năm ngón với bàn tay năm ngón
Ôi mùa thu sương bay nặng trĩu bàn tay!
Vào mùa Đông ấm lửa / Rượu bờ môi trái chín
Rượu mùa Xuân thành đôi mắt có đuôi...
Và tình yêu thành anh em - bằng hữu - đôi ta...
Hoa mật ngọt với chim trời đoàn tụ
mái tranh mềm lúa rũ
Hạt vàng khô tước lấy tương lai
Chia nhau từng ánh mắt / Chia nhau từng màu hôn
Chia nhau từng mảnh đời ba hoa nhỏ nhặt
Từng hạt dưa tách vỏ / Từng mẩu thuốc cấu đôi
Cà phê vơi nửa chén
Tôi thành người sinh viên tóc lại trổ xanh yêu nàng / thiếu nữ
Đôi mắt có đuôi / Tóc ngả rèm mun nửa trán

HOA LÊ!" [9]

Thơ Tự-Do phá thể - khác và đi xa hơn thơ hợp-thể như Say Đi Em của Vũ Hoàng Chương, như muốn tỏ sự dứt khoát mạnh mẽ, muốn vượt lên, thoát ra ngoài khung "cổ điển" vần, số câu cũng như nhịp điệu, chữ dùng và nội dung chuyển tải. Tự-do như Cái Tôi nay lên ngôi, năng động biến hóa, dấn thân, sống tận tình, hiện sinh trong mọi hoàn cảnh, thân phận. Tự do để có thể gióng những tiếng thơ của thế giới nội tâm, tiềm thức, cảm xúc mới, khác hoặc bí hiểm, màu xám.

THƠ VĂN XUÔI thuộc dòng thơ Tự-do và không phải là văn xuôi, có thể nói đã khơi mào từ thời tiền chiến với những *Chơi Giữa Mùa Trăng* (1941) của Hàn Mặc Tử, *Xuân Thu Nhã Tập* (1942, với

Giọt Sương Hoa của Phạm Văn Hạnh, Thanh Khí của Nguyễn Xuân Sanh), rồi *Đám Ma Tôi* (1943) của Hoài Điệp (Đinh Hùng), v.v... Trích phần I đầu và III cuối bài Giọt Sương Hoa của Phạm Văn Hạnh:

"Chiều đông đất Hậu Giang, sao như chiều xuân Hà Nội! Mà tôi lại chỉ đành với hiu hắt, hơi thở mùa thu!

Tôi nhìn lên, mắt cô gái mười bốn. Mà bạn tôi thấy có người mắc chứng nan y, ngoài cơn dội, êm hưởng tia ấm não nùng.

Vài giờ nữa... vài giây, con mắt sẽ vẩn.

Màu tàn sương

Chúng tôi mải ngắm trời, qua bãi tha ma không hay. Trong áng trong xanh, đã chôn bao nhiêu rồi cao vọng? (...)

Một buổi thu tàn lại cuốn theo quãng ngày xanh, mà giục ta nghĩ đến những mùa chuyển tới. Thu tàn ở đây cũng nhiều diễm lệ, không phải chỉ màu nắng bạo tàn. Những chiều trong vắt, và những đêm trăng sáng như điều hoài niệm.

... Những ngày mệt mỏi ta nằm giạt trên bãi cát khô, sẵn lòng đợi một buổi mai bụi trắng chôn vùi, nhưng kiếp sau... có bao giờ tới bến?

Cảm ơn Trời ban cho ta sức sống trong thời gian một buổi sớm. Buổi sớm ngạt ngào mùi sen trên mái tóc đương tơ.

Sao ta không tiêu tán giữa buổi tưng bừng ngày hạ...

Phù dung kia chỉ nở một ngày để ngâm ngợi muôn đời xinh đẹp, rồi tàn trong buổi tối ngàn sương...

Thu tới làm chi, với rất nhiều mỹ lệ?...".

Sau 1954, Mai Trung Tĩnh đã đề nghị *thơ văn xuôi* như một cách khác thể hiện nghệ-thuật thi-ca tự-do - ở đây cũng trích đoạn đầu và cuối bài Ám Ảnh trong tập *Những Bài Thơ Xuôi* (1969):

"Từ bỏ một thế giới thuộc quen, tôi dẫn tôi đi trong bóng chiều trở giấc mong đón bắt những dòng hứng lạ trong tôi. Chiều đương chết đi từng mảnh, mỗi vết thương tăng dần lở loét đỏ úa cả không gian.

... Bóng tối đã đọng trên môi tôi, bậc thềm hoang đổ nát của vương điện ngày xưa. Giờ chẳng còn ai lai vãng viếng thăm, tôi, chiếc cột kèo sắp mục, đứng trơ khô như nhánh cây ngang tầm mắt nhìn" [10].

Tô Thùy Yên (Phương), Thanh Tâm Tuyền (Thành Phố, v.v...), Trần Hồng Châu (Sự Phi Lý khi Mặt trời đi ngủ), Kim Tuấn (Miền Lệ Xanh), Duy Năng (Nguồn), Nguyễn Quốc Thái (Bông Sứ nhỏ gửi Tự do Xa xôi), Tạ Ty (Tôi Đứng Đây), Đynh Hoàng Sa (Niềm Tuyệt Vọng Nhân Hai), Hoài Lữ (Thân Phận), Hoàng Bảo Việt (Như Một Thánh Tích) và nhiều nhà thơ khác đã phong phú hóa phần xuôi này của thơ Tự-do. Thơ văn xuôi không khác những thể thơ khác, có triết lý, siêu hình, bi hùng, ướt át và cũng có hiện thực tủn mủn đời thường! Tự do một cách dài ngắn bất ngờ, không chờ đợi. "Chất thơ" dĩ nhiên cần hiện diện!

*

Ở hải ngoại, thơ Tự-do là thể loại ngày càng được người làm thơ yêu chuộng, phát triển đa dạng với một số nỗ lực canh tân làm mới thơ trên các tạp chí chủ yếu là tạp chí *Hợp Lưu, Thơ, Việt*. Giai phẩm *Chủ Đề* tục bản ở Mỹ thì chủ trương không đăng thơ có vần hoặc không mới! [11]. Thường để được đón nhận và thành công, những con chữ tự do ấy phải đầy tính thuyết phục nghĩa là vừa mới và vừa văn-chương, có tính nghệ thuật!

Có thể vì muốn đáp ứng nhu cầu tâm lý và cả xã hội, cộng đồng lưu-dân muốn thoát khỏi mọi cương tỏa văn hóa của thơ luật gò bó hoặc không muốn nối tiếp truyền thống thơ luật và Thơ Mới đã nhàm chán? Nguyễn Hoàng Nam than phiền người thơ trẻ cứ bám quá khứ của người đi trước mà ông gọi là *quá khứ giả, một quá khứ tự nhận* vì nếu không chấp nhận hiện tại, lấy đề tài và sáng tác về hiện tại, người trẻ *không khác gì một kẻ không thể tự nhận diện lấy mình. Thật đáng khinh bỉ, và cũng đáng tội nghiệp*[12].

Diễm Châu, Khế Iêm, Ngu Yên, Thường Quán, Chân Phương, Du Tử Lê, v.v... tự do từ ý thơ, thi hứng lẫn hình thức, ghi dấu chấm và viết hoa bất cứ ở đâu và chỗ thường chấm câu và viết hoa thì lại không. Như Phạm Việt Cường, với Sớm Mai Biển:

"thanh hương nồng mướt gối
mê yêu
*   rượn rạo lũ hoa bỏ quên*
thơm thanh   đêm ngoài
*   túy lúy môi cố tìm môi xưa biết*

thế giới là chiếc giường
cốc rượu lưng
mẩu thuốc tàn ngùi lạnh
   trái táo đã cắn
cổ điên bầm dấu răng   bất chợt
    hôn dữ
    ngọn nến chao chớt một mình suốt đêm
ngút nốt hửng sáng
chiếc màn cửa rủ che
 một bình minh / kiệt sức
   buông ngã vào nhau   bất chợt
nửa chừng / câu nói
để dành vang lên trong những đêm khác
xa / sau
  liều lĩnh thản nhiên
chim biển tìm mồi
  bên chân du khách
cơn say nối dài tê dại
chưa ai muốn nhìn vào lòng mình
 lúc ấy
  cũng không còn nhớ mùa gì
mà gió thốc buốt
những đợt sóng sớm mai
dào dạt / mãi" [13]

Thơ Tự-do của Khế Iêm:

"đã thở / (giọng tiếng bát vỡ)
đã rợn người gọi / trăng kiêu binh
(...) tảng lờ / im. Thật im. Rực rỡ
tóc bật chiều run cắn / vết thương xa... "

(Khoảng Khắc, *Dấu Quê*, 1996, tr. 76)

Thơ Tự-do cách tân từng được Khế Iêm xem như một giả dụ[14] có thể thất bại, nhưng đã làm phận người làm thơ là phải lên tiếng thử nghiệm (có thể giả dụ không đi đến đâu, ông chuyển qua Tân Hình thức từ những năm 2000!).

Về hình thức, để được tự do, người làm thơ nay còn dùng kỹ thuật thụt chữ khi xuống hàng, con chữ rời rạc, nhiều cách quãng -

ngoài khoảng cách không gian trên trang giấy, khoảng cách này còn tương đương như những dấu slash /, //, /// đánh dấu nghỉ khi đọc mà có người cắt nghĩa là để cô đọng thơ, làm khác ngôn ngữ đời thường. Kỹ thuật cách quãng, để trống này được nhiều người làm thơ áp dụng trong các thập niên qua nhất là ở hải ngoại: Phạm Việt Cường, Ý Liên, Lê Văn Tài, Uyên Nguyên, Thường Quán, Khế Iêm, Lê Thị Thấm Vân, Trân Sa, Quỳnh Thi, Thận Nhiên, v.v... Riêng dấu / còn để cho người đọc chọn chữ, như với Du Tử Lê. Trước 1975 thi-ca miền Nam cũng đã từng có những thử nghiệm thụt chữ khi xuống hàng, không viết hoa, với Hoài Khanh hay thơ Tự-do gạch ngắt câu, với Phan Huy Mộng (Người Chết ở Pleime, *Văn* SG, 51, 1966), v.v... Hơn nửa thế kỷ qua, thơ Tự-do thêm *lý thuyết* hoặc *ý thức* đằng sau con chữ.

Cung Trầm Tưởng ngẫm thế sự cùng Apollinaire và Tô Đông Pha:

"Đêm mùi cỏ dao/ Thở nồng trang sách
Gió cuốn ào ào / Mùa tất bật
  Vịnh ngoài lốc / Xoáy đêm
Đêm / Gió gào đập cửa
Mở cho tôi vào!
"Ouvrez-moi cette porte où je frappe en pleurant"
  Xưa quế hoa rơi / Giờ sầu đông rụng
Nhìn lên dạt cụm mây trôi
Lao đao viễn mộng một côi cút tàu
Ngoảnh về ngơ ngác phơi đau
Một trăng con ướp gầy hai ngô đồng
"Khuyết nguyệt quải sơ đồng"
  Đã đi là mất / Hút vào thiên thu
Trầm u bằn bặt / Hoàng Khủng!
  Nắng quái cồn nam / Lẻ hồng gập cánh
Hỷ Hoan Hỷ Hoan!
Tuyết tuyết bạt ngàn / Sa mạc bắc
  Thế sự nhiêu khê / Ùn ùn chướng ngất
Lữ sự bộn bề / Gót lừa mỏi
  Vịnh ngoài lốc / Xoáy đêm
Đêm / Gió gào đập cửa
Mở cho tôi vào
  Mừng nào bằng gặp cố tri

Nỗi xưa: hiện tại chia thì đã qua
Thơ người phế phủ sầu ra
Lại gây sầu phế phủ ta bây giờ
'Thi tùng phế phủ xuất / Xuất triếp sầu phế phủ'"

(Đêm Mùi Cỏ Dao).

Thơ Tự-do của Nguyễn Xuân Thiệp vận dụng dấu chấm và thụt lùi khi xuống hàng, vẻ trang trọng hãy còn:

"như một lời chia tay
tôi gửi lại
một góc phố rực lá vàng
quán cà phê mở cửa dưới giàn hoa giấy
tiếng chim lúc mình hôn nhau
tôi gửi lại
căn nhà gió động cây đàn gỗ chùng dây
cửa sổ nhìn ra song. hoàng hôn tím
màu hoa đồng thảo
hồn tôi suốt bao đêm cùng đốm lửa
vườn xưa ..." (Như Một Lời Chia Tay) [15].

Phía nữ nói chung khá khiêm nhường về thể Tự-do, xin trích thơ Lưu Diệu Vân:

"Có lẽ anh cho rằng em quá khắt khe
giữ kẽ / trong thời điên loạn
người ta làm tình, làm tội nhau trên những trang giấy
không chút áy náy
thậm chí / còn tự đem mình ra khỏa thân trần trụi
để người khác ghi lại cái khát khao sóng sánh
họ đang cố gắng tranh thủ
thách thức lý luận phiến diện
không bằng những đôi môi khập khiễng
mà bằng thể chất tráng kiện
có sừng / có sức lực
của những người đàn bà đang biết mình muốn gì
sau hai ngàn năm đần độn
cái thuyết chính chuyên
xã hội chuyên chính

bị bịt miệng bằng mảnh khăn trắng
không lốm đốm những giọt máu hồng
họ bóp cổ cái tư tưởng tình yêu Platon
sự trinh nguyên của hai linh hồn
anh khó thể nào chấp nhận
anh có còn cho rằng em quá khắt khe / giữ kẽ
nếu có một ngày
họ biến thân thể em thành câu lạc bộ người đọc
và anh không phải là hội viên duy nhất" (Khắt Khe) [16]

"Trường phái" dùng dấu của chữ viết máy điện toán, những dấu /, @, ... và sử-dụng nhiều dấu chấm phết, hai chấm, chấm than trong thơ và ngay cả tựa thơ [17], có Du Tử Lê, Viên Linh và những người viết trên tạp chí *Thơ, Hợp Lưu, Việt*. Như Phạm Nhuận với Bài Ca Người Vác Thập Giá / Khai Sinh Ghi - cả trong tựa bài thơ:

"người na ký ức về qua phố
cất tiếng cười khua / rộn / núi / sông
trĩu hai tâm thất: mưa năm biển
(riêng biển sau cùng: bạn tứ phương) (...)" [18]

Du Tử Lê cũng thử nghiệm cả cho những thể thơ Tự-do hoặc bảy chữ (chân tiếng), như biến đổi với cách ngắt câu, chấm câu, dùng dấu gạch ngang, gạch nối và những ngoặc đơn. Họ Lê áp dụng thơ "biến dịch" (interactive poetry / self-serve, một cách nói khác của hoán vị) ở lục bát của ông vào các thể loại thơ khác, để ngắt, đổi vị trí các chữ trong câu, để có thể có nhiều cách đọc ngược xuôi khác nhau:

"Mây kiệt sức kéo chiều lên đỉnh núi
Mặt trời rơi, hẫng, nhớ nhung / đen /
Cát xúc động xô sông về / mắt / cuối /
Sóng lênh đênh / oải / muộn / lãng quên, quen.
Dẫu điểm đứng chỗ nào trong vũ trụ
Em cách gì một lúc: - ở hai nơi
Chỉ tôi biết: - tôi vô cùng loãng, nhẹ
Sống phân thây từng miếng / vụn / hôi / mùi
Búp nghi hoặc: - có chăng đời lá: chết!
Hoa nào tin quả đắng đến không ngờ..."
Hoặc:

"Em, thanh tẩy: mối sầu / tôi / đóng váng
như môi người thánh hóa tiếng kêu, riêng
ngực thánh hóa một lần, tôi, sáu ngón
ấu thơ trôi, tay ở lại lưng, gần
Em, thanh tẩy: cây đời / tôi / giả dạng
(như vai người mang nắng, biển đi, xa)
(...) em thánh hóa tim tôi: bằng hạt lệ"

(Khúc Tháng Sáu)

Các dấu /: - ( ), của Du Tử Lê là một thử thách cho người đọc - tức không phải là tác giả! Cũng như tựa đề nhiều bài thơ mà thứ tự đứt đoạn, viết tắt, danh xưng người được tặng gửi cũng nhảy nằm trên tựa!

Thơ được điện toán hóa với "chữ nghĩa" của máy, hay thành thơ "biến dịch" (interactive poetry) hay tự chọn (self-serve). Có những "bài thơ" trong thực tế chỉ là những "hình dạng" nào đó hoặc là những "tiếng động" vô nghĩa (nếu đọc lên) đã được viết thành con chữ. Nguyễn Hoàng Tranh đẩy thử nghiệm xa hơn:

"trôi từ dòng sông bên ngoài giấc mơ sóng soải thuộc về cửa
lớn
phía trước giăng giăng vực âm tử nạn tuột vào tim hang động
thủy tinh
tháo tung những ổ khóa đặc sệt mặt người dòng sông chảy
đám đông khỏa thân lúc nhúc
qua những con đường -------------------------> ----------- --------
------- <-------------
-------------------> ---------------------> --------------------- --------
------- --------------------->
<------------------------ <---------------- ---------------- <---------
----
tiếng kèn đồng khua vỡ tính phẳng lạnh trục chéo gia tốc thời
gian
*   đêm dị giáo*
tước đoạt tặng vật trá hình nguyên thủy
choàng dậy
choàng dậy
cơn đồng thiếp đá đen

mạch kinh bossa nova báo tử điệu kèn bùa ngải

đường chân trời ẩm ướt

đóng sập cánh cửa lớn

mật âm nguyệt quế rỉ nước sau giờ phút hư đốn hân hoan

hóa trang từ đất thân đen

đôi bồ câu bay qua múi giờ 90°+

bầy khỉ bên kia sông đổ sầm xuống đêm ngờ vực

bossa nova:

cành hông " (Đêm Dị Giáo: Từ Bossa Nova Đến HN-T) [19].

Tự do qua ngôn ngữ email, Internet, viết theo VietNet, tiếng Việt dùng trên các diễn đàn Internet, như Đỗ Kh. với những bài Em Ve^` Chuo^`ng Ngu+o+`i hoặc Ngu+o+`i Ye^u DDi La^'y Cho^`ng [20].

Trong số các bài vừa trình bày, có bài mang hơi hướm siêu thực, nhưng thường chỉ là hiện thân của một thời đại kỹ thuật tin học, đi bên lề, vô tâm, lãnh đạm, vui ngắn hạn. Thơ Tự-do hôm nay có thể bỏ hết những ràng buộc vần, điệu, luật, ... nhưng những bài có thể thuyết phục người đọc thường có "hồn" hoặc vẫn có một "cú pháp", "thi tính"! Thơ nay quả quá xa với thơ chủ trì tự do của Thanh Tâm Tuyền vốn đã bị phê bình khó hiểu và xa thật xa những bài thơ Tự-do gợi cảm của Thế Lữ (Tiếng Trúc Tuyệt Vời), Hữu Loan (Màu Tím Hoa Sim, Đèo Cả), của Hồ Hán Sơn (Tình Nghèo 1953) thời trước đó hay xa hơn chút, 1913, thơ Nguyễn Văn Vĩnh dịch La Fontaine theo lối gieo vận của Pháp: *Con ve sầu kêu ve ve / Suốt mùa hè / Đến kỳ gió bấc thổi / Nguồn cơn thật bối rối ...*[21]. Trong nước, sau 1975, nhiều người làm thơ bắt đầu nhảy vào thể loại thơ Tự-do không vần (Thanh Thảo, Hoàng Hưng cho đến Vi Thùy Linh, v.v...) tức rời thơ Tự-do không vần, rồi trở lại có vần của thời trước đó.

Nhìn chung, có thể nói văn học Việt Nam chỉ có những bài thơ Tự-do thật tự do mà chưa thật sự có thể-loại "Thơ Tự-Do", một thể loại đang hình thành và luôn biến cải. Cũng tự do, "thơ văn xuôi" sau này và bây giờ thường không còn thi-tính như những bài thơ văn xuôi của Mai Trung Tĩnh trước 1975, và sẽ còn rời xa cõi thi-ca hơn nữa và cách khác, với thơ Tân Hình-thức.

Tiểu thuyết thành truyện kể đã đành, thơ cũng đi vào con đường *trần thuật* vào cuối thế kỷ XX; người làm thơ như cút bắt với thơ, thơ xuôi mà không xuôi, thơ mà như nói thường, phẫn nộ, đối thoại, giao tiếp. Kể để tải hoặc không mục-đích! Những vần thơ nhịp nhàng hay trắc trở, tỏ tình hay oán trách. Trắc trở ở đây khác trắc trở trong thơ thời chiến tranh trước 1975 nhưng khi ước mơ hòa bình thì thơ văn xuôi lời hãy còn nhẹ, như trong Lời Nhắn Nhủ Mai Sau của Khê Kinh-Kha, câu đầu:

"nếu một mai khi hòa bình đến với mớ tuổi còn lại lúc bây giờ dù đang chui rúc trong hầm tối dù đang lạc loài trong ngõ ngách dù đang ốm đau trong rừng già cũng nhớ trở lại với ngôi nhà mẹ cha xây mộng ngày xưa cũ, trồng lại vườn nhãn làm cỏ những nấm mồ người thân yêu tìm lại những kẻ còn trôi giạt nhóm lại lửa bếp mùa đông..." [22] - là những khắc khoải tâm hồn trước suy đồi và đổ nát hỗn mang của chiến tranh và lịch sử, thơ ở đây vẫn đầy thi tính và vần điệu, hình ảnh, v.v... - như Trong Bóng Hoàng Hôn (*Ngoài Vườn Địa Đàng*) của Mai Trung Tĩnh.

Sau 1980, thơ văn xuôi của Cao Đông Khánh phần lớn có tính kể lể, hãy trích một đoạn: *Lê thị Vân Nga như tiếng hát ngoài vô tận, nàng ở không gian ngoài, ngoài bất cứ mọi giềm pha; nàng ngây thơ đối với mưu lược, nàng trinh tiết trong đời tình; nàng thông minh trong định ý nàng hạnh-phúc trong ước mơ, nàng u mê đối với thường thức, nàng ngu xuẩn đối với ham muốn. Nàng có thân thể của cỏ non mọc trên ngọn gió có cánh tay dịu dàng trồng tỉa văn minh.*

(...) Tháng Bảy dài hơn hết, tháng Bảy nhớ thương hơn hết, tháng Bảy trời mưa ấp ủ hương hoàng lan. Tháng Bảy của nàng ẵm con về Đà Lạt, tháng Bảy chỉ có người đi mới hiểu vì sao. Tháng Bảy vì sao có một người biết hơn ai hết, nhưng tháng Bảy trời cao trời thấy ra sao?" (Lời Thống Trách Của Kẻ Ở) [23].

Cùng với những bài khác như Tình Yêu Của Người Nhắc Tuồng, Bầy Ngựa Trên Linh Địa, Định Liệu Của Tình Cờ, Điều Xác Tín, v.v..., thơ xuôi của ông mang tính bi đát kiểu E. Ionesco! Thơ văn xuôi này dĩ nhiên chưa có nét Tân Hình-thức! Trong khi Phan Nhiên Hạo qua bài Chế Tạo Thơ Ca, bài cuối của tập thơ cùng tên, như đã là Tân Hình-thức, gọn và nhẹ:

"Một buổi chiều không có việc gì làm

Tôi ngồi chế tạo ra thơ ca
chỉ bằng mười sáu con ốc, hai tấm kim loại,
bốn bánh xe. Nó được đổ đầy nhiên liệu
hỗn hợp của xung đột, hy vọng, tình yêu và sự vô ích.
Đủ sức chạy từ Mỹ sang Tàu trong một đường hầm
tối om xuyên tâm trái đất
Đường hầm mà trước đó không lâu
số phận đã đục trong một cơn nương cứng." [24]

Cũng là Nàng Thơ, dễ dàng hơn với Dung Nham, trích phần Hôn Phối:

"*Nàng Thơ*
Tôi không biết Nàng từ đâu đến
Tỏ tình cùng tôi / Từ khi tôi còn rất nhỏ
Ở lại cùng tôi gần suốt đời người
Không điều kiện vật chất
Không đòi hỏi bất cứ điều gì

Bụng Nàng luôn hoài thai các con chữ
Nàng giúp tôi sinh hạ / Nhiều đứa con
Chỉ cần tôi nghĩ đến Nàng
Cơn chuyển dạ của Nàng như cơn mưa tưới xuống
Những con chữ xếp hàng / Bài thơ ra đời" [25]

Huy Tưởng, định cư nước ngoài trễ - 2010, cũng như Cung Tích Biền bên văn xuôi, Huy Tưởng mang nặng suy tư siêu hình về thân phận con người nói chung và của người Việt, trong *Những Màu Âm Xô Giạt* (Kinh Thi, 2018) đặc trị thơ Tự-do và đã sử dụng cách chấm câu cùng khắp - và viết tiếp không khoảng cách (space) trước sau, như con chữ bị ... xô giạt. Tự-do một cách tân kỳ, bất chấp. Chỉ có âm, hình ảnh, nội dung và nhạc điệu mới đáng kể - vần có thể có, nhưng không là bận tâm:

"*chiều đã ngấm sâu dưới mái*
em nghe không
ngập đắng tiếng hoàng hôn giập vỡ
những cánh mây.lơ đãng
những kè đá.cam lòng
những sóng gào tầm tã nỗi tà dương...

về thôi.em
đêm gẫy bóng dưới mưa
cây & lá
hồi còi lam lục diệp
núi & rừng
đẹp tha thiết quá.ngày mai...
chiều đã khép nâu trong mắt
giọt chim gù.hổ phách ngước tràn ly
hồn mông quạnh.gió trầm tư tĩnh vật...
về / thôi.em
khúc âm dương đã rêu mờ mái ngói!"

(Bundoora 05 tháng Hai 2016, một chiều rộn tiếng chim..., tr. 16)

Thơ Tự-do đã hiện đại hóa thi ca Việt thêm một bước, hợp tâm tình con người "hôm nay" của thời bấy giờ và có thể cả sau này, nhưng về mặt văn chương, thành quả và sự đóng góp của thơ Tự-do còn hạn chế hơn Thơ Mới và cả thơ Tượng Trưng dù chỉ có mặt không lâu! Có thể nói thơ Tự-do dần chiếm số lượng lớn và được nhiều nhà thơ sử-dụng như là con đường, tiếng nói và cách phát biểu chung, dễ đến, dù chưa hẳn dễ nhận sự đồng cảm của người đọc. Thơ Tự-do đa số khó nhớ (cũng không thiết yếu phải thế!), có thể khó hiểu và khó may mắn được xem như huyền hoặc, "phù thủy", nhưng thể thơ này nếu có hồn hoặc có nội-dung nào đó (như với Thanh Tâm Tuyền, Nguyên Sa, Mai Trung Tĩnh, ...) sẽ là những thi-bản hay, văn-học sử phải ghi dấu!

Theo Nguyễn Nam Châu, trong loạt bài "Lịch sử và ý nghĩa thơ tự do: một tâm trạng của thời đại" trên tạp chí *Văn Hóa Á Châu*, lối thơ Tự-do cũng phải đáp ứng được một số điều kiện tối thiểu của một bài thơ và phải khác Văn xuôi và Thơ xưa ở những đặc điểm sau: 1- Hồn thơ, 2- Nội dung và sự Nhất trí trong nội dung và 3- Nhịp điệu trong thơ; qua thơ Tự-do của tác giả Âu châu (J. Prévert, Paul Éluard, J. Cayrol, ...) và trở về với thơ Thanh Tâm Tuyền, Nguyên Sa. Muốn thành thơ Tự-do, *"người thơ phải nắm vững được khí thơ, phải bảo toàn được sắc thái thiết yếu của nó: sự nhất trí trong ý tưởng diễn đạt, cũng như nhịp điệu và sự nhẹ nhàng thanh thoát đặc biệt của thi ca, là những cái làm cho nó vượt ra ngoài địa giới của văn xuôi. Nếu không, nó sẽ không còn là thơ nữa mà chỉ là một thứ quái thai nửa thơ, nửa* văn, khiến cho người đọc không còn cảm thông được nữa". Ông kết luận: "*Thơ Tự-do qua dòng lịch sử của nó, là một cố gắng của người thơ muốn tìm cách bộc lộ mọi khía cạnh của con người bằng hết mọi cơ năng: trí tuệ, tưởng tượng, tình cảm, cảm giác, trực giác, bản năng v.v... nhờ hết mọi hình ảnh, âm thanh từ ngữ và sự vật của ngoại giới đã cống hiến cho con người. Thơ trở nên linh động, phong phú và sẽ giúp con người khám phá được những địa-giới mới mẻ, u-ẩn nhất của cuộc đời*", vì theo ông, "*thơ Tự-do vẫn chỉ là một phương tiện xứng hợp cho một số tâm tưởng có giới hạn*" tức là vấn đề thị hiếu, và "*sự phán đoán tối hậu sẽ thuộc quyền của Lịch sử*" [26]. Nhận định "cũ" đã hơn 60 năm của GS Nguyễn Nam Châu, thiển nghĩ nay vẫn cần được suy nghĩ. Phải chăng đó là lý do hoặc góp lý do cho những thất bại của thơ Tự-do của Du Tử Lê cũng như một số người làm thơ Tân Hình-thức sau này?

Thơ Tự-do là một hình thức hội nhập văn hóa tự nhiên như các nhà Thơ Mới ở thập niên 1930-40 đã tiếp xúc hội nhập với dòng thi ca Pháp dù trễ tràng. Thi ca như luôn có một khủng hoảng nội tại, ở vần! Thơ hôm nay mất vần, biến thể thành tản văn, đoản văn, thành suy niệm triết lý, siêu hình, từ Zone của Apollinaire hồi đầu thế kỷ, lời viết như địa chấn và chống đối nhau. Có chăng một biên giới giữa thơ và văn xuôi? Thơ văn xuôi khởi từ đó và lan rộng như bệnh dịch, bệnh vì thi ca từ nay bị tấn công ngay trong hình thức dễ nhận ra trước nay! Thơ thành thơ văn xuôi (poème / proème), truyện kể, tản mạn mơ mộng, tượng trưng (như *Chơi Giữa Mùa Trăng* của Hàn Mặc Tử hay Phạm Văn Hạnh thời Xuân Thu Nhã Tập, Philippe Jaccottet), dài lòng thòng như bảng liệt kê hay kiểu sớ táo quân, bài kinh thánh (Emmanuel Hocquard) hoặc thành trầm tư, ngụ ngôn, nói ít hiểu nhiều. Những khuynh hướng cuối này như một xác định thời đại nghi ngờ lớn, không còn giá trị gì chắc chắn. Thi ca như phải vẫy vùng để khỏi bị chết đuối, nghẹt thở. Thi ca còn theo chân hội họa, nảy ra những cách cắt dán, thơ thành truyền đơn, phiếu ăn, thơ âm thanh (Julien Blaine, Bernard Heidsieck) như nhóm Polyphonix, rồi cả thi ca thi đua thành tích như hội họa biểu diễn ở chỗ khai mạc triển lãm.

Cái mới, cái khác của thơ cần phải có đáp ứng liền, phải năng động thường trực, phải đi với thời đại. Thơ Tự-do từ tạp chí *Sáng Tạo* là một thí dụ. Cái mới cũng có nghĩa cách tân cái cũ, trở lại cái cũ với một ngôn từ, nội dung, hình thức, kỹ thuật, ... mới. Thơ Tô Thùy Yên là một thí dụ khác. Dù gì thì hình-thức và nội-dung luôn ít nhiều nương nhau hoặc liên kết, hỗ trợ! Thời 1954-1975, đã có những nỗ lực mới về ngôn ngữ thơ, về nhạc điệu, những dựng xây nền tảng thi ca mới, sứ mạng thi nhân mới và khác trước đó: tự do và khác. Tất cả với Thanh Tâm Tuyền chẳng hạn, là phản, là đối nghịch. Như nội dung, ý tình chuyên chở trong thơ. Hình thức và nội dung với thơ Thanh Tâm Tuyền là một, như một. Phải thành công một, kia mới thành công xướng lên, mới lên. Yếu tính thơ Tự-do có yếu tố hỗn độn, ... vì nó có sự tổ chức riêng, có kết cấu riêng, nội tại, để nói lên, để nên thơ! Thơ Tự-do khác thơ cổ điển hay có niêm luật vì liên hệ đến tác giả, đến sáng tạo, chất thơ, nhịp thơ riêng. Nếu không, là thất bại, là tự-do mà không còn thơ Tự-do!

Tóm lại, thơ Tự-do hôm nay có thể bỏ hết những ràng buộc vần, điệu, luật, ... nhưng những bài có thể thuyết phục người đọc thường vẫn có một cú pháp, hình thức hoặc có hồn hoặc có sáng tạo! Thi bản có sáng tạo, nghệ thuật trở nên độc đáo của một nhà thơ, một giây phút thơ, cấu trúc mang cá tính, đồng thời đa dạng, phong phú, chờ người đọc tiếp nhận, đồng cảm.

Nguyễn Vy Khanh
5-1-2021

Chú-thích

1- *Đau Thương* in *Thơ Hàn Mặc Tử*. Sài Gòn: Đông Phương, 1942, tr. 51-52.

2- Trích từ http://www.talawas.org/talaDB/showFile.php?res=910&rb=0101

3- Thanh Tâm Tuyền. "Nỗi Buồn Trong Thơ Hôm Nay". *Sáng Tạo*, số 31, 9-1959, tr. 6.

4- "Kinh nghiệm thi ca". *Sáng Tạo*, số 21, 6-1958, tr. 66.

5- *Sáng Tạo*, b.m. Số 2, 8-1960, tr. 14.

6- *Sáng Tạo*, số 3, 12-1956, tr. 15.

7- "Nỗi Buồn Trong Thơ Hôm Nay". Bđd, tr. 2-3

8- *Sáng Tạo*, số 28&29, Xuân Kỷ Hợi, tr. 39, 40.

9- Trích từ *Thơ Tự Do Miền Nam*, 2008, tr. 39-41.

10- In lại trong Thơ Mai Trung Tĩnh (Falls Church VA : Tiếng Quê Hương 2001), tr. 80, 81.

11- Tạp chí Thơ ra mắt mùa Thu 1994, ở miền Nam California. Giai phẩm *Chủ Đề* ra mắt mùa

Xuân 2000, đình bản sau số 15, Xuân 2009.

12- Nguyễn Hoàng Nam. "Có những bực mình tức không thể nói". Thế Kỷ 21, 4-1991, tr. 42.

13- Trích từ *44 Năm Văn Học Việt Nam Hải Ngoại* (Mở Nguồn, 2019), tập 4, tr. 518.

14- Hợp-Lưu, 11, 6&7-1993, tr 51.

15- *Tôi Cùng Gió Mùa* (Westminster CA: Tạp chí Văn Học, 1998), tr. 147.

16- *7 Giờ 47 Phút* (NXB Văn Nghệ, 2010), tr. 20-21.

17- Như tựa @ của Lý Đợi, Thơ, 23, Thu 2002, tr.43.

18- *Hợp Lưu*, 18, 8&9-1994, tr. 44.

19- *Việt*, 7, 2001.

20- *Thơ*, 12, Xuân 1998, tr. 37-38.

21- Đông-Dương tạp-chí, 40, 1913.

22- *Văn* SG, số 181, 1-7-1971, tr. 36.

23- *Lửa Đốt Ngoài Giới Hạn* (Houston TX: Tác giả xuất bản, 1996), tr. 61.

24- *Chế Tạo Thơ Ca* (San Jose CA: NXB Văn, 2004), tr. 87.

25- Trích từ *Thơ Việt Đầu Thế Kỷ 21* (San Jose CA: Nhân Ảnh, 2018), tr. 58.

26- "Lịch sử và ý nghĩa thơ tự do: một tâm trạng của thời đại". *Văn Hóa Á Châu*, số 18, 9-1959, tr. 51, 52.

Đối Thủ
THÁI NC

Nó và tôi sinh cùng ngày cùng tháng cùng năm, chỉ khác là tôi được sinh ra buổi sáng bên dòng sông Hương của xứ sở trời hành cơn lụt mỗi năm, khóc mấy bận, bú mấy bình rồi thì đến tối nó mới chào đời ở miền Tây Nam Bộ bên dòng Cửu Long gạo trắng nước trong. Hai thằng từ hai phương trời cách biệt, nhưng định mệnh trớ trêu đẩy đưa hai chúng tôi vượt trùng dương cùng về mảnh đất Cali này, cùng một nghề nghiệp, làm chung hãng, và trở thành đối thủ truyền kỳ.

Nó tên là Kenny. Kenny Hoàng.

Đối thủ, bởi vì cuộc đời sự nghiệp của tôi cùng Kenny như một định mệnh đối chọi nhau trường kỳ.

Sau khi tôi nhận việc làm *supervisor* cho một hãng tiện được hơn tháng sau thì Kenny Hoàng cũng vào làm *supervisor* ca chiều. Chủ hãng mướn hai thằng Việt Nam điều hành tất cả công việc hai ca ngày và đêm, phần nó chỉ chạy bên ngoài giao dịch mang hợp đồng công việc về làm mà thôi. Trên nguyên tắc thì hai *supervisors* chức vụ ngang nhau, nhưng công việc thì có hơi khác.

Ngoài nhiệm vụ chung là phải phân công và hướng dẫn công nhân làm cho đúng việc, đúng giờ…, tôi làm ban ngày, công việc thiên về *management* và *customer service* hơn vì phải đảm trách phần giao dịch với khách hàng trong giờ hành chính. Còn Kenny Hoàng ban đêm lãnh nhiệm vụ đặc trách phần kỹ thuật của hãng.

Làm việc chung được vài tháng là tôi bắt đầu nhột. Có đứa méc với tôi rằng anh Kenny chê anh Thái... dở ẹc, may làm ban ngày có cái miệng thần khẩu đỡ chân tay chứ về làm ban đêm gặp mấy việc khó như việc Kenny làm là từ chết đến bị thương!

Không cần thằng đệ tử méc, chính tôi cũng biết Kenny rất muốn chứng tỏ nó giỏi hơn tôi. Nó muốn chứng minh nó mới là trụ cột của hãng. Vài lần Kenny đã kiếm cách thách thức, làm khó dễ tôi đủ mọi vấn đề. Tôi biết, và cũng không ngần ngại gì mà không trả lễ đầy đủ cho nó biết thế nào là lễ độ. Mày giỏi thì mày giỏi, đồng ý, nhưng thiên hạ cũng có khối người giỏi như mày hoặc hơn mày. Tao không làm không có nghĩa là tao không biết, mà vì... có thằng khác làm rồi mà thôi! Hai đứa tôi bên ngoài cười cười nói nói, nhưng bên trong lại ngấm ngầm đối chọi nhau kịch liệt.

Hayza! Bạn đọc thông cảm. Khi đó tôi còn trẻ lắm! Vẫn còn nóng máu ăn thua lắm.

Kenny dần dần kình với tôi ra mặt. Hôm họp với chủ hãng và tôi, nó nói không công bằng khi bắt nó làm ban đêm mãi như vậy. Nó muốn đổi lên làm ban ngày luân phiên với tôi phải về làm ban đêm, chia phiên cho công bằng. Dĩ nhiên tôi không chịu.

Thế rồi vài tháng sau Kenny bất ngờ nghỉ việc.

Dù không là bạn, nhưng dầu sao cũng là người làm việc chung mấy tháng nên ngày cuối cùng làm việc của Kenny, tôi mời nó cùng đi ăn tối nói chuyện, mới biết là Kenny cũng có tâm sự của nó.

Số là Kenny và thằng chủ hãng vốn quen biết nhau từ trước. Lúc dự định lập hãng, thằng chủ đã mời Kenny về làm *manager* lo việc điều hành trong hãng. Kenny OK, nhưng xui sao trước ngày làm việc mấy hôm, nó đi leo núi té bị thương nặng phải mất mấy tháng mới hồi phục. Trong thời gian này hãng phải có người trông coi nên tôi được mướn vô thay thế. Khi Kenny lành bệnh đi làm thì tôi đã hoàn toàn lấy được uy tín với tất cả mọi người khác nên không thể nói tôi nhường chỗ cho Kenny được. Thằng chủ hứa với Kenny là tạm thời vô làm ban đêm, từ từ nó sẽ thương lượng với tôi. Chuyện đó không bao giờ xảy ra. Vì vậy mà Kenny cho rằng tôi là người giựt mất công việc đáng lẽ phải là của nó, nên mới kỵ với tôi như vậy. Đến lúc Kenny biết không thể bứng tôi đi được nên chính nó phải ra đi. Chỉ vậy thôi.

Tôi và Kenny chia tay lần thứ nhứt tối hôm đó, đường ai nấy đi. Bắt tay từ giã, như một định mệnh báo trước, Kenny nói *"Đường đời còn dài, mình sẽ còn gặp nhau nhiều đó Thái"*.

Tự nhiên, tôi cũng có linh cảm như vậy!

Tôi linh cảm rằng Kenny Hoàng sẽ là một đối thủ suốt cuộc đời tôi. Đối thủ của tôi lợi hại không thua gì mình, nếu không muốn nói là có phần lấn lướt. Dù muốn dù không, hai chúng tôi sẽ còn gặp nhau trong những tình huống éo le khác.

Và quả nhiên chúng tôi lại gặp nhau sau mấy năm biệt tăm.

Một hôm tôi đang dừng xe, một chiếc Lexus bóng loáng tấp cạnh bên và Kenny Hoàng bước xuống, tươi cười tiến đến bắt tay tôi mừng rỡ.

Phải, Kenny như thành một người khác, sang trọng và vui vẻ, thân mật đến độ không ngờ.

Nó mời tôi vô một cái bar gần đó làm chai bia, trao đổi chuyện đời. Bất ngờ, Kenny mời tôi về làm việc cho nó.

Té ra mấy lâu nay Kenny lập một hãng riêng và rất thành công. Hiện nay hãng của Kenny có thể mở lớn gấp đôi nhưng nó chưa kiếm được người tin cậy để phụ nó trông coi. Gặp tôi nó mừng quá *offered* cái job ngay. Nó không cần biết lương lậu tôi ra sao, thản nhiên nói sẵn sàng tăng cho tôi 20%, và bảo đảm mọi *benefits* quyền lợi khác của tôi không suy suyển. Nghe tiền nhiều cũng ham, nói để suy nghĩ.

Về nhà vợ khuyên không nên thả mồi bắt bóng. Công việc hiện tại của tôi rất vững vàng, trong khi hãng Kenny tuy đang lên nhưng vẫn còn quá mới, không gì chắc chắn. Nàng hỏi thêm liệu anh làm việc dưới quyền Kenny được bao lâu?

Câu hỏi này quyết định mọi chuyện. Tôi gọi Kenny từ chối công việc của nó.

Kenny liên lạc mấy lần nữa, thậm chí tăng thêm lương nhưng tôi đã quyết, nó cũng đành chịu. Chúng tôi từ giã nhau trên phone. Kenny nói *"Đường đời còn dài, mình sẽ còn gặp lại nhau"*.

Nó lại nói câu như mấy năm trước!

Và đúng y như lời hẹn ước, chúng tôi lại gặp nhau. Ôi, nó và tôi kiếp trước chắc có nợ nần gì nhau dữ lắm!

Vài năm sau đó, không nhớ đích xác là bao lâu sau khi từ chối làm việc cho Kenny, tôi vẫn đi làm hãng xưởng lương ba cọc ba đồng, thủ phận làm công, không mộng ước gì cao sang.

Một dịp nọ, hãng tôi đang làm cần mướn một *leader machinist*.

Người này phải là một cao thủ trong nghề, kiến thức thật vững vàng, mới có thể đảm trách được công việc. Người như vậy không phải dễ kiếm. Khoảng hai tuần sau khi đăng báo kiếm người, tôi vô cùng kinh ngạc thấy trong số những đơn xin gởi đến có cái tên KENNY HOANG

Ô hay! Kenny Hoàng không phải đã là ông chủ hãng ngon lành từ mấy năm trước tại sao hôm nay lại đi xin việc? Nhìn vào đơn tôi biết chắc đây chính là Kenny năm xưa, không thể lầm lẫn được. Kinh nghiệm của Kenny thì dư sức làm công việc tôi đang muốn tìm nên quyết định nhờ thư ký gọi và sắp đặt một cuộc phỏng vấn.

Khi tôi ra tới để gặp Kenny thì cả hai thằng cùng thảng thốt. Kenny kinh ngạc đã đành vì nó làm sao ngờ được tôi là người sẽ phỏng vấn nó! Nhưng tôi lại là người thảng thốt đến rụng rời. Kenny Hoàng đó sao? Không thể tin được nếu không gặp tận mặt. Mới cách nhau 4, 5 năm mà Kenny như già thêm mười mấy tuổi! Tóc nó gần như bạc trắng cả mái đầu, ốm yếu co ro ngồi đó. Thấy tôi nó nhận ra ngay, đứng phắt dậy, lưỡng lự như muốn chạy trốn, nhưng tôi đã tiến đến bắt tay coi như không có gì khác lạ.

Dù sao thì Kenny cũng là một người bản lãnh nên qua cơn kinh ngạc, nó bình tĩnh trở lại, theo tôi vào *office*.

Hôm đó chúng tôi nói chuyện hơn một tiếng. Lần đầu tiên trong đời chúng tôi nói chuyện như hai người bạn lâu ngày gặp lại. Tôi ngồi nghe Kenny trút bầu tâm sự.

… Sau lần không mướn được tôi, Kenny đổi ý không cần mướn thêm ai phụ tá cả, tham lam một mình ôm đồm hết công việc. Mỗi ngày Kenny làm việc 13, 14 tiếng, kể cả cuối tuần vì khách hàng đòi hỏi. Tiền vào như nước, nhưng cái giá phải trả thật đắt. Mải mê làm tiền, Kenny không còn thì giờ và sức khỏe với gia đình vợ con. Nó nghĩ rằng có tiền sẽ bù trừ vào sự thiếu sót đó. Nhưng không, thằng con Kenny mới 15, 16 tuổi đã bỏ học và sa vào đường hút xách, băng đảng đến nỗi bị cảnh sát túm cổ vào trại cải huấn. Và điều đau khổ nhứt là vợ nó ngoại tình từ lâu mà nó không biết. Cả hai chuyện dồn dập làm Kenny không chịu nổi, bê trễ công việc, khách hàng lần lượt bỏ đi, hãng phải khai phá sản. Vợ của Kenny cũng chính thức ly dị bỏ nó theo người tình.

Gia đình tan nát, thất bại, và đau khổ, thêm sức khỏe sút giảm trầm trọng sau những tháng ngày làm việc điên cuồng bất kể giờ giấc đã biến Kenny thành một con người như hiện nay. Nó hoàn toàn mất hết niềm tin vào những người chung quanh. Tất cả tiền dành dụm còn lại sau cuộc ly dị Kenny nướng hết trong sòng bạc đỏ đen. Từ một ông chủ hãng thành công vượt bực, nhà xe bóng loáng... bỗng chốc mất hết!

Cửa phòng *office* tôi đóng kín. Kenny kể chuyện đời thỉnh thoảng có những tiếng uất nghẹn như muốn khóc.

Dứt lời, Kenny cám ơn tôi đã kiên nhẫn ngồi nghe và đứng dậy bắt tay đòi từ giã. Tôi hỏi nó chừng nào có thể bắt đầu làm việc? Nó bảo đã đổi ý không muốn làm việc này nữa. Tại sao? Tôi ngạc nhiên. Kenny vỗ vai tôi không trả lời, nở nụ cười thật kỳ bí và bước mau ra ngoài.

Tôi đứng sững sờ quên cả tiễn chân nó. Tại sao nó lại cười tôi nhỉ? Nụ cười đầy bí hiểm… và ngạo nghễ!

Bỗng tôi nhớ lại năm xưa khi Kenny ngỏ ý muốn mướn tôi làm việc, vợ tôi hỏi: "Anh nghĩ có thể làm dưới quyền Kenny được bao lâu?"

Tôi chợt hiểu ra tại sao Kenny không nhận làm việc cho tôi và chỉ cười từ giã.

Ha ha ha… Tôi bật cười một mình. OK, Kenny. Tao hiểu ý mày rồi.

Định mệnh đã an bài chúng ta là đối thủ cơ mà.

Là đối thủ, đâu thể làm việc với nhau được?

Chúc mày may mắn.

Kenny Hoang cười và bỏ đi một mạch… đến sáu bảy năm. Tôi cũng đổi sở khác. Mỗi đứa một phương. Vậy mà một sáng kia tôi vào hãng, thấy cái email:

"Hey Thai, kiếm ra ông rồi!

T Nguyên ME mà cùng ngày birthday với tui thì không thể ai khác được.

...

Ký tên

Kenny Hoang

Project Manager

New York Division."

Thằng Kenny trời ạ! Nó đi đâu lưu lạc qua tận New York và làm chung hãng với tôi hai năm nay rồi mà không hay.

Số là hãng tôi đang làm hiện nay khá lớn, khoảng trên dưới 3000 nhân viên, trụ sở chính tại New York và có 4 chi nhánh trên khắp nước Mỹ kể cả cái ở vùng Bắc Cali tôi đang làm. Mỗi tuần hãng cho ra một bản tin *Newsletter Online* để nhân viên mọi nơi có mối dây liên lạc chung. Bản tin *online* này cũng ngắn gọn thôi, chủ yếu là các mục thông tin nho nhỏ vui vui, đại để như: ai mới cưới vợ, lấy chồng, con mới sinh, … vv..., và đặc biệt mục thường xuyên *Happy Birthday* cho những nhân viên có sinh nhật trong tuần.

Kenny Hoàng tìm thấy tên tôi và nó trên mục *Birthday* này.

Tôi cũng mừng gọi nó ngay qua điện thoại.

Kenny sau một thời gian thất chí, bỏ hẳn Cali qua New York làm lại cuộc đời. Là một thằng giỏi, Kenny trở lại làm việc và nỗ lực leo lên tới vị trí *Project Manager* của một hãng lớn như vậy trong vòng ba năm, quả không phải là một điều dễ dàng. Bây giờ thì nó làm chức ngang với xếp của tôi lận đó.

Kenny đã lấy vợ khác, và đang sống hạnh phúc bên nhau… Tôi mừng cho Kenny cho đến khi nó nói câu sau cùng:

Nó nói ở New York lạnh quá không kham nổi nữa nên đang dự định về lại Cali, vì vậy đang để ý nếu có việc gì mở ở cái chi nhánh này là sẽ xin về ngay.

Trời ơi! Thôi mày ở đâu ở yên đó giùm tao Kenny à! Còn nếu có về Cali thì về… hãng khác, chứ mày về đây làm việc chung, sớm muộn gì tụi mình cũng sẽ có ngày so kiếm.

Bây giờ thì tao chỉ muốn yên thân, không còn ý chí tranh đấu, ganh đua như thời trai trẻ nữa, và mày chắc cũng rứa.

Nhưng cái số của mình là vậy. Ở xa thì có thể là bạn, nhưng ở gần là đối thủ. Tao với mày nói như ông Kim Dung, là Đông Tà với Tây Độc; Bắc Kiều Phong đấu Nam Mộ Dung vậy đó.

Que sera sera!

Chuyện đời không biết trước. Lỡ mà định mệnh vẫn dai dẳng cho hai thằng già mình đụng thêm một trận nữa thì …*what the heck!* Tới đâu thì tới.

ThaiNC

Cô Phón
HIỀN NGUYỄN

A Lượng mặt mày bí xị, miệng lầu bầu:

- Đừng có nhạo ngộ, ngộ tả lị xị à nha, ai lấy ái quạt của ngộ trả lại cho ngộ!

Mấy người thợ đứng máy xung quanh cười ngặt nghẽo. Cô Phón nhìn A Lượng vừa thấy mắc cười vừa như thương hại bảo với A Lượng:

- Nị có dám tả lị xị nó không? Thằng Dĩnh lấy đó!

A Lượng lạch bạch chạy lại chỗ máy thằng Dĩnh giật lấy cái máy quạt tí hon của mình. Trời nóng như đổ lửa, cộng với nhiệt độ cao của dàn máy sản xuất túi nylon tỏa ra làm cho không khí càng ngột ngạt hơn, cái nóng như nung nấu lại như rang mấy mươi con người trong xưởng. Mặc dù nóng kinh khủng nhưng không thể dùng quạt được, mở quạt máy lên là túi nylon từ các máy cắt sẽ bay tung tóe, chỉ có thể dùng cái quạt tí hon để ở dưới chân, luồng gió nhỏ và yếu ớt cũng tạm bớt chút nóng của phần hạ thân. Cái nóng đã thế, cái ồn còn kinh khủng hơn, tiếng máy dập ầm ầm suốt cả ngày đêm, xưởng chia hai ca, mỗi ca mười hai tiếng một ngày, công nhân cứ như những tên tù khổ sai, quần quật làm suốt, chỉ được nghỉ ăn giữa bữa một tiếng và một ngày chủ nhật cho mỗi tuần. Xưởng vừa là nhà ở vừa là nơi sản xuất luôn. Gia chủ ở tầng giữa, tầng dưới mười dàn máy, tầng thứ ba mười dàn máy, tầng thứ tư cơi nới lợp tôn cho công nhân dân tỉnh có chỗ ở. Hai căn phòng của tầng trên cùng tuy không có sức nóng của máy móc nhưng là tầng áp mái nên cái nóng cũng không hề thua gì, cứ ngỡ như phòng xông hơi khô của mấy cơ sở tẩm quất vậy. Hai phòng này chỉ dịu được chút ít kể từ mười giờ tối cho đến chín giờ sáng hôm sau. Công nhân của xưởng ngoài một số người Hoa ở quanh đây, còn lại đa số là dân miền Tây lên và dân miền Trung vào. Thằng Dĩnh là một trong số đó, nó đẹp trai nhất đám lại hay đùa nghịch, nó thường đầu têu mấy trò trêu chọc người này, người kia. A Lượng và cô Phón là hai người mà nó thường ghẹo nhất, đôi khi người bị ghẹo cũng bực mình to tiếng nhưng đâu rồi cũng vào đó, hôm sau lại cười xòa, bởi vì nó tốt tánh, dễ mến và gương mặt thanh tú quá, ít ai có thể giận dai. Hôm nay nó giấu cái quạt của A Lượng, nó cứ ghép đôi A Lượng với cô Phón, nó nhại giọng Tàu:

- Ấy da, A Lượng chăm chỉ, cô Phón xinh đẹp, hai người lấy nhau là xứng lắm!

A Lượng khoái chí cười híp mắt, vì A Lượng thích cô Phón ra mặt, ngặt nỗi cô Phón không để ý đến A Lượng, cô Phón chỉ xem A Lượng như người anh thôi. Cô Phón cười bảo với Dĩnh:

- Ngộ hổng có yêu A Lượng, nị lấy A Lượng đi.

Cả nhóm thợ cười ngặt nghẽo làm cho A Lượng cũng quê độ. Cô Phón đẹp nhất xưởng này, thằng Dĩnh cũng có ý tăm tia cô Phón nhưng nó biết chắc là không thể được, con gái người Tiều quanh đây có ai lấy trai Việt đâu. Người Tiều ở đây đã bao đời nhưng họ vẫn nói tiếng Tiều, ăn thức ăn Tiều, vẫn lấy chồng lấy vợ người Hoa… Họ chỉ nói tiếng Việt khi giao tiếp với người Việt thôi, cái gốc gác của họ vững như bàn thạch, cái tư tưởng họ không thể thay đổi, dù hoàn cảnh có thế nào đi nữa thì họ vẫn thế! Nhà cô Phón bên hông chợ Thiếc, ngày ngày cô đến xưởng làm, cô Phón người nhỏ nhắn, mặt tươi như hoa, má lúc nào cũng ửng hồng, ở trong xưởng nóng như lò nung nên mặt cô Phón còn hồng rực rỡ hơn. Cô Phón để ý thích A Ca, con trai của A Tỷ. A Tỷ là chủ đại lý bỏ hạt nhựa PP, PE cho xưởng này. A Ca thường đến giao hàng và nhận tiền cho A Tỷ. A Ca cao ráo, trắng trẻo và đẹp trai như Quách Phú Thành. A Ca đến xưởng là ai cũng trầm trồ khen, nhiều người còn cảm thán: "Người đâu mà tốt số thế, đã đẹp trai lại là con nhà giàu có tiếng ở đây, dân chơi quanh Chợ Lớn, Chợ Thiếc, chợ Tân Thành ai cũng biết". A Ca lái chiếc Attila mới cáu, tóc bay bay trong gió cứ như diễn viên điện ảnh. Cô Phón chỉ là công nhân thôi, cái điểm chung duy nhất là cả hai đều là người Tiều. Mỗi khi A Ca tới xưởng là cô Phón như rạng rỡ hẳn lên, có lần cô Phón tán A Ca:

- Xính xáng nị cành lồi hủ mé, A Ca đẹp trai quá, nị mà yêu ai chắc người ấy may mắn lắm!

A Ca cười, nụ cười như tỏa nắng, gương mặt vốn thanh tú với nụ cười rộng xếch cả hai mép lên càng làm cho gương mặt thêm rạng rỡ.

- Ây da, hồng dám, hồng dám đâu! Phón đừng có nói vậy được hôn? Tui cũng như mọi người thôi!

Chất giọng Việt lơ lớ cứ như âm thanh của những người lồng tiếng trong mấy bộ phim kiếm hiệp Hồng Kông. Nhóm thợ ở tầng dưới quan sát cô Phón và A Ca mà như coi phim bộ, đôi lúc quên cả xếp túi nylon làm cho nó dồn cục thành một nùi lớn. Bà chủ đi chợ về nhìn thấy bèn la lối inh ỏi:

- Tụi bay không lo làm, cứ túm tụm nói chuyện, hư hết hàng của tao!

Cả nhóm thợ len lét lặng lẽ cúi gằm mặt vào máy lo xếp thật lẹ cái mớ túi nylon rối bời kia.

Bà chủ vừa lên lầu là thằng Dĩnh lập tức ghẹo cô Phón:

- Chời ơi, A Ca nó đâu có thương Phón, trong khi ngộ thì ái nị quá chừng, nị mà hồng ái ngộ thì ngộ học máu bây giờ.

Cô Phón cười nắc nẻ:

- Nị ái ngộ nhưng ngộ đâu có ái nị, nị tìm con gái khác mà yêu, nị học máu chi cho uổng, nị xực phàn ba tô mới có được một giọt máu đó!

A Muối, bạn đứng máy gần cô Phón vui vẻ góp lời:

- Hây da, con gái "Diệt" Nam đẹp lắm mà, sao Dĩnh yêu con gái Tiều làm gì cho mệt, cô Phón hồng có yêu nị đâu, cô Phón thích A Ca thôi, nị mà học máu là nị hui nhị tỷ đó!

Cả đám thợ cười rần rật, tiếng Tiều pha tiếng Việt, giọng Tàu nói tiếng Việt lơ lớ cứ như đang coi phim bộ Hồng kông, Đài Loan. Tâm nhóc bạn thân của thằng Dĩnh, hai đứa cùng miệt Hậu Giang. Thằng Dĩnh lên Sài Gòn và làm ở xưởng này trước, sau đó mới giới thiệu xin cho thằng Tâm nhóc vào làm. Tâm nhóc biết thằng Dĩnh chỉ thích cô Phón cho vui chứ nó thừa hiểu không thể có chuyện yêu đương gì. Nó ghẹo:

- Cô Phón là người Tiều sống ở Sài Gòn nên tui kêu là Hoa kiều, mai mốt cô Phón qua Mỹ thì người ta kêu là Tiều kiều, chừng nào về Việt Nam chơi thì người ta lại kêu là Việt kiều.

Tâm nhóc nghe mấy người thợ Tiều kháo nhau là cô Phón sắp xuất cảnh nên nói thế. Nhà cô Phón bên hông chợ Thiếc, cách hãng bao nylon vài trăm mét, mỗi sáng cô Phón mặc cái quần tư xả láng hoa cà rộng rinh với cái áo ôm đi đến hãng làm. Dòng họ cô Phón ở đây đã bao đời rồi, sau này họ lần lượt vượt biên, giờ thì họ bảo lãnh cô Phón đi. Tuy đã gần đi Mỹ nhưng cô Phón vẫn chăm chỉ làm, hổng có kiểu nghỉ ngang hay bày đặt se sua đua đòi như những người khác, khi họ sắp được đi Mỹ. Chừng hai tháng sau, cô Phón gặp ông bà chủ bảo:

- Tuần tới là ngộ chẩu Mỹ cọt, nị xuất lượng cho ngộ, ngộ tó chè lắm! Ngộ đi dồi, chúc nị ở lại mạnh khỏe, làm ăn phát tài.

Hôm sau cô Phón mang vào xưởng một túi to tướng nào là táo Tàu, câu kỷ tử, nhãn nhục, me ngâm, xoài lát... đãi nhóm thợ và chia tay. Thằng Tâm nhóc chọc thằng Dĩnh:

- Dzậy là cô Phón đi rồi, mai mốt nó dzìa bảo lãnh mày!

Thằng Dĩnh cười cười mà hổng nói chi, cô Phón đi bỏ lại A Ca đẹp như tài tử cho mấy em gái Tiều khác, bỏ lại những quầy vịt quay, heo quay nổi tiếng xưa nay của khu vực Tôn Thọ Tường, bỏ cả những đống giỏ cần xé cao như núi và nhất là bỏ lại cái xưởng sản xuất túi nylon nóng như cái lò bát quái kia!

Cả khu vực này trước ngày thống nhất không có mống người Việt nào cả, sau khi thống nhất và đánh tư sản, nên người Tiều nói riêng người Hoa nói chung đi vượt biên ào ạt. Họ bỏ lại nhà cửa, phố xá, sạp hàng trong các chợ... từ đó người Việt miền ngoài mới tràn vô lấp những chỗ trống đó. Cha mẹ ông bà chủ cũng nằm trong số này, ngày trước họ lên Sài Gòn làm thuê làm mướn, tích cóp được mấy cây vàng mua được căn nhà này, lúc đó những ngôi nhà như thế rẻ như cho không. Rồi họ sang lại một sạp hàng chỉ có mấy chỉ vàng. Họ cần mẫn làm ăn, bản tánh chắt chiu và chịu khó nên dần dần khấm khá lên. Cha mẹ họ lại tiếp tục mua thêm những căn nhà khác để chia cho mấy đứa con. Đến lúc ông bà chủ lập xưởng sản xuất túi nylon này thì họ đã trở nên giàu có lắm rồi. Tuy đã giàu nhưng ông bà chủ vẫn sống khá vất vả, làm ngày làm đêm, trong nhà thì nóng như nung, tiếng máy ầm ầm đinh tai nhức óc, dường như cái bản chất người Trung quen chịu thương chịu khó lâu đời nên với họ cũng chẳng thấy có gì là khổ cả. Nhóm thợ nhiều khi cũng xì xầm sau lưng ông bà chủ về cái gốc miền Trung, trong nhóm thợ cũng có cả người miền Trung lẫn miền Tây, thỉnh thoảng cũng có chuyện cọ quẹt nhau. Thằng Khanh, một thợ máy lâu năm ở xưởng, quê nó tận miền Trung xa xôi kia, nó với thằng Dĩnh hổng ưa nhau nên xực nhau. Thằng Khanh nói thằng Dĩnh láu cá, thằng Dĩnh bảo thằng Khanh cù lần, trùm sò... Một hôm thằng Dĩnh cà khịa:

- Mấy thằng miền Trung hóng chuyện người khác, hổng chịu lo làm, giọng thì trọ trẹ khó nghe.

Thằng Khanh đốp lại:

- Mấy thằng miền Tây chả chớt như cải lương, lười biếng mà còn bày đặt tài lanh.

Hai đứa lời qua tiếng lại khiến bà chủ nghe được, bà chủ bảo hai đứa im miệng bằng không tống cổ cả hai, từ đó nhóm thợ chia hai phe. Thằng Tâm nhóc, thằng Hảo, thằng Tài... dân miền Tây, tụi thằng Tâm nhí, thằng Khanh, thằng Bình... dân miền Trung, tuy chia hai phe nhưng vẫn phải ăn chung bàn, làm chung xưởng và cùng ngủ trọ chung trên tầng cơi nơi lầu tư. Công việc khá nặng, vất vả và xưởng nóng như lò nung nhưng chẳng có ai bỏ việc cả. Một tháng lương ở đây bằng cả mùa lúa dưới quê. Ông bà chủ bao ăn, bao ở luôn, tiền làm ra chẳng mất xu nào. Ông bà chủ giữ giùm luôn, khi nào cần chi tiêu thì mới lấy. Ông bà chủ cũng gốc người Trung, rất đàng hoàng, sòng phẳng nhưng khó tánh và cũng có phần cay nghiệt. Mỗi tháng ông bà chủ cúng thổ địa thần tài hai lần, đó là những ngày công nhân ăn uống khá dồi dào, nào là gà xé phay, heo quay... Chỉ có thằng Hảo là thiệt nhất, nhà nó theo đạo Hòa Hảo, tuyệt đối không ăn đồ đã cúng kiếng. Có lần bà chủ đãi ăn và bảo:

- Cô hồn chết mỗi tháng cúng hai lần, cô hồn sống thì cúng vô chừng, hổng cúng thì chúng kiểm tra nhân hộ khẩu, mà tụi bay ở đây nên phải cúng; rồi còn tụi trật tự lòng lề đường, thuế vụ, thị trường, điện lực... cúng nhiều lắm, không cúng là không làm ăn gì được. Cô hồn chết thì cúng tùy tâm, cô hồn sống chúng ra định mức phải cúng, cúng không đủ là biết tay tụi nó!

Ai cũng vậy thôi chứ không riêng gì ông bà chủ, cả con đường này, khu phố này đều thế, thậm chí cả thành phố này là thế. A Sìn, chủ vựa đan giỏ cần xé ở kế bên, nhà chật nên nhân công ngồi làm tràn ra lề đường, tre và vật liệu lẫn sản phẩm bày kín cả vỉa hè. A Sìn cũng phải cúng cô hồn, không cúng là chúng cho xe đến hốt hết, lâu lâu trên quận xuống thì A Sìn được báo trước nên lo dọn dẹp gọn gàng. A Sìn rất giàu, bao thầu một phần việc cung cấp giỏ cần xé cho Sài Gòn và các tỉnh miền Tây. Hàng đêm, xe bò chở tre từ Bình Chánh, Củ Chi về, không biết người ta đi từ lúc mấy giờ nhưng đến vựa A Sìn thì bốn giờ sáng. Những xe bò chở cả năm mươi cây tre, chủ nằm trên đống tre đó, dưới gầm xe treo cây đèn bão, con bò cứ túc tắc đi trong đêm, ấy vậy mà chẳng bao giờ lạc đường. Chợ Phó Cơ Điều, chợ Thiếc là những cái vựa giỏ cần xé, túi nylon, đồ gia dụng... Những ngôi nhà ở quanh đây vừa là nơi ở vừa là xưởng sản xuất luôn. Những ngôi nhà ấy cả ba thế hệ ở chung và đã bao đời rồi. Ông bà chủ xưởng túi nylon Tân Hồng Phát là người Việt ở giữa xóm Tiều, tuy khác chủng tộc nhưng ông bà chủ và những người xung quanh sống hòa thuận và thân thiện với nhau. Hàng xóm thân và gần nhất là gia đình A Sìn. A Sìn thường rủ ông bà chủ đi vía Bà ở núi Sam Châu Đốc, đi dinh Thầy thím Bình Dương, ấy là thường sau Tết Nguyên Đán, còn ngày rằm hay mồng một thì A Sìn đi cúng miếu Nhị Phủ. A Sìn nói với ông bà chủ:

- A Phò ở miếu Nhị Phủ linh lắm, nị cúng A Phò thì A Phò phù hộ nị làm ăn phát tài. Ngộ giàu lên là nhờ A Phò, hổng có A Phò thì ngộ thành cái bang dồi!

Bà chủ tin lời A Sìn, mỗi ngày rằm hay mùng một đều đi miếu Nhị Phủ. Bà chủ mua ba cây nhang to chà bá lửa, cây nào cây nấy như cánh tay người lớn, ngoài nhang đèn là bao nhiêu bánh trái, heo quay, vịt quay, vàng mã và cả áo choàng cho A Phò. Có khi bà chủ đem cây nhang cháy dở ở miếu về nhà để lấy lộc Bà, người ta tin những cây nhang cháy dở ở miếu Nhị Phủ đem về nhà mà phát hỏa thì sẽ làm ăn phát tài. Hổng biết A Phò phù hộ hay là sự trùng hợp ngẫu nhiên mà từ ngày bà chủ nghe lời A Sìn đi miếu Nhị Phủ, công việc làm ăn trúng mánh lớn, bao nhiêu đơn hàng suôn sẻ, hạt keo PP, PE mua trữ đầy kho xong thì giá lên cao ngất, tiền vào như nước. Ông bà chủ càng tin A Phò, càng cúng thần tài thổ địa nhiều hơn. Nghe đồn ông bà chủ cúng miễu Bà núi Sam, miễu Nhị Phủ lên cả tỷ bạc, công nhân cũng xì xầm với nhau về chuyện cúng miễu, chuyện bà chúa linh thiêng, chuyện A Phò phù hộ… thằng Dĩnh nói nhỏ với A Luối:

- Giá mà ông bà chủ trích một chút tiền cúng miễu để cho tụi mình thì tụi mình có thêm chút cháo.

A Luối gật đầu:

- Nị nói nghe cũng phải, nhưng A Phò linh lắm à nha, cúng cho A Phò thì A Phò phù hộ. Nị hổng thấy bà chủ cúng áo cho A Phò mà giờ giàu có hả?

Thằng Dĩnh im lặng. Một lát nó chuyển đề tài:

- A Luối, nị ở Chợ Lớn cả đời rồi, tui mới lên Sài Gòn chừng mười năm thôi, tui đố nị, nị biết cầu nào thấp nhứt ở Sài Gòn?

A Luối lắc đầu:

- Ngộ ở Chợ Lớn cả đời nhưng ngộ chỉ quanh quẩn ở đây thôi, có đi đâu mà biết cầu nào thấp nhất!

Thằng Dĩnh cười:

- Tui cũng chỉ đố ở quanh đây thôi.

A Luối chau mày suy nghĩ một lát nhưng đành chịu thua:

- Ngộ hổng biết, nị nói đi, nếu đúng ngày mai ngộ cho nị một gói táo Tàu.

Thằng Dĩnh ngoắc ngón tay với A Luối rồi mới nói:

- Cầu Ba Li Kao.

A Luối vỗ trán cái bốp:

- Hây da, ngộ đi qua lại cái cầu này hổng biết bao nhiêu lần, dzậy mà ngộ hổng nhớ, ngộ thiệt xúi quẩy, hây da, xúi quẩy quá! Cái tên cầu cũng ngộ quá, ngộ nói được tiếng Việt nhưng ngộ đâu có đọc được cái bảng tên!

Thằng Khanh, thằng Hảo, Tâm nhóc, Tâm nhí… quây lấy A Luối đồng thanh căn vặn:

- A Luối, nhớ đó nha! Ngày mai phải có táo Tàu.

A Luối xua xua tay:

- Ngộ đã nói dồi, ngộ ngoéo ngón tay dồi là ngộ hổng có xạo đâu, nhất ngôn ký xuất tứ mã nan truy! Mấy nị an tâm đi, ngày mai ngộ sẽ đem táo Tàu cho mấy nị ăn.

Ca một hết giờ lúc chín giờ tối, nhóm thằng Dĩnh, Tâm nhí, Hảo… tắm rửa xong kéo lên trên mái tôn fibroximăng nằm ngắm sao trời, cái mái tôn này cũng là chỗ ngủ mát mẻ lý tưởng cho bọn thợ, vừa mát vừa thoáng lại được ngắm trời trăng mây gió. Từ mái tôn này nhìn xa xa về hướng nam thì thấy ba cái tháp cao nghểu nghện của tòa nhà Thuận Kiều, ba cái tháp cứ như ba ống khói của con tàu Titanic, có người thì bảo giống ba cây nhang. Hổng biết có phải vì điềm gở này mà khu chung cư này bán chẳng ai mua, cho mướn chẳng ai thuê. Tâm nhóc tài lanh:

- Xây chung cư mà như ba cây nhang cắm trong lư hương thì ai dám ở.

Thằng Hảo tán thêm:

- Người ta nói chung cư có ma, nhiều người thấy bóng một cô gái mặc áo trắng xóa đi lang thang trong ba cái tháp đó.

Tâm nhí xì một tiếng:

- Ma cỏ gì, người ta đồn đại bậy bạ, dân ở quanh đây không quen ở chung cư cao tầng, với lại giá mắc quá nên người ta không mua, giá mà rẻ rẻ tao cũng mua một căn để ở, từ đó qua đây làm chỉ chừng năm phút lái xe máy thôi!

Thằng Dĩnh gạt phắt đi:

- Giá có bèo mấy đi nữa mua cũng không nổi đâu! Lương công nhân mà muốn chung cư cao cấp, không có đâu diễm, đừng mơ!

Nói qua nói lại cả đám ngủ lúc nào không hay biết. Gần sáng thằng Dĩnh mơ nói sảng:

- Phón ơi, Phón à! Phón đi Mỹ thiệt hả? Ngộ hộc máu bây giờ cho Phón coi!

Tâm nhí nằm kế bên cựa quậy rồi đạp nó một phát:

- Ngủ đi mày, ngủ thêm chút nữa rồi dậy ăn sáng để vô ca.

Hiền Nguyễn
Ất Lăng thành, 01/2021

Con Yuki
VÕ PHÚ

Tiếng xe Honda nổ giòn rồi dừng lại trước cổng nhà. Một người đàn ông bước xuống. Theo sau là người phụ nữ. Có lẽ họ là vợ chồng. Bà ta ôm cái giỏ nhựa đi chợ, bước xuống xe đi theo sau người đàn ông. Người đàn ông dắt xe vào bên trong sân nhà.

Lúc đó, tôi đang phơi cỏ sữa ở trước hiên nhà. Tôi ngước đầu lên nhìn người đàn ông rồi quay qua nhìn người phụ nữ. Người đàn ông nhìn tôi, hỏi:

- Cháu ơi, ông Sáu có ở nhà không?

- Dạ có. Cô chú vào nhà chờ ông ngoại con chút. Ông ngoại con đang có khách.

- Ừa, cám ơn cháu. Cháu đang phơi thuốc à?

- Dạ, con đang phơi cỏ sữa.

Người phụ nữ nhìn tôi hỏi:

- Cỏ sữa? Cỏ sữa này chữa bệnh gì vậy cháu?

- Dạ con nghe ngoại con nói dùng để chữa kiết lỵ, mụn nhọt, mẩn ngứa, hen suyễn...

Ngoại tôi là đông y sĩ. Ông bắt mạch và hốt thuốc Nam, thuốc Bắc, cho người ta. Ở cái xóm Rượu này hỏi nhà ông Sáu Khỏe hốt thuốc thì ai cũng biết. Ngoại tôi bắt mạch, hốt thuốc rất mát tay, nên khách đến nhà coi bệnh rất đông.

Kể từ hè năm ngoái, hè nào cũng vậy, tôi đều về nhà ngoại để phụ việc như phơi, sấy, vò viên hoặc nấu thuốc để bán cho bệnh nhân.

Tôi dẫn hai người khách vào nhà, rót nước mời họ trong lúc chờ ngoại tôi khám bệnh cho bệnh nhân đến trước. Trong lúc hai người khách chờ đợi, tôi nhìn qua vào chiếc giỏ bằng nhựa. Bên trong chiếc giỏ, một con chó nhỏ lông màu vàng đưa mắt nhìn tôi. Con chó nhỏ nhìn tôi qua những cái lỗ của chiếc giỏ đi chợ rồi rên ư ử trong miệng. Tôi nhìn con chó rồi nói:

- Con chó dễ thương quá cô.

- Ừa, nó là chó Phú Quốc lai giống chó Akita Nhựt, nên khôn lắm.

- Dạ.

Ngoại tôi rất thích nuôi chó. Ông nuôi hai con chó lớn. Một con có bộ lông màu trắng, tên Ki. Con Ki là con chó già khú già đế. Ngoại tôi nói con chó đó già hơn số tuổi 13 của tôi. Con Ki đi đứng chậm chạp, nhưng rất khôn. Ban ngày nó nằm ngủ trước sân nhà. Nhưng đêm thì hai mắt ráo hoảnh, tỉnh táo để canh giữ không cho trộm vào. Ban đêm, người lạ vào nhà nó chồm tới sủa và cắn vào quần kéo ra ngoài cửa như đuổi. Ngoài con Ki ra còn có con Tô Tô. Con Tô Tô chừng hai tuổi, nó có bộ lông màu đen bóng. Con chó này hiền khô, chỉ ăn rồi ngủ chứ không biết giữ nhà như con Ki. Ngoại tôi thích nuôi chó, còn tôi thì lại rất sợ chó.

Tôi còn nhớ rất rõ hai chân thằng Lượm đầy máu me bởi con Mực, con chó của ông cu Cường trong xóm chài nhà tôi, cắn khi nó chui qua hàng rào nhà ông cu Cường để hái mận trộm. Con chó Mực của ông cu Cường thuộc loại chó săn nên khi nó cắn con mồi thì không buông tha cho đến khi chủ nhân ra lệnh thả ra thì nó mới nhả. Con chó Mực chỉ cắn vài phút mà hai chân thằng Lượm đầy vết thương. Lúc thằng Lượm bị con Mực cắn, có ông cu Cường ở nhà, nên đã đuổi con chó đi và bồng thằng nhỏ chạy thẳng đến nhà bà Năm Canh để cho bà ấy bắt lông trị dại. Ngày đó, thay vì đi chích ngừa dại khi bị chó cắn, người ta đều đưa cho bà Năm Canh trị vết cắn bằng cách bắt lông. Khi ông cu Cường bồng thằng Lượm đến nhà bà Năm Canh, đám con nít chúng tôi chạy theo để coi.

Ông Cu Cường đặt thằng Lượm nằm xuống nền đất. Bà Năm Canh đi vào nhà lấy một ít đất cát, trộn với rượu trắng rồi đắp lên chỗ bị chó cắn. Sau đó bà đốt một bó nhang hơ qua hơ lại lên vết thương và miệng thì luôn lầm bầm đọc thần chú. Khi bó nhang tàn hết, bà lấy lớp đất cát ra, để trên nền gạch. Bà lấy rượu rửa vết thương cho thằng Lượm rồi lấy vải mùng băng lại. Sau khi băng bó xong, bà Năm Canh bươi trong đống đất cát để tìm những sợi lông chó. Trong đống đất cát đó, bà lấy ra hơn cả chục sợi lông chó vừa dài vừa dày như lông lợn rừng.

Từ hôm thấy thằng Lượm bị chó cắn, cho đến sau này, tôi sợ và không dám lại gần những con chó. Dù những con chó đó do ngoại tôi nuôi.

Tuy tôi rất sợ chó, nhưng thấy con chó con nằm trong giỏ đi chợ với đôi mắt tròn xoe nhìn, tôi thấy nó dễ thương làm sao.

Hai người khách ngồi đợi chừng vài phút thì ngoại tôi mới khám bệnh và bốc thuốc cho người bệnh đến trước cũng vừa xong. Sau khi tiễn khách, ngoại tôi đi đến phòng khách đợi. Vừa thấy ngoại tôi, người đàn ông đứng dậy khoanh tay, cúi đầu, khúm núm, nói:

- Con chào thầy Sáu.

- Hai cô cậu khám bệnh à?

Người đàn ông nhìn ngoại tôi rồi nhìn qua người phụ nữ:

- Con cám ơn thầy. Vợ con đã bớt bịnh rồi. Hôm nay con chở nó tới để cho thầy bắt mạch lại và luôn tiện gởi tặng thầy con chó Nhựt mà hôm trước con có nói với thầy đó.

- Vậy à? Hai cô cậu đi theo tui lên nhà trên tui bắt mạch cho.

Ngoại tôi dẫn hai người khách vào phòng trên để bắt mạch, bốc thuốc.

Sau khi tiễn hai người khách về, ngoại tôi bồng con chó nhỏ trên tay. Ngoại gọi tôi:

- Tí ơi... Tí... Lại đây ngoại biểu.

- Dạ...

- Mày ẫm con chó này để trong lồng chim rồi kêu bả pha sữa cho nó uống.

- Dạ.

Tôi bồng con chó đi ra sau nhà tìm bà ngoại. Vừa đi tôi vừa nghĩ thầm. Con chó nhỏ mà ông thương còn hơn mình. Mình làm phụ ông mấy mùa hè rồi mà ông chẳng bao giờ cho mình uống một giọt sữa. Vậy mà đem sữa ra nuôi con chó.

Đi đến nhà bếp, tôi thấy bà ngoại đang gọt bầu để chuẩn bị cơm trưa. Thấy tôi đi xuống bếp, bà hỏi:

- Ông nhỏ ẵm con chó ở đâu dị?

- Dạ của khách mới cho ông ngoại. Ông ngoại nói bà ngoại pha sữa cho nó uống.

- Ừa. Ông nhỏ bỏ nó vào lồng chim đi, chút nữa tui pha cho nó.

- Dạ.

Con chó nhỏ được ngoại đặt cho nó một cái tên rất Nhật, con Yuki. Con chó Yuki được ngoại tôi cưng lắm. Mấy tuần đầu ngoại cho nó uống sữa, ăn thịt bò hầm, trộn với cơm. Để thêm cho mặn mòi, ông chan thêm ít nước tương. Thỉnh thoảng ông còn cho con chó uống vài muỗng thuốc bổ máu, một loại thuốc Bắc với hơn hai mươi vị thuốc được nấu chung với mật ong, dùng để bán cho khách. Chưa tới một tháng, con chó nhỏ mủm mỉm, lông mướt mờ lúc nào cũng quấn quýt bên chân của ngoại tôi.

Mỗi lần khách đến bắt mạch, ông đều khoe về con chó nhỏ của ông. Ông có thể thao thao kể về sự khôn lanh và lòng trung thành của loài chó này. Câu chuyện mà ông thường đem kể cho bệnh nhân của ông nghe đó là chuyện của một ông giáo sư ở bên Nhật, nuôi giống chó Akita này. Con chó luôn gắn bó với ông chủ và mỗi sáng đều tiễn ông đi đến chiều thì đón ông về ở nhà ga. Nhưng sau một ngày, vị giáo sư nọ bị đột quỵ và không đi về ở sân ga nữa, nhưng chú chó vẫn luôn chờ ông chủ của mình. Mỗi ngày, con chó đều làm công việc đó cho đến mười năm sau khi nó bị xe đụng chết gần nhà ga thì người ta không còn thấy con chó đợi chủ nữa.

Chúng tôi nuôi con Yuki được hơn tuần lễ, tự dưng nó bệnh. Nó ói mửa và tiêu chảy. Yuki bỏ ăn. Nó nằm im một chỗ chứ không còn chạy nhảy như trước. Ông ngoại tôi thấy con chó cưng bệnh, ông để tay lên ngực và bắt mạch cho nó. Ông bốc cho thang thuốc và sắc cho nó uống. Nhưng bịnh tình của con chó không khỏi. Nó vẫn nằm im, thoi thóp. Thương con chó nhỏ, ông mở tủ kính lấy củ nhân sâm ra cắt vài lát rồi ngâm nước sôi. Chờ nước nguội, ngoại kêu tôi lấy muỗng đút nó uống và xoa bóp chân tay cho nó.

Sau vài ngày chăm sóc và uống nhân sâm, con Yuki hồi sinh. Mỗi lần cho con chó uống nhân sâm, tôi vuốt ve lên bộ lông mượt của nó và thầm nói. Mày tuy là con chó nhưng sướng còn hơn nhiều người lắm nhé.

Con Yuki khỏe lại, ngoại tôi mừng lắm. Ông thưởng cho tôi hai ngàn đồng và để tôi nghỉ một ngày theo xe đò trong xóm ra biển Dốc Lết chơi. Lần đó là lần đầu tiên tôi được đi tắm biển Dốc Lết, nhờ chăm sóc con chó nhỏ.

Những ngày sau đó, con Yuki chạy nhảy trở lại. Nhưng nó không còn đeo bám theo chân ngoại nữa, mà nó luôn lẽo đẽo sau tôi. Ngoại thấy con chó mến tôi, nên giao cho tôi chăm sóc và trộn cơm cho nó ăn mỗi bữa.

Ba tháng hè trôi qua mau, tôi trở về lại với gia đình để chuẩn bị vào năm học mới. Tôi bận chuyện học hành và vui cùng bạn bè trong trường, trong xóm, nên tôi không còn nhớ đến con chó nhỏ cho đến mùa hè năm sau.

oOo

Chiếc xe đò dừng lại ở ngã ba thị trấn, tôi xuống xe và cuốc bộ để về ngoại phụ việc. Vừa đi tới đầu cổng nhà ngoại, một con chó to lớn với bộ lông màu vàng nhạt, hơi xoăn, phóng tới ôm chầm lấy tôi. Con chó lấy hai tay đè lên vai tôi, ghì xuống đất. Thấy con chó phóng tới, tôi sợ quá thét lớn. Cậu Út nghe tiếng tôi thét, vội chạy ra. Cậu nhìn thấy con chó ôm chầm lấy tôi trong khi đó mặt mày tôi tái mét, run cầm cập thiếu điều ngất xỉu. Con chó nhảy chồm lên tôi, đưa chiếc lưỡi dài trơn ướt liếm vào mặt tôi. Nó nguẩy đuôi liên hồi và tè ướt cả quần áo tôi. Thấy vậy, cậu tôi cười ngặt nghẽo. Cậu nói:

- Nó thấy con về nó mừng quá nên té đái luôn kìa.

Còn chưa kịp hoàn hồn, tôi mếu máo nửa cười nửa khóc, nói với cậu:

- Nó mừng mà con tưởng nó nhào tới cắn con. Mà, con chó này ở đâu bự vậy cậu?

- Con Yuki đó, con. Gần cả năm nó thấy con về nên mừng đó.

- Yuki đây sao cậu? Nó to lớn vậy rồi hả?

- Ừa, nó đó. Nó khôn lắm. Khôn gấp trăm lần con Ki già nữa. Ngoại bây thương nó lắm. Chỉ có điều ông Yuki này mê gái, lâu lâu cũng bỏ nhà đi hoang. Ông ngoại mày sợ người ta bắt trộm, nên nhốt ổng miết.

- Dạ... Lúc con dìa nó có chút xíu. Giờ nó to lớn quá, hồi nãy con đứng tim với nó. Một năm rồi mà nó còn nhớ con hay ghê cậu hén?

- Ừa. Chó nó khôn, mũi thính và nhớ mùi dai lắm. Thôi con vô nhà thay đồ đi.

- Dạ.

Tôi theo cậu tôi vào căn phòng trồi bên hông nhà thuốc. Tôi bỏ ba lô xuống và lấy quần ngắn áo thun ra thay. Cậu Út giữ con Yuki lại để cho tôi vào phòng thay đồ. Tôi đem bộ đồ dơ ra giếng giặt. Thấy tôi trở ra, con Yuki chạy tới quấn bên chân tôi. Mặc dầu tôi rất sợ chó, nhất là những con chó to lớn như con Yuki này, nhưng sau khi tôi biết nó mến và quý mình, nên tôi không còn sợ nó nữa. Tôi lấy tay xoa vào đầu nó. Con Yuki cọ đầu vào đùi tôi, nhồn nhột. Tôi đẩy nó ra và nói:

- Yuki, tao biết mày nhớ tao, nhưng mày để cho tao làm việc xong tao sẽ chơi với mày.

Dường như con chó hiểu được lời tôi nói. Nó chạy ra trước nhà nằm phơi nắng.

Ở nhà ngoại, ngoài ông bà ngoại ra, còn có cậu Út Hiền. Ngoại tôi có tất cả bốn người con. Mẹ tôi là chị Hai rồi đến cậu Ba, dì Tư, sau cùng là cậu Út. Mẹ tôi cách cậu Út gần hai con giáp. Khi bà ngoại sinh cậu Út được vài tháng thì bà mất. Mẹ tôi thay bà nuôi cậu cho đến khi cậu được hai tuổi. Lúc đó, ông ngoại tôi đi thêm bước nữa và lấy bà ngoại tôi sau này. Cậu Út ngoài hai mươi. Cậu vừa tốt nghiệp trường quân sự. Tuy cậu học trường quân sự, nhưng chân tay cậu yếu xìu. Ngoại tôi nói nó chỉ đi học làm kiểng thôi chứ làm ăn gì được. Còn cậu Ba, dì Tư đều ở trong thành phố.

Cậu Út tuy ở chung với ông bà ngoại, nhưng hiếm khi cậu ở nhà. Tối ngày cậu đi chơi đánh bi da, coi đá banh, hoặc đi uống cà phê cùng bạn bè. Thỉnh thoảng cậu theo ngoại tôi học bắt mạch hốt thuốc. Nhưng từ ngày có tôi giúp việc, cậu ít khi ở nhà.

Ở nhà ngoại tôi làm việc từ sáng đến tối, nên không có nhiều thời gian rảnh rỗi. Buổi sáng thức dậy, tôi ra giếng múc nước đổ đầy hồ chứa nước. Rồi lại phơi thuốc, nấu thuốc, vò viên, sấy khô... Đến trưa, tôi đem hết ly tách từ phòng khách và bàn thờ ra giếng rửa. Sau rồi, quét dọn, lau chùi bàn thờ ông bà, bàn thờ các ông tổ nghề thuốc... Đến chiều đem thuốc vào nhà, phân loại thuốc và bỏ thuốc vào từng bịch nhỏ để vào các ngăn tủ. Làm xong việc cũng mệt nhử. Những lúc thảnh thơi, tôi chơi cùng với con chó Yuki.

Ngoại tôi nói từ lúc tôi về đây con Yuki rất ít bỏ nhà đi theo tiếng gọi tình yêu, nên ông không còn cột nó vào gốc vú sữa trước cửa nhà nữa.

Một buổi sáng, như mọi lần, tôi đem cơm ra cho ba con chó ăn. Gọi hoài không thấy con Yuki đâu. Tôi chạy đi tìm ngoại, báo cho ông biết. Ông nói:

- Chắc là ổng đi kiếm gái rồi. Ổng ở nhà được mấy bữa, nay lại bỏ đi tìm gái.

Cả ngày hôm đó chúng tôi không thấy tăm hơi Yuki đâu. Đợi đến chiều tối, chúng tôi cũng không thấy nó về. Ngoại kêu tôi đi quanh xóm tìm con chó. Tôi đi quanh xóm, nhưng vẫn không thấy tăm hơi. Tôi đi xuống xóm Gò Miễu để tìm thì thấy Yuki ở ngoài đồng cùng những con chó khác. Thấy tôi, Yuki ngoáy đuôi, nhưng không thèm chạy lại như mọi khi. Nó đi theo tiếng gọi của con tim, đi tìm con cái để duy trì nòi giống. Con Yuki lẽo đẽo theo sau đuôi con chó cái màu đen đang mùa động cỡn. Tôi gọi con Yuki về, nhưng nó làm ngơ. Bực mình, tôi lượm cành cây bên đường xua đuổi con chó cái đi. Cả bầy chó bỏ chạy tứ phía. Đuổi xong đám chó, tôi bỏ về nhà.

Về đến nhà, ngoại tôi hỏi:

- Ông đi nãy giờ rồi có tìm được con Yuki không?

- Dạ con thấy nó dưới Gò Miễu, nhưng con kêu nó về, mà nó chạy mất rồi.

- Ổng theo gái. Tối nay về tui cột không cho đi đâu hết.

Đêm hôm đó con Yuki bỏ nhà đi hoang không chịu về.

Qua đến trưa ngày hôm sau, nó mới lọ mọ lê chân về. Nó về cùng con chó cái màu đen mà hôm qua tôi thấy ở ngoài Gò Miễu.

Thấy con chó về, mang theo vợ của nó, ông ngoại tôi nhìn hai con chó dính lẹo, rồi nói:

- Chơi cho đã đi, ngày mai tui thiến cho ông khỏi đi lang, đi chạ.

Tôi cứ tưởng ông ngoại nói cho vui, ai dè ổng làm thiệt.

Sau giờ cơm trưa, ngoại tôi đem cơm ra cho ba con chó ăn. Ăn xong, ông dụ con Yuki lại. Ông vuốt ve nó, nói:

- Yuki à, mày vui chơi nhiêu đó cũng đủ rồi. Hôm nay tao thiến mày để mày khỏi đi rong, người ta bắt mày làm thịt mất.

Nói chưa dứt câu, ông ngoại tôi tròng mấy sợi dây thun đã chuẩn bị sẵn vào hai tinh hoàn của nó. Con Yuki vụt khỏi tay ông. Nó chạy ra khỏi sân nhà, nằm lăn ra đất cọ thân mình vào gốc cây vú sữa trước hiên.

Mấy tuần sau, tinh hoàn của con Yuki sưng phù, bưng mủ, bốc mùi hôi thối. Có lẽ nó chịu đựng nỗi đau thể xác và tinh thần ghê lắm. Nó không còn vui vẻ nhảy cỡn vui mừng mỗi khi thấy người quen đến. Nó đi chậm chạp, đờ đẫn như một chiến binh bại trận.

Gần một tháng sau, vết thương cũng lành. Nhưng nó không còn vui vẻ, lanh lợi và hoạt bát như trước. Yuki trở nên mập mạp và ục ịch hơn. Nó ăn rồi ngủ chẳng thiết tha với việc chạy rong như xưa.

Ba tháng hè lại trôi qua. Tôi trở về lại với gia đình để vào năm học mới. Lúc tôi chia tay với con Yuki, tôi thấy nó buồn. Tôi ôm nó vào lòng rồi vuốt lên đầu nó. Tôi nói với Yuki:

- Yuki ơi, tao biết mày buồn lắm. Nhưng giờ tao phải đi rồi. Hẹn mày mùa hè năm sau nhé?

Mấy tháng sau, cậu Út vào thăm gia đình tôi. Cậu kể cho tôi nghe chuyện con chó Yuki. Cậu kể sau khi bị thiến, nó trở nên chậm chạp, ù lì. Thêm vào việc tôi về lại nhà để đi học, con Yuki buồn bã, bỏ ăn. Chắc có lẽ nó bị trầm cảm. Yuki không thiết tha đến việc ăn uống. Nó nhịn ăn đến mấy ngày rồi chết. Nghe cậu Út kể về con chó, tôi buồn ngẩn buồn ngơ. Tôi thầm nói: "Con chó vậy mà có tình có nghĩa".

Võ Phú
12/22/2020

Con Đường Mùa Xuân
HOÀNG QUÂN

Diệu nhận được điện thư của Loan với tựa đề: "Tin giựt gân". Tính Loan vẫn vậy, luôn nổi đình, nổi đám. Diệu như nghe Loan liến thoắng: "Mi biết hôm qua tao gặp ai ngoài phố không? Bà Liên Diệp! Chị con Liên Hương. Tao mừng quá trời. Tao hỏi thăm con Liên Hương. Mi biết nó ở đâu không?" Những câu hỏi ào ào của Loan làm Diệu muốn ngộp thở. "Nó ở bên Đức đó! Cả gần chục năm rồi. Mi tệ thiệt!" Trời đất! Loan làm như Diệu phải biết tất cả mấy chục ngàn người Việt cư ngụ tại xứ này. "Nó ở cùng xứ với mi bao nhiêu lâu, mà mi chẳng biết gì hết trơn". Loan dài dài thêm vài dòng mắng xéo, mắng xiên, rồi mới ghi số điện thoại của Liên Hương với tối hậu thư: "Mi phải tìm cách gặp con Liên Hương gấp. Nếu không, tao nghỉ chơi mi." Diệu đành lẩm nhẩm với máy: "Ừ, biết rồi, làm ngay". Loan khỏi cần nhắc, Diệu sẽ liên lạc gấp với Liên Hương.

oOo

Diệu vào trường Marie Curie sau 1975, chơi chung với Liên Hương và Loan từ lớp 10 cho đến xong trung học. Cả ba không phải cư dân thứ thiệt của Hòn Ngọc Viễn Đông, mà quê quán ở mãi tận *miền thùy dương bóng dừa ngàn thông*. Gia đình Loan "di cư" đầu thập niên 70. Liên Hương và Diệu có chung "lịch sử", cùng chạy loạn năm 75. Loan coi như mất gốc, chỉ hiểu, chứ không nói giọng Huế. Diệu trở thành người trầm lặng, vì sợ người ta chọc ghẹo giọng "ngoài nớ" của mình. Liên Hương thuộc dạng "đa hệ", có năng khiếu "ngoại ngữ", nói giọng Bắc Trung Nam, đâu ra đó, hết sức duyên dáng. Liên Hương lúc nào cũng tự tin, bặt thiệp nắm đầu "bộ ba Trung kỳ". Loan và Diệu chăm chỉ cày bừa, học gạo, học tủ đủ kiểu. Liên Hương, ngược lại, rất tài tử, mà lúc nào bài vở cũng ngon lành. Loan, Diệu dần dần bớt đi mặc cảm nhà quê, nhờ nép dưới hào quang của Liên Hương. Lớp ban Văn và Anh Văn, âm thịnh dương suy. Hơn ba chục đứa con gái ngồi những bàn đầu, đùn mười đứa con trai xuống bàn chót.

Loan gọi mấy chị em Liên Hương là ao sen, có hoa, đài, lá, cành. Loan ghẹo: "Tại mi con gái út. Chớ không, em mi sẽ tên là Liên... Hột, tha hồ làm mứt, nấu chè." Liên Hương nhéo tay Loan tím bầm, trị tội suy diễn phi nghệ thuật, nặng tâm hồn ăn uống của Loan. Cả lớp đi chơi ở Vũng Tàu. Buổi tối, Châu, một trong số ít học trò đầm thứ thiệt còn lại của trường, có màn coi chỉ tay. Châu lật qua, lật lại tay Liên Hương, trầm ngâm:

- Bồ lận đận đường tình duyên dữ lắm đó.

Liên Hương cười khanh khách:

- Thiệt hả!

Loan chợt vào:

- Lận đận là phải, chớ năm bảy người theo nó. Chỉ mỗi chuyện suy nghĩ, thương chàng nào, cũng đủ nhức đầu rồi.

Quả thật, trong lá số tử vi của Liên Hương, sao đào hoa, hồng loan sáng ngời. Mấy anh chàng ngồi cuối lớp, có lẽ ai cũng đôi lần chép tên Liên Hương nhăng nhít trong tập vở. Mà đâu chỉ trong lớp Diệu, các chàng lớp C, lớp D cũng dập dìu trước cửa lớp B. Đôi ba bữa Liên Hương "bật mí" cho Loan, Diệu vài lá thơ tình. Có chàng còn mạn phép thi sĩ, sửa bài thơ nổi tiếng, *"anh sẽ về thương lại nhánh sông Hương, thương bóng hình người học bên B một, em nhớ giữ tính tình con gái Huế, vừa ngây thơ vừa duyên dáng ngoan hiền..."* Anh chàng lớp C, mặt mày sáng sủa, tướng tá cao ráo, chỉ một tội là dân bắc... hai nút, cho nên cứ luẩn quẩn hoài ở vòng loại. Liên Hương rất khéo, dù không thích người ta, chẳng bao giờ tỏ thái độ làm phật lòng ai. Liên Hương rù rì trong nhóm: "Chữ em gái của Đoàn Chuẩn nồng nàn thắm thiết, nghe muốn nhũn cả tim, *tôi có người em gái tuổi chớm dâng hương*... Chứ, kiểu gọi em gái, vội vàng làm thân của các anh giai "Hà Lam Linh" ngủng ngoẳng quá chừng."

Xong trung học, ba đứa cùng thi vào Cao Đẳng Sư Phạm. Chỉ một mình Liên Hương thi đậu. Loan và Diệu chẳng có thì giờ, tâm trí để buồn vì chuyện đậu phải cành mềm. Không lâu sau, gia đình Loan vượt biên trót lọt. Thủ tục xuất cảnh sang Đức của gia đình Diệu hoàn tất quá nhanh. Diệu rời Việt Nam, không kịp từ giã Liên Hương. Cách đây mấy năm, Loan và Diệu tìm lại nhau, do Loan tình cờ gặp người anh họ của Diệu trong hội Tết. Nhưng cả hai mất hẳn liên lạc với Liên Hương.

oOo

Diệu nhìn đồng hồ, gần 11 giờ đêm, dù là đêm thứ Sáu, đã quá trễ. Gọi điện thoại giờ này là sự vạn bất đắc dĩ. Ngày mai thứ Bảy, Diệu sẽ gọi sớm, trước khi mọi người đổ xô đi chợ mua sắm cho cả tuần.

Diệu hồi hộp quay số. Có tiếng *Hallo* từ đầu dây bên kia. Diệu không tưởng tượng được chữ *Hallo* khô khan, cụt ngủn đó xuất phát từ miệng chúm chím thật dễ thương của Liên Hương. Diệu hít một hơi thật sâu:

- Liên Hương phải không? Diệu đây, lớp 12B1 Marie Curie đó.

- Trời ơi, Diệu hả. Thiệt không, thiệt không? Mi đang ở đâu đó?

Dẫu mừng rỡ, cả hai vẫn bỡ ngỡ, không biết bắt đầu câu chuyện từ đâu. Ngày xưa, vì tính nhút nhát, Diệu bị các bạn gắn thêm nhãn hiệu lù đù. Liên Hương hoạt bát, là xướng ngôn viên cho nhóm. Thế mà, giờ đây, lúc Diệu phải phá tan sự im lặng bằng những câu hỏi chung chung. Giọng Huế vẫn trong trẻo, nhưng Liên Hương lúng túng trong mỗi câu trả lời. Diệu mơ hồ cảm thấy Liên Hương đã có những ngày tháng vô cùng buồn thảm. Gác điện thoại, Diệu còn bồi hồi. Dù rất nôn nóng gặp bạn, Diệu đành hẹn hai tuần nữa mới sắp xếp đến nhà Liên Hương. Định thần lại, Diệu mở bản đồ, tìm đường đến thành phố đó, cách nơi Diệu ở gần 150 cây số. Lúc Diệu hỏi đường, Liên Hương ngập ngừng:

- Hồi mô mi tới nhà ga chính của thành phố, tao sẽ chỉ tiếp đường cho mi, mà đường xe buýt chứ không phải đường xe hơi. Tao ít đi đâu, đường sá mù mờ lắm.

Liên Hương đọc địa chỉ, chầm chậm đánh vần tên đường:

- F, r, u có hai chấm ở trên... *Frühlingsstr. Frühling* là mùa xuân đó.

Liên Hương nhỏ nhẻ:

- Tao thức khuya lắm. Giờ mô mi gọi cũng được. Liên lạc lại được với mi, tao mừng lắm.

Vài ba tối, Diệu gọi điện thoại cho Liên Hương. Những lần sau, Liên Hương dần dà cởi mở hơn. Sau nhiều lần chuyện trò, Diệu từ từ có thể xếp một bức tranh ảm đạm từ những miếng *puzzles* rải rác đó đây.

oOo

Xong Cao Đẳng Sư Phạm, Liên Hương làm cô giáo Anh Văn ở trường cấp hai quận Năm, Sài Gòn. Nàng vừa đi dạy ở trường vừa kèm trẻ tại nhà. Khá bận rộn, nhưng về tài chánh không xác xơ, đói rách như những thầy cô giáo Văn, Sử, Địa. Chi tiêu chính trong gia đình đều trông chờ vào chị Liên Diệp từ Mỹ. Niềm hy vọng xuất ngoại theo đơn bảo lãnh của chị Liên Diệp như liều thuốc bổ cho mọi người trong nhà khỏe mạnh, phấn chấn. Liên Hương vui với những câu chuyện hình-như-là-tình-yêu, để thấy những hình-như- là-người- thương, và bạn bè dần dà ra đi. Đôi lúc nàng chạnh lòng, thấy tuổi mình, hâm tới hâm lui, không biết bao nhiêu bận, mà chưa có dịp thề non, hẹn biển với ai. Những tưởng tượng, mơ ước, khi đến Mỹ, sẽ đi học lại, sẽ thực hiện những hoài bão, những dự định cho công danh, sự nghiệp từ từ lắng xuống. Giữa mùa hè, tuy không đi dạy trường, giờ dạy tư của nàng vẫn kín thời khóa biểu. Do tình cờ lãng nhách, Liên Hương gặp Viện. Chị Vân, chị của Viện ở xeo xéo cách nhà Liên Hương mấy căn. Con hẻm bé tí, nên ai cũng quen nhau. Chị Vân kể, tính ra, ở ngoài Huế, hai gia đình chắc cũng gặp nhau đâu đó rồi. Dù là đồng hương, quan hệ của gia đình Liên Hương với gia đình chị Vân khá hời hợt. Vợ chồng chị Vân sống vương giả, vì toàn bộ gia đình lớn của chị ở nước ngoài. Đến bây giờ, nàng không hiểu tại sao mình nhận lời mời của chị Vân đến dự bữa cơm thân mật, mừng người em trai từ nước Đức về thăm nhà. Một số người ở ngoại quốc về, họ nói tiếng Việt ưa pha một số chữ của ngôn ngữ nơi họ sống. Buồn cười, nàng không nghĩ họ giỏi ngoại ngữ, mà chỉ nghĩ, tiếng Việt của họ dở thôi. Viện không có những biểu hiện "thời thượng" của Việt kiều mà nàng từng gặp. Viện không chêm một từ ngoại ngữ nào trong khi nói chuyện. Viện cũng không có kiểu chêm to, kho mặn, không nói những câu đại khái "Ở bên đó thế này, thế kia..." Có lẽ vì vậy, Liên Hương có chút mỹ cảm dành cho Viện. Viện khen Liên Hương giỏi, khi biết nàng là cô giáo dạy tiếng Anh. Nàng chỉ nhẹ nhàng nói cám ơn. Lúc ấy, nàng không nghĩ đến chuyện xã giao, hỏi Viện làm nghề gì. Không khí buổi cơm tối chẳng để lại ấn tượng nào đặc biệt. Sau đó, chị Vân qua thăm gia đình Liên Hương. Lần này, chị Vân mời luôn cả ba me và ba chị em nàng đi ăn tối ở nhà hàng Ngự Bình. Hôm sau, ba me gọi nàng ra, nói rằng, chị Vân đại diện gia đình bên Đức, xin hỏi nàng cho Viện. Liên Hương không ngạc nhiên cũng chẳng mừng rỡ. Nàng băn khoăn, muốn chờ cùng cả nhà qua Mỹ theo đơn bảo lãnh của chị Liên Diệp. Ba me nói:

- Con gái có lúc, có thời. Chị con đã hết lòng lo. Mà bao năm rồi, đơn vẫn không động tĩnh chi hết. Ba me hết hy vọng rồi. Càng chờ, càng trễ tràng con à.

Ba me không hề ép. Nhưng Liên Hương có cảm tưởng, ba me sẽ rất lo buồn, nếu nàng đánh mất cơ hội này. Ngoài ra, có lẽ gốc gác "người cùng quê" và nét chân chỉ hạt bột của Viện làm ba me yên lòng, tìm được bến nước êm ả cho con gái. Nghĩ lại, Liên Hương giận mình hết sức. Nàng chẳng hề tự hỏi lòng mình, đo mức độ tình cảm của mình dành cho Viện. Nàng không tìm hiểu xem đời sống bên Đức ra sao. Bởi, nàng nghĩ, thời buổi này, ở đâu, chắc chắn cuộc sống sẽ bớt tăm tối hơn ở Việt Nam. Ai cũng bảo nàng may mắn. Viện trở về Đức. Thủ tục quá suôn sẻ, không lâu sau, nàng đến Đức, ở một làng quê miền nam, cách xa thành phố München hơn trăm cây số. Hai tuần lễ đầu, Viện nghỉ làm, đưa nàng đi chơi lòng vòng, ngắm phố phường, mua sắm linh tinh ở siêu thị, thương xá. Ngày còn ở Việt Nam, nàng mơ, nếu có dịp đến Đức, sẽ đi thăm thành phố Bá Linh. Liên Hương hỏi, Viện bảo:

- Berlin xa lắm. Anh cũng chưa đến đó bao giờ.

Liên Hương thắc mắc, học tiếng Đức ở đâu. Viện ậm ừ:

- Thong thả rồi tính.

Buổi sáng, trước khi đi làm ở nhà hàng, Viện dặn dò vợ mọi điều. Ai bấm chuông, đừng mở cửa. Chỉ gọi điện thoại đến nhà hàng, nếu có chuyện khẩn cấp. Giờ giấc cơm nước của hai vợ chồng tùy theo giờ nghỉ của nhà hàng. Hai vợ chồng ăn trưa vào 3 giờ chiều và ăn tối vào 12 giờ khuya. Nhiều khi nàng muốn đi ra ngoài cho đỡ tù túng. Nhưng nhớ lời chồng căn dặn, nàng quanh quẩn trong căn nhà chật hẹp. Phải chi điều kiện bảo lãnh thân nhân vào nước Đức bắt buộc phải nói được ngôn ngữ của họ, thì nàng đã dự những khóa dạy Đức ngữ cấp tốc. Nàng lại ỷ y, nghĩ, mình biết tiếng Anh, học tiếng Đức ở nước Đức sẽ dễ dàng, nhanh chóng. Nàng muốn tận dụng thời gian trước khi xuất cảnh, cùng gia đình ra Huế, Đà Nẵng thăm họ hàng. Cho nên, đến Đức, mà một chữ tiếng Đức bẻ đôi cũng không biết. Anh của Viện có đưa cho nàng cuốn sách "*Deutsche Sprachlehre für Ausländer*" - "Tiếng Đức cho Người Ngoại Quốc". Nàng tập nhìn mặt chữ, tập viết. Có những chữ hơi giống tiếng Anh, nàng đoán được nghĩa. Nàng cặm cụi ghi chép. Rồi nàng mở ti-vi, cố gắng lắng nghe, chỉ hiểu lõm bõm vài ba chữ. Mấy tiếng đồng hồ ở nhà một mình đối với nàng như dài vô tận. Nàng hỏi ý chồng, muốn ra phụ việc nhà hàng. Viện đồng ý ngay. Tất cả nhân viên nhà hàng là người Việt. Tiếng Đức nàng học từ những người làm trong nhà hàng chỉ là những chữ một, đôi khi phát âm không đúng, nói xen kẽ trong khi chuyện trò bằng tiếng Việt.

Liên Hương thôi hỏi đến lớp Đức ngữ. Nàng lờ mờ hiểu rằng, Viện nói tiếng Đức rất quờ quạng. Các anh chị khác làm "bồi" vì tiếng Đức khá hơn. Viện làm trong bếp. Những giấy tờ, Viện đưa anh của Viện lo. Lúc đi bác sĩ, nàng tưởng mình như vừa câm, vừa điếc. Thấy chồng diễn tả mọi việc trúc trắc, nàng tội nghiệp cho cả hai. Những háo hức về đời sống ở ngoại quốc mau chóng nguội lạnh. Nàng thương nhớ gia đình ngút ngàn. Nàng cảm thấy cùng quẫn, một ngày mai mờ mịt. Nhưng sợ ba me lo buồn, nàng không dám kể lể cho gia đình biết. Nàng không tưởng tượng được, chỉ mới sau một thời gian ngắn, mà cuộc đời mình thay đổi đến như vậy. Ý tưởng manh nha xin Viện cho nàng trở về Việt Nam hoàn toàn bị dập tắt, khi ba me nàng báo tin nhà đã xong hồ sơ xuất cảnh, đang chờ vé máy bay. Nàng chán nản cùng cực. Dường như không có ngày nào nàng không sụt sùi. Giữa những sầu khổ, nàng bỗng vươn dậy khi biết mình mang thai. Anh của Viện không thể đưa nàng đi bác sĩ sản khoa. Chị của Viện thấy nàng chẳng đỡ đần công việc ở nhà hàng được bao nhiêu. Không những thế, mặt mày nàng lúc nào cũng dàu dàu, đứng xớ rớ trong bếp, vướng chân, vướng cẳng người khác. Sẵn dịp nghe nàng có bầu, chị bảo nàng ở nhà nghỉ ngơi. Tại phòng mạch, khi nói chuyện với y tá, Viện phải múa máy chân tay. Nàng vừa thương, vừa buồn. Nàng ngồi khép nép nơi phòng đợi, chờ đến phiên. Viện ra ngoài hút thuốc, cô người Đức ngồi bên cạnh, mở lời làm quen. Cô nói tiếng Anh với Liên Hương:

- Chị là Sabine. Có lẽ em chưa biết chị. Chị ở tầng trệt, cùng nhà các em. Vợ chồng em ở tầng ba phải không.

Liên Hương rụt rè:

- Dạ, phải. Chị cũng đến khám thai hả.

Chị cười vui vẻ:

- Không, chị khám tổng quát hàng năm.

Lúc đó, Viện đi vào. Chị nói đôi điều với Viện, rồi quay qua Liên Hương:

- Chồng em đồng ý rồi. Lát nữa, chị vào nói chuyện với bác sĩ cho em. Khám xong, chị chở em về nhà.

Thế là Liên Hương quen với người "ngoại quốc" đầu tiên, sau gần một năm ở Đức. Chị Sabine đưa cho nàng mấy cuốn sách, có cả cuốn tự điển Đức Anh - Anh Đức. Chị dịch và cắt nghĩa những tài liệu về dưỡng thai. Nàng cảm thấy thật vui, mỗi chiều, từ cửa sổ nhìn xuống thấy chị Sabine đi làm về, chạy xe vào bãi đậu sau nhà. Đôi khi, chị dắt nàng đi chợ mua sắm lặt vặt hoặc rủ nàng đi dạo trong công viên. Nàng kể cho Viện về chị. Ban đầu, Viện nghe lơ là, không có ý kiến gì. Khi nàng nói, chị Sabine đã hỏi chỗ học tiếng Đức cho nàng. Nếu Viện đồng ý, chị sẽ đưa nàng ghi tên nhập học.

Viện bỗng to tiếng:

- Em cứ chờ đi. Hồi nào sanh con xong hãy tính. Người Đức không tốt bụng như em nghĩ đâu. Anh không muốn em liên lạc với bà đó nữa.

Liên Hương ngạc nhiên:

- Chị ấy rất tử tế. Em có gì để cho chị ấy lợi dụng đâu mà sợ.

Anh không muốn tốn tiền cho em đi học trường, thì em cố học với chị Sabine, chừng nào hay chừng đó.

Nước mắt Liên Hương chực trào ra.

- Anh nói rồi. Em còn nói chuyện với bà đó, là biết tay anh.

Liên Hương mím môi:

- Anh không muốn nộp tiền học, thì em ở nhà. Nhưng em vẫn giữ liên lạc với chị Sabine, đâu có tốn kém gì cho anh đâu.

Sau đó là chuỗi ngày u buồn, ngột ngạt. Con Bé ra đời cũng chẳng làm không khí gia đình nhẹ nhàng hơn. Nàng chới với khi Viện bảo nàng là phường vô ơn bạc nghĩa. Nàng quỵ ngã khi Viện bảo, tùy ý, hai mẹ con muốn đi đâu thì đi. Chị Sabine hết lòng giúp đỡ, vực nàng dậy. Chị Sabine hướng dẫn nàng đòi hỏi quyền lợi cho hai mẹ con khi ly thân. Nhưng Liên Hương đã quá ngao ngán, chỉ muốn chấm dứt hẳn với đoạn đời nghiệt ngã đó. Chị chiều lòng nàng, đưa nàng đi xin trợ cấp dành cho mẹ đơn thân và căn nhà của Sở Xã Hội. Chị Sabine cho số điện thoại, dặn, khi nào có vấn đề, gọi cho chị. Làng nhỏ, xa phố, có lẽ rất ít người Việt Nam lưu lạc đến đây. Một thời gian dài, chị Sabine như là người thân, là chỗ dựa cho mẹ con nàng.

Sang Mỹ đoàn tụ với gia đình là một lối thoát cuối cùng cho Liên Hương. Vừa có thẻ xanh, ba nàng nộp đơn bảo lãnh hai mẹ con. Ông qua đời trong khi đơn chờ xét duyệt. Vài tháng sau, mẹ nàng cũng theo chân ông. Ước mơ sum họp gia đình ở Mỹ hoàn toàn tàn lụi. Nàng cảm thấy bơ vơ cùng cực. Trong một năm, chịu hai đại tang, nàng ngã bệnh. Con Bé là cái phao cho nàng ngoi lên trong những lúc muốn buông xuôi tất cả.

oOo

Diệu tìm đến thăm Liên Hương vào ngày trời âm u, lạnh ẩm ướt. Mẹ con Liên Hương ở trong căn hộ nhỏ. Hai đứa gặp nhau, mừng mừng, tủi tủi. Liên Hương gọi con bé ra chào dì Diệu, rồi bảo con vào phòng xem ti-vi. Diệu len lén quan sát Liên Hương, cảm nhận nỗi bất an qua từng cử chỉ của bạn. Người thiếu phụ đang lúng ta, lúng túng pha trà dường như chẳng liên quan gì đến cô học trò xinh đẹp, tràn đầy sức sống thời trung học. Phải chi có Loan lúc này, trêu ghẹo, chọc phá, để Diệu tìm lại nét tinh nghịch, linh hoạt nơi bạn. Diệu thương bạn quá. Liên Hương cúi đầu:

- Mi coi, tao ở đây gần chục năm rồi, mà cứ ngơ ngơ, ngáo ngáo như người mới qua. Chừ tao đủ điều kiện xin vào quốc tịch Đức, mà nói năng như ri thì làm răng mà thi quốc tịch. Hồi con Bé còn nhỏ, biết gởi nó cho ai, mà đi học tiếng Đức. Bé lớn một chút, tao đi làm, chớ mặt mũi nào mà lãnh trợ cấp xã hội hoài.

Diệu cầm tay Liên Hương:

- Thôi, mi đừng nghĩ ngợi lung tung. Mi có năng khiếu ngoại ngữ. Nhớ hồi đó không, ai mà hơn được mi. Ít bữa đi học lại, có căn bản là nói… cũng như tao. - Diệu giỡn, cố cho Liên Hương vui lên một tí.

- Bé sắp sửa xong tiểu học rồi. Tao đi họp phụ huynh, nghe tiếng được, tiếng mất. Bé học có lẽ yếu. Tao biết chi mà chỉ vẽ nó.

Tiễn Diệu ra cửa, Liên Hương tần ngần:

- Tao biết mi bận rộn lắm. Khi nào rảnh, ghé tao nghe.

Liên Hương cố gắng đùa một cách khó khăn:

- Mi coi đó, tới tao là thấy mùa xuân. Nhà ở Con Đường Mùa Xuân, thì có xuân quanh năm.

oOo

Loan háo hức, bắt Diệu phải tường thuật đầy đủ về buổi tái ngộ với Liên Hương. Diệu không biết nên kể cho Loan nghe những gì về nhỏ bạn xưa. Không, Diệu sẽ không nhắc đến ánh mắt hấp háy, thiếu tự tin, thừa mệt mỏi của Liên Hương. Diệu không biết nên tả chân dung người mẹ đơn thân như thế nào đây. Hay thôi, Diệu chỉ cần kể thật chi tiết cho Loan nghe rằng, khi nhắc thời đi học ở trường Marie Curie, sắc mặt của Liên Hương lóe lên niềm vui, giọng mơ màng:

- Mi nhớ anh chàng Bắc kỳ lớp C không? Tao gặp lại anh chàng bên Cao Đẳng. Anh chàng hết nói giọng Bắc, mà đổi sang giọng Nam. Có lần anh chàng mời tao đến dự sinh nhật. Chàng đàn hát, trông rất nghệ sĩ. *Hương, anh gọi tên em trong ngút ngàn nỗi nhớ...* Tao cảm động lắm. Nhưng lúc đó, tao chờ bảo lãnh qua Mỹ, nhất quyết không dây dưa chi mấy chuyện tình cảm.

Diệu định sẽ đến thăm Liên Hương đều hơn và thu xếp đưa mẹ

con Liên Hương đi chơi loanh quanh vào cuối tuần. Chưa có dịp trở lại Liên Hương, Diệu đổi việc, dọn nhà xuyên tiểu bang. Lại càng xa Liên Hương. Diệu áy náy dữ lắm. Diệu gọi cho Liên Hương thường hơn. Qua giọng kể ngày càng thoải mái, tự nhiên của Liên Hương, Diệu biết thêm về những sinh hoạt của hai mẹ con. Hầu như trong mỗi lần nói chuyện, Liên Hương đều nhắc đến anh Thuận. "Anh Thuận mới bắt đèn *neon*. Bếp chừ sáng lắm, chứ không tù mù như hôm mi lại chơi đâu." "Anh Thuận dán giấy phòng cho con Bé, đúng ý nó, nó thích lắm". "Bé học tiến bộ, vì có anh Thuận tới kèm"... Qua giọng kể tươi tắn của Liên Hương, Diệu biết thêm về anh Thuận.

Ngày nọ, ông Lohn, ông sếp trong chỗ làm, đưa cho Liên Hương địa chỉ của một chùa Phật Giáo, cách nhà Liên Hương mấy chục cây số. Ông kể, ông thấy thông tin về chùa Việt Nam trong tờ báo địa phương. Liên Hương mừng lắm. Chủ Nhật, hai mẹ con đi xe lửa lên chùa. Không gặp ai quen, nhưng Liên Hương rất vui, được thấy người Việt, được nghe, được nói tiếng Việt. Một bác lớn tuổi hỏi chuyện Liên Hương. Bác tỏ vẻ ái ngại: "Chà, hai mẹ con đi xe lửa cực dữ à. Bác đi nhờ xe cậu Thuận. Để chút nữa bác hỏi thử, có tiện đường thì xin cậu cho mẹ con cháu quá giang luôn". Thật may mắn, nhà của Liên Hương trên đường về nhà anh Thuận. Từ đó, tuần nào anh Thuận đi chùa, anh ghé ngang đón hai mẹ con đi cùng. Anh Thuận góa vợ. Con trai anh đã ra riêng, đi làm. Anh đến chùa, ai cần gì, anh giúp nấy. Anh Thuận có mặt trong những lúc nàng gặp khó khăn. Từ chuyện nàng vào bệnh viện mổ ruột thừa đến chuyện chăm sóc đưa đón con Bé những khi nàng đau ốm. Liên Hương đã nghỉ làm ở siêu thị, đổi sang công việc dọn dẹp vệ sinh cho tiệm thuốc tây mỗi tối sau khi tiệm đóng cửa. Anh Thuận đã xin cho nàng theo học khóa Đức Ngữ, chuẩn bị thi vào quốc tịch. Diệu mừng cho bạn và có cảm tình với anh Thuận. Hôm hai đứa đang nói chuyện trên điện thoại, anh Thuận đến. Liên Hương bảo Diệu:

- Ừ, mi nói chuyện với anh Thuận, làm quen nghe.

Tiếng anh Thuận chậm rãi:

- Chào chị Diệu. Tôi nghe Liên Hương nhắc nhiều đến chị.

Diệu khựng lại khi nghe giọng Bắc... 75 của anh Thuận.

Liên Hương tâm sự:

- Hồi đầu, nghe giọng Bắc "hai nút" của anh Thuận, anh chị tao bên Mỹ băn khoăn lắm. Nhưng khi biết anh Thuận hết lòng chăm sóc hai mẹ con, anh chị tao bây giờ cũng rất mến anh Thuận.

Diệu nhắc chuyện hồi xưa, thì Liên Hương cười khúc khích:

- Hồi nớ tao không ưa giọng Bắc. Nhưng chừ nghe hoài, thấy cũng dễ thương mi ơi.

Giọng Liên Hương rộn ràng:

- Tụi tao chọn ngày thứ Sáu ký giấy hôn thú ở sở Hộ Tịch. Sau đó, mình có bữa tiệc thân mật. Tụi tao chẳng có họ hàng chi ở đây, chỉ có mấy người bạn bên chùa.

Liên Hương reo lên:

- Ô, tao có mi đại diện bên nhà gái chứ. Mi cố gắng thu xếp xuống chơi với tao vài bữa nghe. À, mà ít bữa tao dọn nhà. Tao hết ở Frühlingsstraße - Con Đường Mùa Xuân rồi.

Diệu muốn ôm chầm lấy Liên Hương, chung niềm vui với bạn. Liên Hương ơi, cho dù mi không ở Con Đường Mùa Xuân nữa, mùa xuân đã trở lại trong tim mi rồi đó. Diệu sẽ kể cho Loan nghe về mùa xuân của Liên Hương. Chắc chắn Loan cũng như Diệu, cùng mừng bạn đã hết lận đận đường tình duyên. Hai đứa cùng cầu chúc mùa xuân sẽ chan hòa thêm nhiều tháng năm trên con đường trước mặt của Liên Hương.

Hoàng Quân
Tháng Giêng 2021

Trích lời ca trong nhạc phẩm:

Về miền Trung, nhạc sĩ Phạm Duy

Gởi người em gái, nhạc sĩ Đoàn Chuẩn-Từ Linh

Hương, nhạc sĩ Nhật Ngân, thơ Nguyễn Long

Đưa Nhau Về Đến Đâu
Ỡm Ờ Nghi Vấn
LUÂN HOÁN

L à một tập thơ tình yêu nam nữ, thứ tình nhẹ nhàng, tồn tại muôn đời. Thi phẩm này gần như đồng thời với Rượu Hồng Đã Rót.

Sau 1970, tôi sống khá thong dong với nghề rờ rẫm chữ số như thân phụ tôi. Tuy không theo vào Ngân Khố như ông, tôi cũng hành nghề có chữ ngân, ngân hàng.

Tôi tùng sự tại nhiệm sở không xa nhà. Sáng đi trưa về, đầu chiều đi xế chiều về, cùng chiếc Honda Dame đầy nữ tính. Những con đường thường ngày qua đầy bóng dáng nữ sinh của các trường trung học Phan Châu Trinh, Hồng Đức, Phan Thanh Giản, Bán công, Bồ Đề... Thơ trong đầu tôi cứ theo những tà áo dài trắng mà bay tìm chân mây. Nhờ thế có cái để lai rai góp cùng vài tạp chí văn học tại Sài Gòn. Nhớ ước mơ thời đọc báo cọp ở Ngày Mai, Lam Sơn, Sông Đà... tôi mở một quán sách nho nhỏ bên đường Hùng Vương cho bà xã vừa lên 19 tuổi, có cơ hội ngồi tập giao tiếp cùng ăn quà vặt. Riêng tôi cũng có thêm không khí làm thơ.

Thơ viết trong Đưa Nhau Về Đến Đâu khác với Rượu Hồng Đã Rót. Tình từ sân trường cửa lớp dồn dập hơn. Cũng nhân đây, tôi công khai chơi vài bài đậm đà tính cách tình sử, hầu như người thật việc thật. Chuyện lẩm cẩm của những cuộc tình học sinh được dựng lại lòng vòng trong vần điệu. Không chút gì mới ở nội dung. Tập thơ có hồn, sống được nhờ việc sử dụng ngôn từ, xếp câu, theo khuôn mẫu cũ, nhưng tôi tin chạm đúng cảm nhận, đôi khi đúng cả kỷ niệm với nhiều người trong thời cắp sách, nhất là với phái nữ. Tôi đoan chắc điều này, bởi khi tập thơ còn trong dạng chép tay, tôi có mang xuống sở làm, cho một số đồng nghiệp nữ đọc. Viết đến những dòng này, tôi như vừa thấy lại những mái tóc của Ngô Phước Hạnh, Đỗ Thị Hoa, Lê Thị Hồng Lê, Scotte Jeanne... chụm lại cười khúc khích, không quên liếc xéo ông bạn điềm đạm khô khan trong nghề nghiệp. Ngân hàng Thành Phố Đà Nẵng, bản doanh cũ của Ngân Hàng Trung Việt trước 1975 thật ngọt ngào hình ảnh. Ngoài tôi và anh Trương Xếp hầu hết là quý nương, không mấy ai khiêm nhường nhan sắc.

Đưa Nhau Về Đến Đâu, một nửa phần bài viết từ Đà Nẵng, cụ thể gồm các bài: Triệu chứng, Thắc mắc, Thơ yêu em, Ca ngợi, Trong sân trường bữa ấy, Một ngày ở quê Huỳnh Phú, Chắc chắn là tình yêu, Nhõng nhẽo, Giận, Hoa xuân, Hương hoa 13, Cúng dường, Điều bí ẩn bình thường, Chuyện tết năm xưa, Nét mực, Lưu bút, Mưa xuân, Tết 16, Chiều mưa, Đưa chân người yêu thầm, Vườn ổi, Chơi cá ngựa, Một chút tình tôi, Nhìn em tắm sông, Từ đó, Làm lành, Chiều chở em đi học, Coi mắt, Khuyên em, Nhìn em qua sông, Bên cầu chữ Y Sài Gòn, Chiều biển năm nào, Thơ tặng người nữ tu, Lẽo đẽo theo em, Trời mưa uống rượu, Đưa nhau về đến đâu, Thơ cho Scotte Jeanne, Bẫy chim, Em vẫn là người tình, Trái tim 40, Ngụy biện, Tình đậm đà mực tím mực xanh, Giải thích, Tán người đang thất tình.

Và những bài viết tại Montréal: Gặp một người nghi rất Huế, Chân dung, Cũng may còn tình yêu, Xuống núi, Nhớ, Nhật ký chặng Đà Nẵng Sài Gòn, Họa phẩm, Một ngày nghỉ bệnh, Ba hoa, Chia tay đầu tuần, Nhớ tình cờ, Một chỗ cho em, Ngồi họp văn bút ở nhà Nguyễn Hải Bình, Nói đùa, Xem hoa quỳnh nở ở nhà Lang Hồng. Những bài viết ở Montréal đương nhiên cũng là thơ tình nam nữ.

Bài bạt tỉ mỉ của nhà thơ Đỗ Quí Toàn ở cuối tập, đã làm thêm đẹp những bài thơ. Ngay những dòng đầu đã thú vị:

1.

"Nếu kiếp sau trời cho tôi làm thi sĩ, tôi muốn được làm thơ tình như Luân Hoán. Sáng làm thơ. Trưa làm thơ. Tối trước khi đi ngủ cũng hãy làm thơ đã. Làm thơ khi thức dậy, để lót dạ. Làm thơ khi đứng đợi xe, để qua thì giờ. Nhìn người yêu lên máy bay, muốn làm thơ. Nhìn người yêu lên đò qua sông, phải làm thơ. Thấy người yêu cũ ngồi xích lô bên cầu chữ Y (dầu có vợ đi bên cạnh) cũng liếc mắt ngó theo, rồi làm thơ. Đến Chùa gặp em làm thơ. Đụng em khi đi lễ nhà thờ cũng làm thơ nữa...

"ngày đó tôi yêu em biết mấy
cứ mỗi ngày làm năm bảy bài thơ"

Như vậy chẳng phải là sung sướng lắm sao?

Tôi chẳng nói xạo, chính Luân Hoán thú nhận tình yêu giống như... ghiền:

"tiếc rằng chỉ một trái tim
viết hoài không hết cái ghiền yêu em"

SÔNG THU 1989

Nhưng phải nói Luân Hoán ghiền làm thơ mới đúng. Nhất là ghiền làm thơ yêu em. Trong ba mươi sáu thứ ghiền có lẽ đây là món ghiền thích thú nhất, vô hại nhất, và dễ thương biết chừng nào...".

Bài khá dài không thể trích dẫn thêm, mong quý bạn có dịp đọc trong Đưa Nhau Về Đến Đâu hoặc trong Chân Dung Thơ Luân Hoán, Sông Thu và Kinh Đô xuất bản năm 1991.

Về hình thức, bìa dùng ảnh chụp đôi bồ câu có tên Thì Thầm của nhiếp ảnh gia Lê Quang Xuân.

Bìa sau một cặp đôi khác, chính là vợ chồng tác giả, khá quê mùa được tự chụp tại nhà thuê từ lúc mới đến Montréal. Nhà ở số 4655 đường Bourret ấp 21. Một địa chỉ thuộc nằm lòng một thời gian ba năm.

Ảnh tác giả chưng ở bìa sau không có gì mới lạ, đã và đang được trình bày ở nhiều tác phẩm đủ loại. Cái khác biệt là có cả tác giả phụ kề bên. Riêng tôi, có lẽ không sai nhiều khi gọi là tác giả phụ. Bởi nhà tôi tuy không trực tiếp làm ra câu thơ, nhưng khía cạnh hư ảo nào đó, cô ta giúp cho tôi hứng thú và an bình khi viết. Hy vọng các bạn thơ tôi sẽ cùng chơi trò này.

Một kỷ niệm nhỏ đáng nhớ khác. Đưa Nhau Về Đến Đâu ấn phí chi bởi số thu Hơi Thở Việt Nam, Thái Tú Hạp cho in đến những 1000 cuốn, một con số quá lớn cho một địa phương không bao nhiêu người thích đọc thơ, và tác giả không có khả năng cũng không ham thích việc ra mắt sách để bán. Sách do cháu Lê Ngọc Hòa Bình sang Mỹ mang về. Tại phi trường sách bị chận để đánh thuế. Tôi được cháu gọi lên giải quyết. Thật sự không có tiền để nạp, tôi trình thiệt với hải quan nếu cho nhận thì lấy, không thì bỏ luôn. Sự "thấu cáy văn học" này không ngờ tôi có lợi, được cho nhận với nhiều cái đầu lắc cộng thêm những môi cười chia vui. Không chừng nhờ cái ảnh của cặp đôi "hai lúa" cũng nên!

Thơ trong thi phẩm ĐNVĐĐ được phổ biến gần như đầy đủ bởi nhiều tạp chí. Trên nhiều trang mạng cũng ưu ái không ít. Dẫu vậy tôi cũng xin trích một số câu trong những bài tạm được:

"mỗi lần sắp sửa yêu ai
tự nhiên mặt mũi tóc tai lạ lùng
tưởng như có triệu vi trùng
ngo ngoe đòi được nhớ nhung với mình

...

(Triệu chứng)

" ... bẫy tình ái giăng chờ và nghe ngóng
ta rình em ta rình chính cả ta
phút chốc lạnh lùng, phút chốc ba hoa
ta lừa dối bởi vô cùng thành thật
ta giàu có bởi ta vừa đánh mất
trái tim hồng ký thác giữa môi em...
(và đoạn cuối - 4/4)

em có nhớ trong sân trường bữa ấy
mình ta về nhìn lại gốc phượng xưa
con ve than trên cành nhớ đong đưa
hoa vẫn đỏ trong nắng vàng lộng lẫy
ta chợt thấy hình như em ngồi đấy
mới hôm qua mới một phút trước đây
tay vẫn hồng má vẫn đỏ hây hây
dẫn ta bước qua trăm đường dĩ vãng
em yêu dấu hỡi con chim trúng đạn
rơi về đâu trong cõi sống mênh mông
ta vẫn còn đây mái tóc bềnh bồng
dù sương gió ươm đôi dòng bụi trắng
đời chìm nổi những ba cay bảy đắng
lòng vẫn xanh như cỏ dại thong dong
trái tim ta vẫn rộng rãi thư phòng
có em ngủ muôn đời trên vần điệu
ta mai mốt dù tài danh mệnh yểu
đã nhờ em tồn tại với thời gian
hỡi em yêu thăm thẳm cánh phượng hoàng
có đậu lại trong sân trường bữa ấy
hồn xa cách đậu bên ta có thấy
bức tường xanh cánh cửa kính lung lay
hai mươi năm trời ôi một thoáng chim bay
bao thay đổi trong đời ta gió nổi
cành phượng cũ vẫn no lời gió thổi
nghìn muôn năm tha thiết gởi về đâu
vay giọt thơ truy niệm mối tình đầu
và gởi tặng cho em làm son phấn...

(Trong sân trường bữa ấy)

"... em có nhớ mấy lần tôi lên bảng
đứng chào cờ vì mải miết ngồi mơ
ngồi bàn đầu, em che tay khẽ nhắc
thẹn mặt anh hùng tự ái làm ngơ..."

(Lưu bút)

" ... chắc có lẽ tôi cũng vừa nhung nhớ
Jeanne hãy nhìn xuống mặt nước sông Seine
tôi hy vọng khuôn mặt Jeanne rạng rỡ
bởi lòng tôi vừa ghé đứng kề bên."

(Thơ cho Scotte Jeanne)

"... nửa đêm lên đỉnh Cù Mông
đường trăng rừng mở rộng vòng tay ôm
xe bò vỡ ánh trăng loang
ta ngồi dòm đám sao vàng nhớ em
bây giờ đã quá nửa đêm
em nằm gối mộng ngủ quên lâu rồi?
đừng kê gối sát trong môi
vải che khuất mất làn hơi ta về... "

(nhật ký chặng Đà Nẵng Sài Gòn)

"xa lộ trải dài như nhánh sông
em ngồi lâu quá mỏi hay không
phải chi ta viết vào thành ghế
năm sáu câu thơ lót gáy hồng

đường nuốt dần xe nuốt cả em
trời xa như thể cứ xa thêm
lòng ta ngược lại dùn co mãi
một chấm nhạt nhòa một bóng em..."

(Chia tay đầu tuần)

Ấn phí tập thơ ghi US10,00. Người sở hữu sách này không ít, nhưng tôi không đủ ấn phí cho cuốn tiếp.

Luân Hoán

Tết nhất cơ hội mười mươi
'rờ-tút' lại hết con người xứng danh
bớt chút dữ thêm chút lành
bỏ gian lận thêm chân thành yêu thương
luân hoán

Người Có Về
BT ÁO TÍM

Người có về...
qua lối cũ không?
Hãy nhặt giùm tôi một đóa hồng.
Hình như sót lại từ lâu lắm
Thuở tóc mình còn xanh rất xanh.

Người có về...
qua phố tình nhân
Ghé ngôi quán cũ chỉ một lần
Ngồi nghe nhạc Trịnh chiều mưa đổ
Tia mắt nhìn nhau thoáng bâng khuâng.

Người có về...
sau chuyến hành quân
Áo trận, giày sault lấm bụi trần
Cổng trường len lén tìm cô giáo
Hai đứa tươi cười, bước song song.

Và rồi...
Người đã đi thật xa.
Đôi mắt mù sương ướt lệ nhòa
Tôi nghe hiu hắt từ dạo ấy
Chinh chiến buồn...
Ôi! Xót xa.

Tôi vẫn chờ người
chờ thật lâu.
Sắt se đau buốt mối tình đầu.
Cứ ngỡ bóng xưa còn đâu đó.
Người đã tan vào cuộc bể dâu... ∎

Còn Mãi Một Mùa Xuân
DUNG THỊ VÂN

Ta vẫn vẹn nguyên
- tình hai mươi niên cũ
Ta vẫn bên trời
- đón gió mỗi mùa xuân

Ta vẫn vẹn nguyên
Một mối tình chở nặng
Người chẳng quay về
Ta quay quắt mỗi mùa sang

Ta vẫn vẹn nguyên
Lời xưa hương ca tận
Ru mãi buổi đầu đời
Giọng hát trói thơ ngây

Ta vẫn vẹn nguyên
Màu áo trắng học trò
Trưa cháy nắng
- bâng khuâng vội vàng loang tận

Là ánh mắt sau cùng
Còn mãi một mùa xuân...
Là ánh mắt người buồn
Vọng mãi bến nguyên tiên! ∎

Jan 01, 2021-14:17

Rộn Ràng
NGUYÊN BÌNH

Sáng dậy lòng tôi nghe chim hót
thanh âm giao cảm bao mùa thương
khẽ khàng trong trắng hương con gái
khép tà áo lụa ủ hơi sương

Đám lá đầu xuân lụa là xanh
nhớ màu áo nõn tươi hoa chanh
lại đôi sóc xám xù đuôi xám
nhấm nháp mùa yêu vàng trên cành.

Và chén trà thơm thả bông lài
vườn tôi một đóa vương sương mai
nghe hương dậy khói trong tĩnh lặng
thì thầm mắt nhớ ai chưa phai.

Nhịp nhịp bàn chân nhịp nhịp vui
lâng lâng khúc nhạc lưng lưng trời
ngát hương thạch thảo đồi hoa tím
một sáng thanh tân ngời rạng ngời. ■

Buông
LÊ HỮU MINH TOÁN

Quên đi
Ừ! Hãy quên đi
Thuyền đời là chuyến biệt ly không về
Tình chưa ước nguyện hương thề
Lời khắc trên đá chưa đề nguyên câu

Chỉ là
dấu lặng xưa sau
Chỉ là
thăm thẳm một màu hư hao
Chút buồn vệt nắng xanh xao
Thuyền trôi bến lạ
sóng chao
nghiêng lời

Buông thôi
Ừ!
Hãy buông thôi
Cung trầm rớt nhịp
môi cười
ngậm
sương! ∎

Đón Nguyên Đán Tân Sửu
LÊ HÂN

thêm một nguyên đán xa nhà
mới năm mươi bốn mùa hoa mai vàng
không được ăn Tết Việt Nam
dẫu quen vẫn thấy xốn xang điều gì

bàn thờ cha mẹ vân vi
làn hương khói mỏng từ bi ngấm lòng
câu kinh mơ hồ khoảng không
nghe lâng lâng tợ hương bông đang thờ

ngồi im không dám nghĩ thơ
để hồn cha mẹ nhập vào trí con
hiểu ra vẫn mãi mãi còn
gia đình đầm ấm chưa mòn hương xưa

run tay đỡ tàn nhang thừa
mùa xuân, ngày Tết, tôi vừa gặp nhau
giữ nguyên cái buồn năm đầu
bôn ba du học mưu cầu lạc quan ∎

Truyền Thuyết
TRẦN HẠ VI

Em thả muộn phiền và những nỗi đau
Theo chùm bong bóng
Bay
Bay
Bay lên cao
Lên cao nữa

Áp lực không khí làm bong bóng vỡ
Chúng ta tan
tan
tan
tan

Trong buổi chiều cuối cùng
bên khu rừng lá rụng
em ôm gốc tùng già còn sót lại
vạch một đường dài
lưỡi dao
xuyên vỏ
đâm sâu vào thớ thịt
vĩnh viễn không nhớ
vĩnh viễn không quên

Thời gian
Sẽ liền miệng vết thương
Làm lành da thịt

Có câu chuyện truyền thuyết một chiều xưa
Cô gái ôm gốc tùng ngồi khóc
Thả chùm bong bóng màu hồng
tan loãng không trung... ∎

Xuân Hồng Cho Người Tình
NGUYỄN VĂN ĐIỀU

Trời rét đậm và mùa Xuân lại đến
Dựng neo đời thắp sáng tuổi tên nhau
Gửi về em bài tình ca yêu mến
Ta bên người ngồi nói chuyện xưa sau

Xuân lại đến, chúng mình thêm một tuổi
Tạ ơn đời, mình vẫn sống bên nhau
Dẫu có lúc lòng phất phơ rêu bụi
Tình vẫn xanh như thuở mới ban đầu

Mùa Xuân đến, cây cho đời lộc mới
Người cho người xây dựng lại niềm tin
Anh cho em một lòng thành phơi phới
Dựa vào nhau mái ấm thật vững bền

Hiên nhà ai hoa vàng đang rộ nở
Đôi bướm vàng trong nắng mới song đôi
Anh chợt thấy bâng khuâng nhìn Xuân tới
Đất chuyển mùa cho cây cỏ sinh sôi

Anh còn đó chút lòng như lụa trắng
Gửi về em như cảm tạ ơn đời
Ta vẫn còn nhau nghĩa tình sâu nặng
Dắt nhau về đàn đúm cuộc rong chơi. ∎

Tầng Xanh
NGÀN THƯƠNG

Em qua tôi
những mùa không tuổi
Thoáng yên bình bóng nhớ xa xôi
Ta mất nhau
trong không gian vời vợi
Đời vẫn quay như đôi bánh xe tròn

Đừng bao giờ quên
tiếng vọng của lòng
Đã nép mình giữa ngổn ngang thế sự
Nghe thời gian
chuyển từng giọt đắng
Trên môi người
lơ lửng mấy tầng xanh…■

Viết Ở Hòn Chồng Nha Trang

TRẦN VẠN GIÃ

Vẫn còn trời biển mênh mông
Vẫn còn đá cũ chất chồng lên nhau
Rêu phong đá chẳng bạc đầu
Để cho biển vẫn xanh màu thời gian

Đi trong mùa mới dịu dàng
Đá mềm chân cứng phụ phàng chi nhau
Hát rằng nghĩa nặng tình sâu
Nhánh rong phiêu bạc biết đâu mà tìm

Dấu chân trên cát lặng im
Dù cho sóng gió nổi chìm đời nhau
Thương em tóc bạc mái đầu
Đã qua dòng chảy cơ cầu hay chưa

Dù rằng sớm nắng chiều mưa
Chỗ ngồi trên đá vẫn chưa phai lòng
Trăng khuya tỏa sáng Hòn Chồng
Níu tay sợ chạm hư không nơi này. ∎

Gác Mái Rêu Phong
TRẦN NGUYÊN

Nguyệt cầm ngân nửa tơ đàn
Nghiêng hoàng hôn đổ lỡ làng dấu xưa
Khát em uống cạn chiều mưa
Đói tình cắn nỗi nhớ lưa thưa buồn

Tìm thu trong vạt áo luồn
Đóa linh lan nở bên truông trắng chiều
Chim mùa di trú buồn thiu
Ta người hành khất cô liêu tiếng cười

Đồi sim tím biếc môi người
Tìm trăng chỉ thấy mây trôi đôi hàng
Tình em chín đỏ muộn màng
Cho ta ngồi nhặt miên man nỗi buồn

Ừ thôi! Em khách xuôi nguồn
Ừ thôi! Ta gã lái xuồng qua sông
Ta về gác mái rêu phong
Không em đời đã vào đông mất rồi… ∎

Đóa Xuân Bình Yên

NP PHAN

1.
mấy nẻo đi về
chỉ là hư huyễn
khi lòng cưu mang
những khoảng lặng tái sinh
những đốm sáng nương bờ tâm thức

2.
chiếc bóng phù sinh
đi như thể đã cạn ngày
chờ tiếng khóc
thức dậy một bình minh

3.
những cành hoa chùm gửi úa tàn
đã nói lên lời từ biệt
mà mãi vẫn chẳng chịu rời đi

4.
khúc hoan ca
đã từ lâu
không còn ai hát nữa
vì chẳng còn đâu
nhịp điệu thanh bình

5.
ngã sấp mặt vào những câu kinh vô tự
cùng chút ánh nắng chiều gầy guộc
và sương trắng la đà
vắt ngang dòng phù hư

6.
phía bên kia bến bờ
của sự lặng im
là những cánh đồng mênh mông
đang gieo trồng những vụ mùa
không có thật
vậy mà
trong tâm tưởng
lặng lẽ nẩy mầm
một đóa xuân bình yên. ∎

Còn Mình Em Thôi...
HỒ CHÍ BỬU

1.
Đâu phải bây giờ anh mới yêu em
Mà đã khoái từ khi mới gặp
Vừa chạm tay đã nghe mình đỏ mặt
"Run như run thần tử thấy long nhan
Run như run hơi thở chạm tơ vàng" (*)
Như Hàn Mặc Tử thấy Mộng Cầm. Bá cháy!

Em bảo thương vì thấy anh khờ dại
Không biết ma lanh đấu đá với đời
Thương anh vì nghèo rớt mồng tơi
Mà xả láng chơi cho hết bóp

Gã nhà quê cũng đòi chơi sộp
Giống như ai đăng ký thượng đài
Xỉn xỉn rồi chẳng biết sợ ai
Có ba thành công lực mà dai thấy sợ

Trong tình yêu anh nhiều phen vỡ nợ
Cũng phàm phu tục tử như ai
Cũng ăn dơ nói phét dài dài
Cũng trần tục như chúng sinh dưới thế

Kể tội ra anh nhiều vô số kể
Mà em thì- hề- xá tội vong nhân
Tự nguyện cho không những lúc anh cần
Cứ ban phước như thiên thần tại thế

Tình cho anh nhiều như sông bể
Em ơi em - anh biết sợ em rồi
Yêu làm gì một cái gã dở hơi
Dốt đặc cán mai mà lên đời thi sĩ...

2.

Nói sở thích thì tụi mình nghịch lý
Em khoái Beethoven còn anh kết Viễn Châu
Em mê Thái Thanh còn anh khoái Lê Vũ Cầu
Vậy mà hai đứa thương nhau mới lạ?

Em uống cốc-tai còn anh ghiền trà đá
Em đọc Hemingway còn anh đọc Kim Dung
Anh tuổi Hợi em tuổi Tỵ tương xung
Vậy mà hai đứa chung mùng mới lạ?

Có lắm lúc anh tưởng em là má
Cạo gió xức dầu mỗi lúc anh say
Có khi anh tưởng em là chị hai
Quyết liệt bênh anh khi nghe người ta nói xấu

Và cuối cùng em là người yêu dấu
Cho anh hôn ở bất cứ chỗ nào… ∎

(*) Thơ Hàn Mặc Tử

Giấc Mê
NGUYỄN HẢI THẢO

Đan nhau...
chen nhau...
những sắc màu tươi thắm
đẫm nắng ban mai
vàng con phố ngược xuôi người qua
cỏ bát ngát xanh
hoa ngây ngất tím
nồng nàn khoe sắc

Anh và tách cà phê đơn độc
nỗi nhớ trườn dài trên lưng
em xưa lồng lộng quay về
trong nắng...
trong gió...
khơi nguồn kỷ niệm
hạnh phúc ngập đầy cơn mê... ∎

Giọt Nắng Sân Trường
NGUYỄN VĂN GIA

Mỗi sáng đến trường
Có vạt nắng hiền
Tung tăng chân sáo
Theo từng bước quen

Nắng đậu trên tóc
Nắng mọc trên tay
Che giọt nước mắt
Sáng không thuộc bài

Giờ chơi rộn ràng
Nhảy dây đá banh
Nắng cũng lanh chanh
Chạy quanh sân trường

Những ngày cuối tuần
Không ai đến trường
Nắng ngủ rất ngoan
Bên hành lang vắng

Nắng ơi có biết
Bạn bè thân nhau
Lạ quen nhớ hết
Nắng trốn vào đâu

Những giọt nắng buồn
Những giọt nắng vui
Hứng đầy một nón
Chia cho mỗi người

Rồi mai xa trường
Xa thầy xa bạn
Giọt nắng vàng phai
Rơi trên tóc buồn… ∎

Đêm Hoài Niệm

Y THY

Chẻ đôi ký ức mơ màng
nửa đêm thức giấc nát tan cõi lòng
bao ngày xa cách nhớ mong
sao đành quên hết những dòng chữ xanh

Hồn đánh thức, phơi trên cành
gió đông than khóc vây quanh nỗi buồn
ngoài kia mưa tuyết còn tuôn
thênh thang nỗi nhớ tận nguồn hư vô

Chôn sâu ký ức vào mồ
cố quên hình bóng bủa xô tứ bề
đêm nay quạnh vắng tái tê
dõi nghe tiếng thở theo về từ đâu

Phải chi có một phép mầu
để tôi hiểu được nông sâu lòng nàng
rối bời trí óc ruột gan
nhớ thương còn một thân tàn đêm qua... ∎

Tuyết Lạnh Bên Trời
VƯƠNG HOÀI UYÊN

Kim về đến nhà khi trời vừa sẩm tối. Mùa đông thu gọn buổi chiều lại trong vòng hơn bốn tiếng đồng hồ. Hơn bốn giờ trời đã nhá nhem. Tuyết rơi suốt cả buổi chiều làm chị lái xe chậm vì đường trơn. Vừa ra khỏi xe, một cảm giác lạnh buốt da thịt làm chị rùng mình vội vã mở khóa cửa, lách vào vùng không khí ấm áp bên trong. Nhà vắng hoe, gia đình chủ nhà và cả những người ở trọ cũng chưa có ai về. Mệt mỏi và buồn, chị lên phòng thay quần áo và rúc mình vào chăn, mắt ráo hoảnh nhìn lên trần nhà. Tự nhiên Kim thấy nhớ những buổi tối xa xưa khi còn ở quê nhà - một thành phố miền Trung đầy nắng và gió biển - Chị hay đi tắm đêm với những người bạn gái, nhiều nhất là với Như. Kim hay sợ lạnh khi dầm trong nước biển, vì thế nên hay tắm đêm - vì ban đêm nước biển ấm hơn ban ngày - nhất là những đêm mùa hè. Hai đứa thường lội bộ ra biển, vì giờ đó thủy triều xuống, ra đến vùng cách bờ khoảng một trăm mét mực nước vẫn còn dưới bụng. Những ngọn đèn cao áp trên bờ rọi sáng bãi tắm đêm xóa tan trong chị nỗi sợ hãi khi thấy một vùng biển đen ngòm rì rào đầy vẻ bí ẩn và đe dọa. Hai đứa chỉ lên bờ khi tiếng loa trên những chòi cứu hộ báo đã hết giờ tắm đêm.

Rồi Kim đi. Chị đến nước Mỹ xa xôi này bằng giấy bảo lãnh của chồng. Kim nào biết chồng chị bảo lãnh chị chỉ vì lòng thương hại, vì hai người còn liên hệ với nhau bằng một tờ giấy đăng ký kết hôn. Gặp lại chồng, Kim chưa kịp mừng thì anh đã nói thẳng với Kim là anh đã có người đàn bà khác, và đề nghị Kim ký tên vào đơn xin ly hôn. Anh hứa sẽ chờ khi Kim cầm thẻ xanh trong tay rồi mới tiến hành thủ tục ly hôn. Bơ vơ xứ lạ quê người, chị chẳng biết mình sẽ đi đâu, về đâu. Kim gạt nước mắt, vắt óc tìm kiếm người thân, bạn bè, và chị chợt nhớ đến Lê - một người bạn cùng lớp cũ. Gọi cho Lê vào một buổi chiều tuyết cũng rơi như chiều nay, lòng Kim chợt ấm lại khi Lê vừa nghe xong chuyện của Kim đã vội nói:

- Không sao, mày cứ đến đây ở với tao. Nhà tao rộng lắm, có phòng cho thuê. Nhưng mày thì tao không lấy tiền thuê đâu. Còn chuyện như chồng mày bên này là "chuyện ngày thường ở huyện", tao không ngạc nhiên tí nào đâu.

Thì ra trong cái rủi vẫn có điều may. Và Kim đi. Từ đó, với sự giúp đỡ của Lê, Kim dần dần ổn định cuộc sống với một việc làm cố định, sáng đi thật sớm, chiều về vào lúc bốn giờ, và chị hòa nhập vào gia đình của Lê và những mảnh đời trôi giạt cùng ở trọ trong nhà.

Phòng Kim ở trên lầu, sát phòng chị là phòng một người đàn ông trung niên độc thân. Khi anh này chưa đến chỉ có mình Kim ở trên lầu vắng nên chị hơi sợ. Cả nhà Lê gồm chồng và hai con nhỏ ngủ ở tầng trệt. Có tính nhát gan từ nhỏ nên Kim hay sợ bóng tối và sự vắng vẻ. Từ ngày có Phong dọn về thuê phòng Kim thấy đỡ sợ hơn mỗi khi đi ngang qua căn phòng trống bỏ không. Dưới tầng hầm nửa lộ thiên, nửa chìm dưới mặt đất là hai vợ chồng già và một đứa con gái. Họ là những người nghèo nên chọn thuê tầng hầm cho rẻ tiền. Hai vợ chồng già mới đến Mỹ được vài ba năm do con riêng của ông già bảo lãnh. Bà Nghi - tên bà già - đi giúp việc nhà cho một gia đình với mức lương một nghìn đô mỗi tháng. Còn ông Nghi thỉnh thoảng có người gọi đi cắt cỏ thì đi, không thì ở nhà, đứa con gái mười tám tuổi tên Hân mới được cha mẹ bảo lãnh qua, đi làm nail. Bà Nghi mỗi tuần được chủ cho nghỉ ngày chủ nhật, ngày đó cũng là ngày nghỉ của Kim nên bà hay lên lầu rủ Kim xuống tầng hầm chơi. Tầng hầm hơi chật cho ba người ở, và cho cả chuyện bếp núc. Có lần ông già đi cắt cỏ vắng nhà, bà khóc và kể cho Kim nghe chuyện nhà cũng khá đau lòng. Bà Nghi là vợ sau của ông Nghi khi người đàn ông này đã có một đứa con gái lên hai. Vợ chết, ông vừa đi dạy một trường tiểu học cách nhà ba cây số, vừa chở theo đứa con gái côi cút. Bà về với ông theo lời giới thiệu của một người bà con - vì lòng trắc ẩn hơn là tình yêu - trước cảnh mỗi chiều đi dạy về ông giáo chở theo một bé gái khóc èo uột không biết vì đói bụng hay vì nhớ mẹ. Nhờ có bàn tay người đàn bà chăm sóc, đứa bé lớn lên khỏe mạnh, hồng hào. Ông bà cũng có với nhau hai đứa con chung. Cô con gái riêng đi lấy chồng năm năm thì sang Mỹ theo diện gia đình chồng bảo lãnh. Năm năm sau vợ chồng bà cũng được sang Mỹ đoàn tụ với con. Không ngờ đứa con gái đối xử với vợ chồng bà rất tệ. Bà trở thành người ở không công, vừa giữ con vừa làm tất cả việc nhà cho cô con gái riêng của chồng. Còn ông Nghi là cha ruột mà cũng bị đối xử không ra gì. Bà vừa khóc vừa kể:

- Tôi là mẹ kế, không đẻ ra nó nhưng cũng có công nuôi nó từ khi còn bé tí, cực khổ đủ điều. Còn ông ấy là cha ruột mà nó coi không bằng cha mẹ chồng. Cô nghĩ coi, buổi sáng trời tuyết lạnh, cha nó phải ra ngoài cào tuyết, trong khi vợ chồng nó và cha mẹ chồng ăn sáng trong phòng ấm áp. Nó lái xe đi làm, đi ngang qua chỗ cha cào tuyết mà cũng chẳng mời cha vào nhà ăn một miếng cho ấm bụng. Thằng em nó lấy vợ ở Việt Nam, thiếu tiền trả nhà hàng, phải nợ mười lăm triệu, ba nó hỏi mượn nó ngàn đô, nó bảo không có. Cô có tin nó là chủ tiệm nail, thằng chồng là chủ mối cỏ, mà không có chừng ấy tiền không? Từ đó tôi phải đi ở cho nhà người ta để mượn trước ngàn đô cho ba nó gửi về Việt Nam trả nợ, rồi khi con gái út từ Việt Nam sang thì gia đình tôi đến thuê tầng hầm này. Có tiền rồi, nhờ nó đi gửi, nó cũng từ chối. Ba nó ra đường, cầm tiền vừa đi vừa khóc. Rồi may sao ổng nhớ ra còn lưu số điện thoại của một người bạn cũng ở thành phố này, nên nhờ người này chở đi gửi tiền đó cô. Thỉnh thoảng nó vẫn gọi điện thoại cho ba nó đòi trả ngay hai nghìn đô là tiền nó bỏ ra để làm thủ tục bảo lãnh ba nó với tôi, mà tôi cũng chưa có tiền trả.

Kim nghĩ thì ra trong cái chung cũng có cái riêng, trong muôn ngàn chuyện con dâu bên Mỹ đối xử với cha mẹ chồng không ra gì, thì cũng có chuyện con gái coi cha mẹ ruột không bằng cha mẹ chồng. Trong chừng ấy năm ở xứ này, Kim đã từng thấy nhiều cảnh đau lòng khi một bà mẹ chồng mới chân ướt chân ráo sang Mỹ chơi nhà con trai, đã nghe con dâu phủ đầu bằng những lời lẽ cạn tàu ráo máng. Sau khi mẹ chồng đến nhà một ngày, cô con dâu tiếp mấy cô bạn đến chơi, nhân đó đã nói những lời bóng gió cay nghiệt:

- Bọn bây biết không, mọi hôm nhà tao chỉ có một con chó coi nhà, hôm nay có đến hai con chó.

Bà mẹ ra khỏi nhà, lang thang ngoài công viên, cũng may gặp được người đồng hương tốt bụng giúp đỡ trở về Việt Nam.

Gần tối cả nhà Lê quay về. Lê đặt những túi ni-lông đựng thức ăn vừa mua ở siêu thị lên bàn vừa nói:

- Tối nay mày ăn cơm với gia đình tao, có món cá ngừ đại dương ngon lắm.

Lê vừa làm cơm vừa nói chuyện với Kim:

- Hôm nay có một ông già đi lang thang ngồi ngoài hiên chỗ tiệm nail của tao. Lúc đóng cửa ra về tao có hỏi chuyện mới biết ông ấy mới từ Việt Nam sang theo diện con trai bảo lãnh, mới ở với con dâu vài ngày đã bị nó cầm chổi đập lên đầu đuổi đi. Tàn nhẫn đến thế là cùng! Anh con trai sợ vợ cũng chẳng dám can thiệp. Ông già đi lang thang mấy hôm rồi. Tội nghiệp, lạnh thế này mà phải ngủ ngoài hiên. Tao mua cho ông ấy ít thức ăn nhanh và cho ông ấy ít tiền rồi gọi điện báo với anh Khang. Anh Khang bảo tao nói ông ấy cứ ngồi đấy, anh ấy sẽ lái xe đến đón về nhà.

Kim thở dài:

- Cũng may còn có những người như anh Khang.

Khang là Mạnh Thường Quân của thành phố này. Anh có tiền và có một tấm lòng để cưu mang những người đồng hương cơ nhỡ rồi dần dần tạo điều kiện ổn định cuộc sống cho họ. Câu chuyện làm Kim chợt nhớ chị đã đọc ở đâu đó những ân tình sâu sắc từ những con vật: Con chó bao nhiêu năm chiều nào cũng ra ga đón người chủ (đã chết trước đó), một con chó khác từ khi người chủ chết nằm phủ phục bên mộ, nhịn ăn, nhịn uống cho đến chết. Một con sư tử được người một người đàn bà mang về nhà nuôi từ khi còn nhỏ, đến khi nó lớn lên người đàn bà mang nó tặng một thảo cầm viên. Vậy mà khi người đàn bà trở lại thăm, nó ôm chầm lấy bà một cách thắm thiết, vẻ mặt đầy âu yếm như ôm một bà mẹ hiền. Ôi! Những con vật sao mà ân tình thắm thiết như vậy. Trong khi đó con người trong cõi nhân gian này thì…!

Bữa cơm tối Lê mời cả Phong và cha con ông già dưới tầng hầm. Bà Nghi đi giúp việc nên vắng nhà. Chồng Lê bật lò sưởi. Tuy chỉ là ngọn lửa nhỏ nhưng vẫn tạo cho cả nhà một cảm giác ấm cúng. Ngoài trời tuyết vẫn rơi, nhưng những con người tha hương vẫn tạm quên đi nỗi nhớ nhà. Kim nghĩ không có gia đình Lê bây giờ Kim sẽ ra sao? Tiền bạc rồi cũng sẽ kiếm được nếu có đôi bàn tay, còn tình cảm chân thật là điều không dễ kiếm. Biết Phong vẫn sống độc thân, Lê hay gán ghép hai người:

- Từ ngày có anh Phong về ở đây Kim nó đỡ sợ ma hẳn. Giá mà anh ở bên nó suốt đời có phải hơn không.

Kim lườm Lê một cái. Phong nói:

- Từ thuở nhỏ, tôi chẳng biết sợ ma là gì. Có một lần vào năm mười bảy tuổi, hồi ấy gia đình tôi về ăn cưới một người cậu ở một làng quê, nghe đồn có một căn nhà bỏ hoang giữa đồng ai cũng bảo ở đó ma nhiều lắm. Ban đêm thường có tiếng người đàn bà khóc than và ru con não nuột. Tôi bèn ôm theo chiếc chiếu và xách cái đèn pin đến đó ngủ một đêm để xem ma thế nào. Rốt cuộc ma đâu không thấy, chỉ thấy bị muỗi chích một đêm. Ma, thật ra chỉ là sản phẩm của trí tưởng tượng.

Kim so vai:

- Khiếp! Chắc là vì anh không sợ nó nên nó phải sợ anh đấy.

Nhiều lúc Kim cũng thấy có chút tò mò về người đàn ông này. Bốn mươi tuổi, cùng qua Mỹ với gia đình cách đây hai mươi năm, Kim nghe Lê kể Phong ly hôn sau một lần về nhà bắt gặp vợ tư tình với bạn của mình trên chính chiếc giường của hai vợ chồng. Sau khi ly hôn, Phong giao nhà cho vợ con và thuê phòng ở một mình. Anh là bạn của An - chồng Lê. Trước đây hai người cùng làm một công ty, sau này An làm chỗ khác. Thỉnh thoảng thấy anh đón đứa con trai duy nhất về phòng chơi. Kim ở phòng bên cạnh nghe anh dạo đàn dương cầm cho con nghe. Hai cha con nhỏ to trò chuyện, thỉnh thoảng nghe thằng bé cười khúc khích. Nhiều lúc đưa con về với mẹ nó xong, Kim thấy Phong hay tư lự ra vườn ngồi một mình hút thuốc. Cuối tháng mười, lá cây trong vườn bắt đầu rụng nhiều, những chiều cuối tuần Kim hay ra vườn quét lá giúp Lê. Chị gom lá cây lại từng đống và Phong dồn lá vào những chiếc túi ni-lông mang bỏ vào thùng rác trước nhà. Phong nói:

- Hồi còn ở quê nhà mẹ tôi hay đốt lá vào những buổi chiều tối. Hồi nhỏ tôi thích nhìn khói bay lên trời vào lúc hoàng hôn. Ở đây có muốn đốt cũng chẳng được. Kim nói:

- Anh Phong nói nghe như nhà thơ vậy.

Một lần gia đình Lê về Việt Nam ăn cưới một người em của An. Nhà vắng, Kim đi làm về thấy tầng dưới không có ánh đèn. Ngỡ là Phong chưa về, nhưng khi qua phòng Phong lại thấy ánh sáng lọt qua khe cửa. Trong lúc nấu cơm tối, Kim xuống tầng hầm xin ông già Nghi một chút hành lá lúc chiều chị quên mua, ông già nói:

- Lúc chiều cậu Phong say rượu, vậy mà dám lái xe về nhà. Khiếp quá, may mà không việc gì. Cậu ấy bỏ xe ngoài đường chỗ ngã ba gần công viên rồi đi bộ về nhà. Tôi phải dìu cậu ấy lên lầu. Chắc giờ ngủ say rồi. Cô nấu cho cậu ấy chút cháo ăn cho tỉnh rượu.

Kim thở dài:

- Thì ra là thế! Thảo nào không thấy xe anh ấy đậu trước nhà.

Lúc mang cháo cho Phong, Kim gõ cửa không thấy Phong lên tiếng. Cửa không khóa, chị hé mở vẫn không thấy Phong. Kim nghĩ: "Say rượu còn đi đâu được nhỉ. Hay là ra vườn". Kim để cháo lên bàn và ra vườn đã thấy Phong ngồi trên ghế đá, dưới gốc cây táo. Kim nói:

- Anh Phong vào ăn cháo cho ấm bụng. Say rượu mà sao anh lại ngồi ngoài vườn. Trời thì lạnh thế này.

Phong nhìn Kim:

- Giá như Kim cứ nấu cháo cho tôi cả đời thì hay biết mấy.

Kim mang máng nhớ như mình đã nghe câu này từ một người khác. Đúng rồi, từ Quang - người chồng cũ - trong một hoàn cảnh na ná giống như hôm nay, từ một thời xa lơ xa lắc, khi hai người bắt đầu yêu nhau. Kim nghĩ có lẽ đàn ông người nào cũng giống nhau thôi. Đứng nhìn cây táo xơ xác lá trong buổi chiều mùa đông giá lạnh, Kim nói với Phong mà như nói với chính mình:

- Chỉ là một câu nói trong lúc say rượu thôi mà.

Phong nhìn Kim, ánh mắt tha thiết:

- Kim không bao giờ say rượu nên không biết. Khi say là khi người ta nói thật nhất đấy.

Ông già Nghi ngồi bên cửa sổ tầng hầm nhìn ra, thấy hai con người cô đơn đã ngồi lại bên nhau trong buổi chiều đông lạnh giá. Bất giác ông mỉm cười và nói thầm một mình: "Thì ra mùa đông không phải lúc nào cũng chỉ có mưa bão và tuyết lạnh!"

Vương Hoài Uyên
(Denver, Colorado)

Trần Hoài Thư,
Nhà Văn Một Đời Thao Thức Với Văn Chương
NGUYỄN AN BÌNH

Giữa tháng 11/2020 tôi nhận được gói bưu phẩm của nhà văn Phạm Văn Nhàn gởi về từ Mỹ. Quà là Tạp chí Thư Quán Bản Thảo (TQBT) số 89 phát hành từ tháng 6-2020 chủ đề Thơ Văn Mùa Đại Dịch và một tập sách nhỏ khá xinh xắn mang tên Cảm Tạ Văn Chương (CTVC) là tác phẩm mới của nhà văn Trần Hoài Thư vừa được Thư Ấn Quán phát hành tháng 10-2020 dành tặng cho thân hữu.

Đây là một ấn phẩm đặc biệt vì nhiều lẽ: Nó ra đời trong hoàn cảnh nhà văn vừa mới bị stroke nhẹ đang trong quá trình tập luyện hồi phục, việc thực hiện in ấn CTVC ở dưới *basement* của anh là một công việc cần sự tập trung, mặc dù tay anh gõ chữ trên máy tính lúc này còn khá khó khăn và chậm chạp. Theo anh đây là hồi ức văn chương, một đời anh say mê đeo đuổi và cống hiến nên nó có một giá trị nhất định đối với những ai yêu quý văn thơ anh và muốn tìm hiểu văn nghiệp của anh. Ngay ở trang 2 của

CTVC anh có nêu: "Chúng tôi chân thành cảm tạ bạn hữu và thân hữu TQBT xa gần đã tỏ lòng lo lắng thăm hỏi sau khi chúng tôi bị stroke ngày 22-6-2020. Rất may, nó chỉ là stroke nhẹ, để chúng tôi có thể tiếp tục con đường mà chúng tôi theo đuổi...". Tôi biết anh thực hiện Cảm Tạ Văn Chương như là một minh chứng hùng hồn rằng bệnh tật không đánh quỵ được anh.

Cầm quyển sách nhỏ trên tay tôi rất cảm động, vì biết anh đã thật sự cố gắng để thực hiện nó khi sức khỏe chưa thật sự tốt. Tập CTVC gồm 23 chương, ghi lại những kỷ niệm thời ấu thơ vất vả, nhọc nhằn đầy buồn thảm của những ngày sống ở xóm Rộc - Nha Trang, bị xua đuổi coi thường "Cút đi thằng con hoang, bộ hết lúc, lại lựa vào lúc tao đang ăn cơm...", nơi trồng đầy rau muống mà mỗi tối mùi hôi thối theo gió bốc lên nồng nặc từ nước phân chuồng tưới rau bay về rất khó chịu, những ngày phải lội bộ hàng chục cây số quãng đường giữa Nha Trang và Cô Nhi Viện Hòn Chồng để được học lớp đệ thất của trường miễn phí vì thi rớt vào trường công lập. Con đường đi đến văn chương của anh tình cờ bằng một bài văn định mệnh "Nước Mắt Tuổi Thơ" đăng trên Bách Khoa, rồi các tác phẩm sau này trên tạp chí Văn, Vấn Đề, Văn Học...

Nhà văn Trần Hoài Thư đến với văn chương như một cái nghiệp: "Sống có nghĩa là viết. Viết có nghĩa là sống" chính vì thế anh viết khá dễ dàng nhất là khi anh bước vào nghiệp lính: Viết bất cứ ở đâu và bất cứ lúc nào: lúc hành quân, lúc dừng chân nghỉ đêm giữa những mồ mả trùm poncho mà viết, ở quán cà phê, trong các cuộc nhậu cùng bạn bè lúc tàn cuộc... và với bất cứ loại giấy nào có thể viết được. Anh cảm tạ văn chương vì nhiều lẽ: Nhờ văn chương mà anh biết Bách Khoa, biết ngôi nhà 160 Phan Đình Phùng, biết thế nào là cơ duyên cho một người lính từ miền cao xuống và một cô gái từ đồng bằng lên, có cơ hội gặp nhau nên vợ nên chồng. Chị Nguyễn Ngọc Yến, từ một độc giả yêu văn anh trở thành người tình, người chinh phụ rồi người vợ tù. Chị đã khuyến khích anh viết, đồng hành với anh suốt mười năm. Vực dậy một cây viết của nền văn học miền Nam một thời phát triển rực rỡ đã bị ngọn lửa phần thư thiêu rụi bức tử.

Nhà phê bình văn học Đặng Tiến có viết: "... Trụ sở Bách Khoa là nơi hẹn và là hộp thư. Chuyện tình Trần Hoài Thư, lúc ấy còn ký

Trần Quí Sách, là chính đáng, có những quan hệ linh tinh, của các nhà văn, nam và nữ, thì hằng hà sa số. Nhưng Lê Châu không bao giờ kể". (CTVC trang 83).

Văn chương như một liều thuốc, một cái phao mà anh vớ được trong những ngày bỏ Huế, bỏ mối tình đầu tiên với bao dự tính còn ngổn ngang trong đầu, để rồi nó rung lên như một cung đàn lỗi nhịp, thành một bài thơ mà anh không đành cất giấu trong tim và mong nàng đọc được. Một thiếu nữ Huế tên Quỳnh nào đó mà tôi cố hình dung ra nhưng không tài nào được, nó mờ ảo sương khói giống như anh nhận ra người giáo sinh Sư phạm Quy Nhơn tên Quỳnh đang ngồi trước mặt anh chỉ là một nhân ảnh mà thôi:

Một chuyến bay nào mang anh về Sài Gòn
Một chuyến bay nào mang em về Quy Nhơn
Trời quê hương mù sương mù sương
Tôi mang đôi mắt em. Buồn muốn khóc.
Cho tôi nhìn một lần cuối nhớ thương
Cho tôi nhìn ngôi nhà gió phi trường
Cầu rất khẽ con tàu đừng bay vội...

Văn chương đã đem đến nguồn vui, niềm hy vọng và anh đã viết được nhiều đến thế. Trong 3 năm ở đại đội thám kích 405 anh đã viết được hàng trăm truyện ngắn. Viết tháu, viết hối, viết mà không cần xem lại, viết như sợ không còn có dịp viết nữa. Thật tội nghiệp cho các tòa soạn báo biết bao khi phải dò từng chữ, đoán từng câu xem anh viết gì vì, theo nhà văn Phạm Văn Nhàn, chữ Trần Hoài Thư viết rất xấu và còn viết tháu nữa thì đọc có mà chịu chết.

Trần Hoài Thư cảm tạ văn chương vì nó giúp anh gặp một độc giả đặc biệt: Thiếu Tá Nguyễn Lạng, Y sĩ trưởng Quân y viện Ban Mê Thuột. Anh tình cờ gặp Bác sĩ Nguyễn Lạng trên cao nguyên khi anh bị giáng cấp và đổi lên Ban Mê Thuột vì tội đào ngũ. Ở tiệm sách Văn Hoa, lúc ông đang xem tờ tạp chí Bách Khoa số có đăng một truyện ngắn của anh, anh tự giới thiệu mình là nhà văn Trần Hoài Thư và ký tặng quyển sách đó cho Bác sĩ Nguyễn Lạng, bắt đầu cho một tình bạn mà Trần Hoài Thư xem như là một ân sủng của Thượng Đế dành cho mình. Ông Y sĩ trưởng này đã giúp anh nhập viện để chờ chuyển về QYV Cộng Hòa khám mắt để khỏi phải ra chiến trường. Chính trong 5 tháng năm tại QYV Ban Mê Thuột mà anh đã sáng tác rất nhiều truyện ngắn hay trong đó có Bệnh Xá Mùa Xuân mà Mai Thảo đã giới thiệu trên Văn với một lời tiên đoán mà thời gian sau này đã xác thực được điều đó: "... Từ mấy năm nay, theo dõi những bước chân của Trần Hoài Thư trong cõi văn chương sáng tác đặc thù của những người lính trẻ, viết dưới bóng cờ, viết bên súng trận, tôi vui mừng nhìn thấy sự trầm tĩnh đó ở Trần Hoài Thư, một Trần Hoài Thư mà hào quang chưa sáng chói bây giờ, nhưng tôi tin, sau này, không lâu, là nhà văn trẻ có điều kiện hoàn thành được những tác phẩm có kích thước, có trọng lượng".

Không cảm tạ văn chương sao được khi mà nhờ nó đã nối kết những kẻ yêu văn nghệ tìm đến nhau như một chất keo kết dính dù họ xuất thân ở những con đường khác nhau: người lính trong thời chiến, thầy giáo, đào binh, thanh niên trốn quân dịch, công chức... trên một đất nước chiến tranh và đầy chết chóc. Nhà văn Phạm Văn Nhàn đã ghi nhận lại khi viết về Trần Hoài Thư: "Làm sao tôi không nhớ được bạn bè trong ngôi nhà ấy, mà anh đã nhắc đến: Phạm Cao Hoàng, Lê Văn Trung, Mường Mán, Thái Ngọc San, Mai Khế, Lê Văn Ngăn... Vâng, còn nữa. Cả nhà thơ Nguyễn Phương Loan (Pháo binh chết trận Kontum), cả nhà báo Huy Hoàng đã mất, một thời đến ở chơi trong căn nhà Khu Sáu này. Ngôi nhà ấy:

> *... Chiếc mền đắp ba bốn thằng dơ bẩn*
> *Những chén cơm khô chưa rửa*
> *Và cửa đôi khi mở ra*
> *Một gương mặt ló vào*
> *Để không bao giờ gặp lại."*

(trang 18- 21 - Khuôn mặt văn nghệ miền Nam)

Nguyễn Lệ Uyên cũng có cùng một suy nghĩ như thế: "... những người viết trẻ thời đó, chỉ gặp nhau trên trang báo, biết tên nhau, biết địa chỉ "lờ mờ" của nhau kiểu "văn kỳ thanh", nhưng khi giáp mặt thì tay bắt mặt mừng y như rằng họ là những người bạn cố tri lâu ngày gặp lại. Đây là một đặc điểm có một không hai của những anh em viết văn miền Nam trước 75, không khoảng cách, không phân biệt dẫu là những người viết thân Cộng." (Người vịn thơ đứng dậy - trang 177, TQBT 79)

Trần Hoài Thư cảm tạ văn chương còn một lẽ khác. Nhờ nó mà anh từ giã được đại đội thám kích đầy tai ương và chết chóc, trở thành phóng viên chiến trường ở miền Tây qua sự điều động của Tổng Cục Chiến Tranh Chính Trị để có thể sống sót cho đến ngày tàn cuộc chiến. Đó không phải là một phép lạ hay sao? Khi cầm sự vụ lệnh trong tay anh đã vui mừng khôn xiết: "Xin cảm tạ văn chương. Nhờ văn chương mà tiếng chuông ngân vang, như những niềm vui lẫn tự hào kỳ diệu. Nhờ văn chương mà ta quên đi thân phận nhục nhằn. Nhờ văn chương ta thấy ta cao lớn hơn bao giờ." (trang 177 - CTVC)

Một câu chuyện vui khác mà văn chương mang lại cho anh mà anh phải cảm tạ nó. Trong phần cuối tác phẩm anh có nói về bức thư của nhà thơ Trần Vạn Giã (TVG) gởi cho anh sau này, cái tên Trần Hoài Thư đã cứu nạn cho anh ta: Năm 1972 TVG trốn quân dịch ở Nha Trang, nhưng trốn mãi ở nhà họa sĩ Thanh Hồ cảm thấy không an toàn nên nhờ người bạn giúp đưa về tạm cư ở Bãi Giếng, Cam Đức, Cam Ranh nhưng chưa đến nơi thì bị cảnh sát bắt. Khi bị giải đến viên trung úy chi cục trưởng, TVG nhanh mắt nhìn thấy trên bàn làm việc của anh ta có mấy tờ tạp chí Bách Khoa, Văn... Biết tay sĩ quan này yêu văn chương nên TVG mạo nhận là nhà văn Trần Hoài Thư, chính nhờ đó mà TVG được đối xử ưu ái và thoát khỏi trại giam một cách hợp pháp, việc này Trần Hoài Thư đã hóm hỉnh viết: "... Đó là tình thân của những người làm văn nghệ miền Nam - đặc biệt ngoài vòng đai SG - và tình độc giả... Và văn chương thêm một lần được cảm tạ. Chẳng những nó cứu tôi mà còn cứu bạn. Có phải vậy không?" Hoặc nói như nhà văn Phạm Văn Nhàn: Trước 1975, chỉ ở miền Nam, những người cầm bút dù là lính hay không phải lính, chưa gặp lần nào. Mà nếu có gặp nhau xem như thân quen tự lúc nào. (trang 159 - TQBT số 79)

Mấy mươi năm sau ở xứ lạ quê người, nước Mỹ - nơi tạm dung, nghiệp văn chương lại vận vào anh khi anh gặp lại Phạm Văn Nhàn và cùng Phạm Văn Nhàn thực hiện tạp chí TQBT, anh vẫn xác định văn chương là người bạn đồng hành là sự sống là cứu cánh và anh tự hào về điều đó:

Sáng nay ta đẩy chiếc xe chở Thư Quán Bản Thảo
để gởi đến mười phương

Nàng bưu điện cười ta bằng nụ cười hết xảy
Bà khách hàng đứng bên hỏi ông gởi gì nhiều vậy
Ta hãnh diện trả lời, tôi gởi sách của tôi
Vâng, thưa bà, tôi là một nhà văn!!!
Xem bà ta rất cảm phục vô ngần!

(Gặp…, trang 35 - Khi Nhớ Về Bà Gi)

Nhà văn Nguyên Minh trong một lần qua Mỹ ghé thăm "tòa soạn Thư Quán Bản Thảo" đặt ở tầng hầm nhà Trần Hoài Thư cũng rất ngạc nhiên: "Từ căn hầm kín mít, đầy ắp những kệ sách, những máy in nhỏ nhắn, máy cán bìa láng, máy dán gáy sách, những *computer*, màn hình vi tính. Tạp chí Thư Quán Bản Thảo được in ra tại nơi này. Với một cơ sở ấn loát "không giống ai". Và anh nhớ lại: "Ngày xưa. Còn là một người lính thám kích nhưng đôi mắt cận thị nặng, Trần Hoài Thư chỉ biết nhìn với vẻ đầy thán phục và ngạc nhiên về cơ sở ấn loát của tôi. Thời đó tôi chỉ cần một máy đánh chữ cá nhân, những tờ *stencil*, một bàn cắt giấy, vài tuýt mực đen, thế mà cũng hoàn thành mấy trăm tập truyện ngắn Nỗi Bơ Vơ Của Bầy Ngựa Hoang, tác phẩm đầu tiên của Trần Hoài Thư."

Nhà văn Nga A. Solzhenitsyn có viết: "Văn chương không phải hơi thở của xã hội đương thời. Không dám nói lên nỗi đau và sợ hãi của xã hội đó, không cảnh báo kịp thời những mối nguy hại đe dọa đạo đức và xã hội, thứ văn chương đó không xứng đáng với cái tên của văn chương, nó chỉ có cái mã ngoài. Thứ văn chương đó đánh mất lòng tin của con người, và những tác phẩm của nó được phát hành bị dùng như giấy lộn thay vì được đọc." Tôi nghĩ văn chương của nhà văn Trần Hoài Thư đã viết và nói lên được điều mà A. Solzhenitsyn đề cập đến, một điều giúp cho người đọc thấy được, công nhận giá trị của tác phẩm và giúp nó sống mãi với thời gian.

Tôi cũng rất đồng cảm với Trần Hoài Thư trong lời Cảm tạ văn chương cuối tác phẩm của anh xuất phát tận đáy lòng: "Thêm một lần tôi phải cảm tạ văn chương. Nó đến khi tôi ngã xuống. Nó giúp tôi vịn mà đứng dậy. Nó là chiếc gậy thần, tôi chống mà đi." (trang 213 - CTVC)

Tôi yêu quý Trần Hoài Thư bởi anh không chỉ là rể miền Tây sông Hậu - quê hương của tôi - như anh trả lời *email* của tôi khi lần đầu tiên tôi gởi bài cho TQBT mà còn vì tình yêu anh dành cho văn chương. Tôi đã đọc truyện của anh từ rất sớm khi tôi bắt đầu gởi bài cộng tác cho Văn Học, Văn trước 1975 và cái nghiệp văn chương khi anh thực hiện tạp chí TQBT và nhà xuất bản Thư Ấn Quán, tủ sách Di Sản Văn Học Miền Nam (trong tủ sách này tôi được anh chọn mấy bài vào tập Thơ Miền Nam Thời Chiến - tập 2 và tập Lục Bát Miền Nam dù lúc đó tôi chưa từng quen anh).

Tôi cảm phục luôn người bạn đời Nguyễn Ngọc Yến của anh, từ một độc giả yêu văn anh đã trở thành người bạn song hành luôn ủng hộ công việc của chồng. Cũng bật cười thuở ấy chị Yến làm quản thủ thư viện trường Đại Học Cần Thơ, nơi chị làm việc chỉ cách giảng đường tôi đang học có vài bước chân, biết thì đã gặp nhau dễ dàng, giờ thì xa xôi nghìn trùng muốn ao ước được gặp chị một lần thì chẳng còn cơ hội. Nhất là từ ngày chị Yến bị đột quy lần 3 phải vào *nursing home* thì nơi anh ở thành "ngôi nhà luộm thuộm thiếu bàn tay chăm sóc nhiều năm, đến cái *basement* ngổn ngang *computer*, máy in, máy xén... *Basement* này là nơi để bạn khỏa lấp thời gian những đêm mất ngủ, những ngày chờ đợi giờ giấc ra vào *nursing home*. Thư Quán Bản Thảo, tủ sách Di Sản Văn Học Miền Nam là hơi thở của bạn" (Lữ Quỳnh, Bồi Hồi Biển Dâu, trang 198 - TQBT số 79) và tôi tin rằng anh sẽ vượt qua bệnh tật để tiếp tục thực hiện tạp chí TQBT với tình yêu văn chương không gì sánh nổi giống như ngày xưa anh từng vượt qua cái chết trong chiến tranh vậy...

Nguyễn An Bình
Bên bờ Kênh Tẻ, cuối tháng 11-2020.

Tham khảo:
- Trần Hoài Thư Vẫn Còn Mãi Đam Mê (Thư Quán Bản Thảo số 79 tháng 4-2018)
- 21 Khuôn Mặt Văn Nghệ Miền Nam - Phạm Văn Nhàn) (Thư Ấn Quán 2015)
- Khi Nhớ Về Bà Gi (Thơ Trần Hoài Thư, Thư Ấn Quán - 2018)
- Cảm Tạ Văn Chương (Thư Ấn Quán - tháng 10-2020)

Vân Đông - Căn Cứ Thủy Quân Hùng Mạnh Nhất Của Đàng Trong

CHÂU YẾN LOAN

Dinh trấn Thanh Chiêm là một căn cứ thủy lục quân hùng mạnh vào bậc nhất của xứ Đàng Trong với các binh chủng: Thủy binh, Bộ binh, Tượng binh và Kỵ binh.

Thủy binh là binh chủng chủ yếu tạo nên lực lượng vũ trang của Quảng Nam dinh và của Đàng Trong. Đội chiến thuyền của chúa Nguyễn được xây dựng trong các năm chiến tranh. Một số sử gia Việt Nam cho biết là vào thời kỳ này, chiến thuyền ở phía Bắc có nhiều đặc tính của giang thuyền hơn, trong khi đó loại thuyền này ở Đàng Trong lại thích hợp với việc đi biển hơn (hải thuyền). Lê triều Hội Điển cho biết chiến thuyền lớn ở Đàng Ngoài dài 65 thước (26m) và rộng 10 thước. Chiến thuyền ở Đàng Trong cũng có kích thước tương tự như thế. Mỗi chiến thuyền có khoảng 70 người, gồm người chèo thuyền và binh lính, được trang bị một khẩu súng bắn đạn sắt và hai khẩu súng lớn. Mỗi người lính thủy được trang bị một súng hỏa mai, đạn, dao, mã tấu.

Trên thuyền, ngoài súng, người ta còn sử dụng cả giáo và câu liêm làm khí giới.

Giáo có hình thức hơi giống lao nhưng cán giáo lớn hơn (bằng cổ tay), cứng và ngắn hơn. Lao dùng để ném vào quân giặc ở tầm xa nhưng giáo được cầm bằng hai tay và đâm thẳng vào đối phương.

Câu liêm là một loại binh khí có cán dài từ 5m đến 6m với chiếc lưỡi bằng sắt cứng và cong như lưỡi liềm. Đây là một vũ khí rất lợi hại dùng để móc chân, móc cổ quân địch kéo xuống biển hoặc móc thuyền của địch rồi nhảy sang đánh cận chiến. Khi đã lên được thuyền giặc thì dùng giáo đâm xuyên thân giặc. Trong trận đánh với quân Hà Lan năm 1644, thủy quân của dinh Quảng Nam cũng đã sử dụng hữu hiệu loại vũ khí này để tấn công địch.

Đàng Trong không dùng những phạm nhân hay người bị án khổ sai để chèo thuyền như bên châu Âu mà sử dụng những binh lính thiện nghệ. Theo Borri khi cần người để chiến đấu trên biển thì phái các đội trưởng rảo khắp xứ đem lệnh của chúa bắt ngay lập tức những trai tráng có sức cầm tay chèo và dẫn ngay đến thuyền không phân biệt là con nhà giàu sang, có thế giá hay là con nhà nghèo khổ vì không ai được miễn cả. Việc bắt lính này không khó khăn vì người lính được trả lương cao, vợ con và gia quyến của họ tùy theo cấp bậc được cung cấp tất cả những gì cần thiết khi họ vắng nhà. Những người lính này không phải chỉ chèo thuyền mà khi lâm trận họ còn chiến đấu rất anh dũng.

Thuyền chiến của Đàng Trong không rộng lớn như của Tây phương nhưng rất nhanh lẹ và được trang trí vàng bạc rất ngoạn mục. Đặc biệt mũi thuyền vốn được coi là chỗ trọng vọng nhất thì toàn bằng vàng. Đó là chỗ của thuyền trưởng và của những người có chức vị cao. Thuyền trưởng luôn luôn là người đầu tiên xuất trận nên phải đứng ở đầu của chiếc thuyền và cũng chính là chỗ nguy hiểm nhất. (Xứ Đàng Trong năm 1621, Cristoforo Borri, Bản dịch của Hồng Nhuệ - Nguyễn Khắc Xuyên và Nguyễn Nghị, nxb TP Hồ Chí Minh 1998, tr 85, 86)

Thích Đại Sán đã mô tả chiếc thuyền của Đàng Trong như sau: "Đầu thuyền ngồi một vị quan, đuôi thuyền đứng một người cầm lái, giữa thuyền 64 quân nhân đứng chèo. Giữa khoang thuyền có bốn cọc nạn sơn son, trên bắc ngang một cây mõ gỗ, một lính ngồi gõ mõ làm nhịp cho những người đứng chèo. Thuyền chạy qua tả là qua tả, bát qua hữu là qua hữu… đều răm rắp theo nhịp mõ chẳng chút đơn sai… Thuyền dài mà hẹp như hình long chu, mũi rất cao" (Hải Ngoại kỷ sự, quyển 3, tr 32, 33)

Thủy quân của Dinh Chiêm có đội Hùng thủy quản 3 thuyền (thuyền là một đơn vị quân) Hùng nhất, Hùng nhị, Hùng tam để giữ cửa biển Đà Nẵng, đội Thắng thủy quản 3 thuyền An nhất, An nhị, Súng nhất để giữ cửa biển Đại Chiêm. (Lê Quý Đôn, Phủ Biên tạp lục, NXB Khoa học Xã hội, Hà Nội 1977, tr 192)

Dưới thời chúa Nguyễn, Văn Đông (Cần Húc) là một căn cứ thủy quân hùng mạnh nhất trong số ba căn cứ thủy quân ở Đàng Trong là Chính dinh, Quảng Nam dinh và Trấn Biên dinh. Giáo sĩ Alexandre de Rhodes đã viết: "Căn cứ thứ hai hùng mạnh hơn ở ngay trung tâm xứ Nam, dân chúng gọi là Kẻ Chiêm (Che Ciam), có nhiều chiến thuyền hơn, dùng vào việc phòng thủ đất nước và giao thương với người Trung Hoa hay lai vãng cửa bể này" (Dẫn theo Phạm Đình Khiêm, Việt Nam khảo cổ tập san, số 2, tr 49).

Với đạo thủy quân đóng trên sông Chợ Củi, năm 1644 Thế Tử Dũng Lễ Hầu Nguyễn Phúc Tần, lúc ấy đang làm Trấn thủ Quảng Nam dinh đã đánh tan quân Hà Lan - đội quân vô địch trên mặt biển Đông. Nguyễn Phúc Tần là người đầu tiên trong lịch sử đã đánh thắng quân Tây một cách oanh liệt.

Theo giáo sĩ Borri, người Hà Lan cũng tới như những người khác, cùng với tàu chở rất nhiều hàng hóa của họ. (Xứ Đàng Trong năm 1621, Cristoforo Borri, Bản dịch của Hồng Nhuệ - Nguyễn Khắc Xuyên và Nguyễn Nghị, NXB TP Hồ Chí Minh 1998, tr 92, 93)

Đầu thế kỷ XVII, người Hà Lan bắt đầu tìm cách giao thương với Đàng Trong. Năm 1601, hai thương gia Hà Lan, nhân viên của công ty Đông Ấn Hà Lan (V.O.C) là Jeronimus Wonderer và Albert Cornelius Ruyl đã đến Đàng Trong để tạo các mối quan hệ buôn bán và mua hồ tiêu, họ đã được chúa tiếp nhưng họ chưa gặp được thời cơ. Năm 1609, V.O.C lập một đại lý ở Firando, Nhật Bản, họ nhận thấy tơ vào Nhật Bản có lời nhưng không thể nhập trực tiếp từ Trung Hoa nên họ quay sang Đàng Ngoài và Đàng Trong. Vào các năm 1613 và 1617 V.O.C gởi 4 chiếc tàu từ Firando tới Đàng Trong nhưng không có kết quả. Tình hình còn trở nên xấu hơn khi một người Hà Lan bị thiệt mạng trong chuyến đi năm 1614. Người Hà Lan này có dính líu với một thương gia người Anh, kẻ đã xúc phạm tới chúa Nguyễn và cả hai đều bị hành quyết. Tuy vậy người Hà Lan vẫn không nản lòng. Năm 1622, một người đại lý Hà Lan ở Firando đã tính được những lợi nhuận rất cao mà người Trung Hoa đã thu từ dịch vụ bán tơ và vải tơ sang Nhật nên người Hà Lan không từ bỏ hy vọng có thể kiếm được những món lời lớn tại Đàng Trong. Năm 1633 họ thiết lập được một trạm ở Hội An nhưng số vốn của họ quá ít ỏi so với hai Châu Ấn thuyền của Nhật đem vào Đàng Trong cùng năm đó. Năm 1634, người Hà Lan đưa thêm vào một số vốn lớn nhưng người Nhật đã làm chủ nền kinh tế tại đây nên việc buôn bán của họ không mang lại hiệu quả mong muốn.

Từ 1633, mỗi năm có hai chiếc tàu Hà Lan đến Đàng Trong nhưng họ không địch nổi người Nhật trong việc thu mua tơ, người Nhật sinh sống ở Hội An đã kiểm soát thị trường tơ ở đây, họ đã đến tận các nơi sản xuất như các phủ Thăng Hoa và Điện Bàn để mua trước cả vụ rồi nên người Hà Lan phải chuyển sang buôn bán với Đàng Ngoài.

Năm 1634, tàu Grootebroek của Hà Lan bị đắm ở gần đảo Hoàng Sa. Chúa Nguyễn bắt giam các thủy thủ còn sống sót và tịch thu 25.580 Réseaux. Vì thế tháng 11/1634 công ty V.O.C ở Batavia (Indonésia) cử người sang đòi chúa Nguyễn trả lại số tiền đó nhưng không được.

Năm 1635, công ty phái 3 tàu chiến là Warmond, Huisduinen và Grol đến Đà Nẵng để đặc sứ Duijecker thương thuyết về việc bồi thường cho tàu Grootebroek và việc giao thương, nhưng chúa Thượng Nguyễn Phúc Lan không chấp nhận bồi thường, chúa chỉ hứa cho phép người Hà Lan vào buôn bán, không đánh thuế bến cảng và miễn lễ vật.

Tháng 3/1637, tàu Grol từ Nhật Bản đến Đà Nẵng chở theo chì, đồ sứ, vải hoa. Chúa Thượng gởi tặng Toàn quyền Batavia nửa cân trầm hương và một lá thư tỏ ý hoan nghênh người Hà Lan đến buôn bán nhưng từ chối việc cho thuê đất lập thương điểm.

Từ năm 1638 cho đến khi chúa Thượng Nguyễn Phúc Lan qua đời, quan hệ giữa người Hà Lan với Đàng Trong trở nên cực xấu vì những mâu thuẫn giữa hai bên ngày càng trầm trọng.

Tháng 11/1641, hai chiếc tàu của Hà Lan là Gulden Buis và Maria de Medici bị bão, đắm ở gần Cù lao Chàm, 82 thủy thủ bị bắt giữ và bị tịch thu tất cả hàng hóa, vũ khí. Lúc bấy giờ Jacob Van Liesvelt từ

Đài Loan đến Đàng Ngoài để chở sứ giả của chúa Trịnh sang Batavia thương nghị về việc liên minh quân sự chống Đàng Trong. Trên đường về Van Liesvelt ghé Đà Nẵng ngày 06/02/1642. Nghe tin các thủy thủ Hà Lan bị bắt, Liesvelt định bắt cóc 100 cư dân gần Đà Nẵng để trao đổi tù binh nhưng việc không thành nên phải quay về.

Tháng 3/1642, chúa Thượng phóng thích 50 thủy thủ Hà Lan bị quân ta bắt trên hai chiếc tàu bị bão đắm ở gần Cù lao Chàm. Trên đường về Batavia, một số bị người Bồ giết hoặc giam giữ, số khác bị vua Chiêm bắt làm nô lệ. Do không nắm rõ tin tức, năm 1642 công ty V.O.C sai Van Liesvelt đem chiến thuyền sang đánh chúa Nguyễn. Van Liesvelt bất ngờ tấn công Hội An nhằm chiếm hải cảng này nhưng đã bị Thế tử Nguyễn Phúc Tần chỉ huy thủy quân của Dinh Chiêm đánh tan, Van Liesvelt tử trận.

Năm 1643, 1644, Hà Lan liên tiếp gởi những đoàn tàu để phối hợp với quân Trịnh tấn công Đàng Trong và bị Dũng Lễ Hầu Nguyễn Phúc Tần lúc bấy giờ đang làm Trấn thủ Quảng Nam dinh đem 50 chiến thuyền từ Dinh Chiêm đánh tan quân Hà Lan trên mặt biển Đông, Đô đốc Pieter Baeck cùng 200 thủy thủ nát thịt tan xương.

Tuy nhiên vào khoảng 1650, chúa Hiền Nguyễn Phúc Tần muốn làm hòa với công ty Hà Lan và một hiệp ước đã được thỏa thuận vào ngày 08/12/1651 cho phép người Hà Lan một lần nữa buôn bán "tự do và công khai", không bị nhòm ngó, và không phải trả thuế nhập và xuất cảng trong khi người Hoa, người Bồ Đào Nha phải trả các thuế này.

Nhưng hiệp ước đó không hề có hiệu lực khiến người Hà Lan phải đóng cửa vĩnh viễn đại lý của họ ở Hội An năm 1654.

Văn Đông, căn cứ thủy quân của Dinh Chiêm đã ghi vào lịch sử chống ngoại xâm của dân tộc ta những chiến công oanh liệt, là một căn cứ thủy quân hùng mạnh nhất của Đàng Trong dưới thời chúa Nguyễn.

Châu Yến Loan

Ngày Hòa Bình Đầu Tiên
LỮ QUỲNH

Đó là một vùng đất hoang. Những ngày chiến tranh còn khốc liệt nó từng là vùng quan sát cho cả hai phía. Bên nào cũng không muốn kẻ địch chiếm nó, nhưng tuyệt nhiên cũng không một bên nào quyết tâm chiếm nó cho bằng được. Cùng một lúc họ chỉ canh chừng, nhòm ngó, và cảm thấy bằng lòng khi nó mãi mãi vẫn là vùng đất hoang không thuộc một sở hữu chủ nào.

Vùng đất trải rộng từ chân núi xuống đến duyên hải với cây không đủ cao và cỏ thì màu vàng úa nhiều hơn là xanh thẫm. Một vài khu vườn héo úa. Những mái nhà đỏ loang lổ dấu thủng do những lần pháo kích hay oanh tạc trước đây. Cảnh vật hoang vu tiêu điều, nhưng cũng có lúc nó mang hình ảnh thật hùng vĩ như cảnh mặt trời đỏ ối vào những buổi chiều mùa hạ trên đỉnh dãy Trường sơn. Cả một vùng mênh mông lúc đó tuy không có dấu vết của con người nhưng lại ngập tràn sinh khí. Nhất là từ ngày cuộc chiến giảm hẳn mức độ giao tranh.

Giữa vùng đất hoang đó, một ngày kia xuất hiện một gia đình gồm ông già và đứa cháu trai nhỏ. Họ tiến từ đường cái vào. Lão già với một đôi gánh nặng trĩu, còn đứa cháu thì kéo lê bọc hành trang trên mặt cỏ. Lúc đó mặt trời bắt đầu đỏ ối trên đỉnh dãy Trường sơn, báo hiệu chẳng còn bao lâu nữa sẽ khuất bên kia núi. Ngày sẽ tắt. Lão già dừng chân đặt đôi gánh xuống, chờ đứa cháu lại gần. Lão đưa cả cánh tay áo lên chùi mồ hôi trán.

- Nhanh lên mày. Chỉ còn một quãng đường ngắn nữa thôi là ông cháu mình có chỗ ngả lưng rồi.

Khi đứa trẻ vượt kịp người ông, hắn cũng ngừng lại buông bọc hành trang trên mặt cỏ. Hắn đưa mắt nhìn quanh vùng đất hoang tàn nhưng không kém rực rỡ của cảnh ngày sắp tắt. Hắn cố giữ cho hơi thở bình thường trở lại.

- Nơi mà ông cháu mình sắp tới có giống như con hẻm mà mình vừa rời bỏ sáng nay không, ông nhỉ?

Ông già im lặng, trong mắt không giấu nổi buồn phiền. Có lẽ câu nói của đứa trẻ không làm ông yên tâm. Con hẻm nơi mà hai ông cháu vừa bỏ đi sáng nay, dù sao đối với ông chỉ là nơi chốn tạm bợ, nhưng với đứa cháu thì cả một phần đời sống của nó ghi dấu những kỷ niệm đẹp đẽ, khắc sâu những hình ảnh văn minh mà hắn có thể thấy được ở một thành phố. Hắn được sinh ra và không có đủ thì giờ để sống, để nhớ hết chính nơi chôn nhau cắt rún của mình, bởi chiến tranh đã vô hình di chuyển họ từ nơi này tới nơi khác một cách lặng lẽ, với không điều kiện nào dành cho họ. Do đó tuổi thơ của đứa trẻ là một tuổi thơ rộn rịp ánh đèn điện với không khí náo nức của xóm lao động thao thức kiếm sống thường xuyên. Ông già nghĩ không biết với những thói quen mà đứa cháu đã có ấy, liệu có làm hắn cảm thấy khó chịu, khốn khổ khi trở về với mảnh đất điêu tàn nhưng là quê hương yêu dấu của họ?

- Chắc chắn là không rồi cháu ạ, ông già nói dịu dàng, nơi chúng ta sắp tới hoàn toàn khác biệt với con hẻm mà chúng ta vừa rời bỏ. Ngay bây giờ cháu có thể bắt đầu nhận ra rồi đấy. Ở đây sẽ không có cảnh sống chen chúc, không có việc kiếm miếng ăn quá vất vả, không có ánh sáng chói lòa từ trần nhà hay từ cột đèn đường cao, không có…

Ông già ngừng nói nhìn đăm đăm về cái đích của cuộc hành trình, nơi ánh sáng còn lấp lánh trên những vòm cây.

- Nhưng ở đây có đầy đủ cả, ông già nói tiếp, ở đây chúng ta có đất đai để không quá bận tâm về cái ăn, chúng ta có sẵn nhà cửa rộng rãi tránh được cảnh sống chen chúc, chúng ta có gió, có không khí để thở mát mẻ, có trăng có sao thay cho những ngọn đèn chói chang…

Ông già nói như đang trong cơn mê. Đứa trẻ đứng ngẩn ra nghe nhưng hình như hắn chẳng nghe được gì. Hắn đang nhớ thiết tha tới cảnh sống mà hắn vừa phải rời bỏ.

- Rồi cháu sẽ thấy, ông già nói tiếp, không một nơi chốn nào có thể đẹp và sống dễ chịu bằng chính quê hương mình cả. Cháu còn nhỏ chưa thể hiểu hết đâu nhưng đời sống hàng ngày sẽ giúp cháu nghiệm ra những điều ông nói. Bây giờ thì phải lên đường thôi, bọc đồ đạc của cháu có nặng quá không?

Đứa trẻ im lặng. Hắn xắn quần rồi ném bọc hành trang lên vai. Hai ông cháu im lặng tiếp tục đi quãng đường còn lại.

Chiều càng xuống cánh đồng cơ hồ như rộng ra thêm. Cuối chân trời, sương bảng lảng giăng làm cho bầu trời và mặt đất như chìm hút vào nhau không còn phân biệt được. Đứa trẻ quan sát những đám rêu hai bên đường. Cảnh vật tiêu điều quá làm hắn cảm thấy áy náy. Mải nghĩ ngợi mông lung, hắn quên hẳn người đồng hành già nua bên cạnh là ông nội mình. Ông già đã bỏ hắn một đoạn đường xa. Đứa trẻ thoáng mỉm cười, rồi vội vàng rảo bước. Lúc đuổi kịp ông già cũng là lúc hắn nhận ra một vài mái tranh vừa xuất hiện. Hắn cảm thấy khoan khoái khi nghĩ cuộc hành trình sẽ chấm dứt ở đó. Đứa trẻ quên mệt mỏi, gợi chuyện:

- Nhà đã hiện ra rồi đấy.

Ông già thở hổn hển nhưng cũng gắng nói:

- Ờ, sắp đến nơi rồi.

Câu nói của ông tắt theo hơi thở dốc. Đứa trẻ không chú ý đến sự mệt mỏi của ông. Hắn nghĩ tới sự hẻo lánh của thôn xóm trước mặt với những nguy hiểm tưởng như khó tránh. Chợt hắn thốt lên trong ý nghĩ hắn phải sung sướng lắm:

- Cũng may là hòa bình rồi.

Ông già nghe hắn lẩm bẩm quay lui:

- Mày bảo gì?

Đứa trẻ ngừng lại. Xóm nhà hiện rõ ra với những sợi khói, màu xám của mái tranh, những khung cửa u ám. Hoàng hôn đã buông kín. Ông già ngồi lên bọc hành lý của đứa cháu vừa thả ra.

- Mày bảo cái gì mà có hòa bình, hòa bình đó…?

Đứa trẻ mỉm cười như muốn xóa đi những thắc mắc trong đầu ông nội mình. Hắn nói:

- Cháu thấy quê mình hẻo lánh quá mà sợ, may kịp nhận ra là đã hòa bình rồi nên yên tâm.

Ông già nhăn mũi lại:

- Mày đúng là thằng con nít. Không hòa bình thì tau điên gì mà mang xác về đây. Chính vì hòa bình rồi, mình mới sướng chứ. Tao tưởng hai tiếng hòa bình chỉ dành riêng cho cái hạng người như ông cháu mình thôi. Bởi chiến tranh hay hòa bình gì, thì bọn thành phố cũng vậy.

Đứa trẻ nghe trong hơi nói của ông nội niềm tin lạ lùng làm hắn cũng hớn hở theo. Hắn không còn tự hỏi, đây có giống con hẻm ở thành phố mà hắn vừa bỏ đi không nữa. Hắn nhận ra ông nội mình có lý, không chỗ nào đẹp và có thể sống yên ổn bằng chính quê hương mình. Quê hương, hai tiếng đó không chỉ là lời nói đầu môi như hắn từng nghe mà là cảm xúc, lòng yêu mến, là ổ rơm ấm áp có thật mà hắn vừa cảm nhận rõ ràng.

- Đi ngay thôi ông nội, cháu muốn đến nhà ngay lập tức.

Hắn hối thúc ông già trong khi ông đã sẵn sàng bước tới.

oOo

Căn nhà phải sửa sang ít nhiều mới có thể ở được. Mấy ngày đầu hai ông cháu hết sức bận rộn với công việc. Những người về trước trong làng đến thăm viếng, vui vẻ giúp họ một tay. Khi căn nhà được sửa sang tạm xong ông già bảo đứa trẻ:

- Tao biết rồi mày sẽ thích chỗ ở mới mà. Một trăm phố xá cũng không bằng dăm ba chiếc nhà lá này. Mày thấy đó còn ở đâu có sự tương trợ bằng ở đây, không gì bằng tình làng nước cả.

Đứa trẻ không nói gì. Hắn chẳng cảm thấy trục trặc gì trong đời sống này cả. Hắn thấy sau những nếp nhăn trên khuôn mặt ông nội là niềm hy vọng trìu mến hết sức tươi trẻ. Hình như ông khỏe mạnh hẳn ra. Làm việc không biết mệt, lại có vẻ yêu thích công việc nữa.

- Hòa bình nghĩ cũng sướng thiệt. Đêm ngủ không còn sợ đại bác rớt trên mái nhà, không còn lo con cháu chết súng chết đạn. Chỉ thương cho mấy chú mày…

Ông già thở dài. Đứa trẻ hiểu câu nói lửng lơ đó của ông nội. Hắn im lặng. Hắn nhớ cách nay mấy hôm ngay sau khi về tới, hai ông cháu đã dẫn nhau ra cái nghĩa trang xa tít để tìm thăm mấy nấm mồ.

Tìm mãi vẫn không ra. Cỏ ngập cao vàng cháy. Lủi thủi một lúc hai ông cháu lại kéo nhau về.

- Thôi để hôm nào ra thăm lại. Cỏ rác mọc kiểu này đi không khéo giẫm mìn chết mất.

Đứa trẻ nghe ông nội nói có lý. Hắn góp chuyện:

- Đúng đấy ông ạ, hòa bình rồi mà chết lãng nhách kiểu đó thì thật đáng tiếc.

*

Ngày đầu tiên khi về tới nhà, ông già sửa soạn lại bàn thờ cho mấy đứa con. Đứa trẻ được ông nội sai lau chùi mấy khung kính hoen bẩn trong đó lồng sẵn những tấm ảnh đã vàng ố. Hắn nhìn vào một tấm ảnh còn rất trẻ với mái tóc bồng thật đẹp, hỏi:

- Có phải chú Toán đây không, ông nội?

Ông già nhíu mày nhìn vào tấm ảnh đứa cháu giơ ra.

- Không phải, đó là thằng Sính, à chú Sính mày. Thằng này chết trên đồi Mai Xuân Thưởng. Lúc đó tụi Pháp phục kích sẵn ở bìa rừng, đợi chú mày lót thót nhảy về là lê hấp. Tao điên lên vì cái chết đó mà không dám nhỏ một giọt nước mắt. Bà nội mày thì chỉ khóc ban đêm. Ăn rồi chỉ chờ tối xuống là khóc cho thỏa.

Đứa trẻ khó nhọc khi tưởng tượng ra cảnh chết chóc đó, nhất là hình ảnh những người Pháp. Hắn nhìn xuống tấm hình cầm trên tay rồi ngẩng lên:

- Thế còn chú Toán?

- Chú Toán mày còn nhỏ mới chết đâu bảy tám năm nay. Chú mày đi quân dịch bị giết lúc họ tràn vào cái đồn gì ở giáp ranh Bồng Sơn. Hy sinh vì tổ quốc. Đứa nào cũng hy sinh vì tổ quốc cả! Chỉ có tao là khổ một đời. Thằng nào với tao cũng còn thơ dại cả. Tụi nó hiền tưởng không giết nổi một con chuột. Thế mà rồi cũng…

Hôm đó đứa trẻ nghe lòng xót như xát muối khi nhìn ông nội già nua đứng lên quỳ xuống, sùm sụp lạy những người trẻ tuổi trên bàn thờ. Cái cảnh tượng trông đến ứa nước mắt. Tuy nhiên những cảm xúc tưởng quá buồn bã đó rồi cũng phai nhòa đi trong lòng họ khi cuộc sống thực tế bắt họ phải quay về với những công việc phải làm. Họ bắt đầu khởi công vun xới lại mảnh vườn. Chắc chắn là nó phải xanh um trước mùa xuân năm nay. Bây giờ trồng những gì? Ông già nghĩ tới một vườn cải bẹ xanh với ít chậu sói. Chà, làm sao mà chèn cho được vài cành sói thì tuyệt. Trong khi đó đứa trẻ chẳng tha thiết gì tới việc trồng trọt. Hắn chỉ mơ ước có mỗi đàn gà. Hắn thích nuôi súc vật và ít ra như thế hắn cũng có bạn để chơi cho hết ngày.

- Cháu muốn nuôi một bầy gà, ông có thể kiếm cho cháu những chú gà con trong lúc này không?

- Được quá chứ, một bầy gà con, thật quá dễ dàng. Ông già hăng hái nói.

- Thế là mùa xuân năm nay, chúng ta sẽ có thịt để ăn. Còn ông, ông định làm gì với khu vườn ngập cỏ kia?

Đứa trẻ bỗng lớn hẳn lên bởi hy vọng mà không biết, hắn hỏi ông nội giọng không kém hăng say.

Ông già nhìn ra khung cửa. Khu vườn nhỏ quá, nhỏ bằng bàn tay như lời ông vẫn thường nói, rậm rạp những cỏ với rác.

- Với miếng đất nhỏ như bàn tay này, tao biến thành khu vườn tốt mấy hồi. Tao sẽ trồng cải bẹ. Cải bẹ mau xanh lắm mà bán được tiền nữa. Cái đó cũng còn dễ quá. Cái tao đang nghĩ tới lúc này là làm cách nào để chèn cho được vài cành sói ấy. Ba ngày Tết có chén trà ướp hoa sói uống thì tuyệt. Tao nhớ hồi còn mệ nội mày, bụi sói trước nhà hoa nở trắng vậy đó. Bây giờ hòa bình rồi thì chẳng bao lâu mình cũng sống trở lại cuộc đời cũ.

Ngày hôm sau, hai ông cháu ra sức dọn dẹp cỏ rác. Với mấy chiếc cuốc con, với tấm lòng tha thiết tạo dựng một đời sống thanh bình của thuở xa xưa nào, mà bây giờ họ tin tưởng được sống lại. Họ đã biến đám đất hoang trở thành khu vườn màu mỡ trong một thời gian quá ngắn.

oOo

Những cơn mưa nhẹ đầu mùa đông đã giúp cho cải chóng xanh và nhánh sói cằn cỗi vàng úa thay lá dễ dàng. Ông già cảm thấy sung sướng lắm. Đứa trẻ thì náo nức nghĩ tới mùa xuân năm nay khi bầy gà của hắn lớn lên. Chắc chắn là hắn không bị cấm đoán đốt pháo như mùa xuân năm nào ở thành phố. Vì ở đây hẻo lánh, hơn nữa cũng đã hòa bình rồi. Chỉ còn tháng nữa Tết đến.

Trong sự chờ đợi của hai ông cháu về một mùa xuân xanh mướt như màu cải bẹ, thơm ngát như hương hoa sói trong chén trà đầu năm, có một điều họ không nghĩ tới, không chờ đợi nhưng đã xảy ra: Những viên đạn đại bác bắt đầu rơi xuống quanh họ.

Lữ Quỳnh

Hoa Trong Tâm Tưởng
PHẠM CÔNG LUẬN

Có lần tôi đến Nhật dự một khóa học độ hai tuần. Sau buổi học tôi lang thang ra phố và ngồi trong một quán ăn bên bờ sông Sumida nhìn ra hàng cây anh đào tháng 4 đang tưng bừng nở hoa với màu hồng phơn phớt thanh khiết. Trời mát lạnh, gió êm nhưng vẫn có nhiều cánh hoa rơi nhẹ nhàng như từng đám mây sà xuống cây cầu nhỏ gần đó. Dưới mặt nước cũng lấp lánh nhiều cánh hoa li ti trôi.

Tôi thích loại hoa này, không chỉ vì vẻ đẹp của hoa khi đang trên cành cũng như khi rụng mà thích cả thân cây thường sù sì, gân guốc, giống như trong những bức tranh vẽ mùa xuân được xem hồi còn nhỏ. Khi nhìn từ xa, nhất là trong một buổi chạng vạng, cây anh đào trông giống như một người thiếu nữ bận *kimono* đang dang tay múa trong cơn gió chiều. Đúng như trong thư một người bạn Nhật viết cho tôi.

Rời nước Nhật, tôi mang nỗi xao động về loại hoa nổi tiếng toàn cầu đó, nhưng rồi cũng dần trở lại với cuộc sống hằng ngày. Có lúc tôi nhận ra rằng cảm xúc với loài hoa đào trong chuyến đi Nhật mùa xuân năm đó chẳng khác nào cảm xúc trước một mỹ nhân gặp ở đâu đó nơi đã đi qua, ở Nhật trong vài lần ghé thăm, ở Thượng Hải, Singapore… Nghĩa là cảm nhận một vẻ đẹp của những thứ không thuộc về mình.

Có một bài vè mà lâu nay tôi nghĩ là ca dao, nhưng trong tờ báo Sáng Dội Miền Nam xuất bản khoảng năm 1962, một tác giả cho biết bài vè này của… cụ Trương Vĩnh Ký. Gia đình cụ Trương và Viện khảo cổ Sài Gòn trước 1975 đã cung cấp tấm ảnh chụp một trang bút tích do cụ ghi lại bài thơ này để đăng trên số báo này. Bài có tựa đề "Bài ca các loại bông mọc ở Nam phần", toàn bài kể tên nhiều tên hoa, trong đó có vài cái tên cổ xưa từ thế kỷ 19, đến giờ không rõ là loại hoa gì.

Tháng giêng nắng lắm nước biển mặn mòi
Vác mai đi xoi là bông hoa Giếng,
Hay bay hay lượn là hoa Chim Chim
Xuống biển mà chìm là bông Hoa Đá,
Bầu bạn cùng cá là đá San Hô
Hỏi Hán qua Hồ là hoa Nàng Sứ
Thìn lòng nắm giữ là hoa Từ Bi.
Ăn ở theo thì là hoa Bầu Ngọt
Thương ai chua xót là hoa Sầu Đâu.
Có sống không cầu là hoa Nàng Cách
Đi mà đụng vách là hoa Mù U
Cạo đầu đi tu là hoa Bông Bụt
Khói lên nghi ngút là hoa Hoắc Hương
Nước chảy dầm đường là hoa Mùi Tưới
Rủ nhau ăn cưới là hoa Bông Dâu
Nước chảy rạch sâu là hoa Muống Biển
Rủ nhau đi kiện là hoa Mít Nài
Gái mà thua trai là hoa Phát Dũ
Đêm nằm không ngủ là hoa Nói Ngày
Bạn chẳng lìa cây là bông Hoa Cúc
Nhập giang tùy khúc là bông Hoa Chìu
Ở mà lo nghèo là hoa Đu Đủ
Đi theo cậu Thủ là hoa Mồng Quân
Đánh bạc cố quần là bông hoa Ngõ
Ngồi mà choán chỗ là hoa Dành Dành
Giận chẳng đua tranh là bông hoa Ngải
Bắt đi tha lại là hoa Phù Dung
Ăn ở theo luồng là bông hoa Thị
Theo mẹ bán bí là hoa Thanh Hao.

Cụ Pétrus Ký kể đến 28 thứ hoa mọc ở trên rừng, ngoài đồng ruộng, trong vườn và cả dưới biển khơi miền Nam, xưa gọi là Nam phần. Có nhiều loại hoa nghe tên rất lạ, hoa Nàng Cách, hoa Phát Dũ, hoa Nói Ngày... ai có thể giải thích giùm?!

Đọc cuốn Tạp bút năm 1992 của cụ Vương Hồng Sển, tôi rất thích bài viết của ông về hoa điên điển. Ông kể cây điên điển mọc tự nhiên theo bờ mẫu các bờ ruộng và dọc bờ nước, vừa che mát vừa làm phân xanh, vừa làm củi chụm vừa làm xơ mướp, cắt mỏn lót nón đội, còn bông thì đem ngâm chua làm thức chấm nước thịt kho cá kho. Riêng người Khơ-me đã nghĩ ra một thứ bánh đơn sơ đặc biệt, gạo xay thành bột, trộn với chút đường cho ngọt và chút tròng trắng tròng đỏ hột vịt tươi cho thêm béo. Ngày thường họ chiên bánh với mỡ ăn trong gia đình, ngày lễ dùng để cúng. Điều độc đáo là họ nghĩ ra thứ bánh treo trên cây tươi mà người Việt dường như chưa có thứ bánh nào như vậy. Số là đến mùa làm chay và cầu siêu cho người đã khuất trong gia đình hay oan hồn uổng tử, các ông lục tức là các vị sư sãi trong chùa Khơ-me có lời nguyện cứu rỗi linh hồn người đã khuất. Ban ngày, các sãi ra đồng, tìm đến những mồ mả xiêu lạc không người cúng kiếng, đã dùng nhánh lau sậy đánh dấu. Sáng hôm sau, họ trở lại nơi mả hoang đó, đọc một thời kinh. Theo phép tắc nhà Phật thì họ chỉ được dùng cơm một lần duy nhất ngoài đồng. Vì vậy, các cô thiếu nữ Khơ-me gần đó giúp các sãi một bữa ăn làm phước. Đêm trước lễ cầu siêu, các cô dùng xuồng nhỏ, mỗi xuồng có hai cô, một cô lo việc chèo chống trên ruộng đưa cô kia đến các gốc cây điên điển có bông hoa đang trổ nhiều. Họ dùng tay kéo nhánh hoa tươi rồi nhúng các chùm hoa ấy vào vịm bột trộn như đã nói trên, cho hoa thấm thật nhiều bột, đường và trứng hột vịt trộn sẵn. Sau đó, họ kéo chảo mỡ nóng cho hoa thật chín, vàng lườm. Xong, buông nhẹ nhánh hoa trở về vị trí cũ. Các vị sãi đến gần trưa đói bụng sẽ đến vít cành lấy bẻ bánh xuống ăn. Đôi khi đám con nít gần đó cũng tìm cách bẻ trộm bánh nên các cô có khi phải ở lại canh chừng.

Câu chuyện về loại bánh này hết sức lạ lùng và lý thú. Những bánh hoa điên điển treo đầu cành, như một thứ lai giữa bánh và thực vật, khiến không khỏi liên tưởng đến đông trùng hạ thảo, lai giữa sâu và cỏ. Đều là những sản vật kỳ lạ.

Sinh ra và lớn lên ở thành phố, hoa cỏ đối với tôi rõ rệt hình tượng qua thơ nhạc, đó là Những đồi hoa sim, Cánh mù u, Bông hồng cho tình đầu, Ngọc Lan, Quỳnh Lan, Hoa Pensée... Những loài hoa đẹp thật sự được thấy chỉ trong ngày Tết. Ngày hăm ba Tết, ra cổng số 8, nhảy lên xe lửa là ra thẳng Dĩ An để xin cành mai của ông cậu về chưng, ra chợ Phú Nhuận mua chậu vạn thọ cúng trên bàn thờ... Nhà bình dân không chưng hoa ngày thường vì đó là thú chơi xa xỉ, ngoại trừ một chậu bông vạn thọ, cúc. Đám con nít lang thang biết được hoa vú sữa bé li ti, hoa khế đo đỏ, hoa mận trắng xóa, hoa bông bụp có cuống dài, hoa phượng đỏ ối trên đầu... những thứ hoa nở ra để kết trái, tự nhiên và không dùng để chưng.

May thay, trong các hẻm nhỏ, nhiều nhà có một góc chưng hoa của mình, đúng hơn là chưng các chậu cây có hoa. Những năm 1960 kéo đến hết những năm 1980, mỗi nhà ở Sài Gòn - Gia Định trong các hẻm nhỏ thường có một "hàng ba". Hàng ba là khoảng sân nhỏ xíu trước mặt tiền nhà, sâu chỉ khoảng hai mét, rộng bằng bề ngang căn nhà, thường để xe đạp hay xe máy vào ban ngày. Hàng ba được bao bọc bằng vách tường xi măng, cao khoảng một mét rưỡi và thường có bông gió, có cổng sắt nghịch vị trí với cửa chính để chận những cặp mắt tò mò nhìn vào nhà. Trên đầu vách hàng ba, thợ xây đặt gạch nằm ngang cho bề mặt rộng ra rồi tô lại, quét vôi. Nơi đó sẽ là nơi đặt các chậu hoa. Nhớ lại, các chậu hoa trên đó khá tầm thường, như cây sống đời, kiến cò, lá lốt, lá cẩm... Sang hơn là sứ Thái Lan, lài, nguyệt quế, dạ lý hương. Cây nào cao quá thì đưa chậu xuống đất, thành một lớp chậu cây thứ hai bên ngoài vách tường.

Nhà tôi như mọi nhà cũng có hàng ba như vậy. Những đêm hè tháng Tư quá nóng bức, tôi trải ghế bố ngủ trong khoảng sân đó, không sợ sương xuống vì có mái tôn. Trong đêm có trăng hay không, tôi nằm trong mùng nghe thoang thoảng hương nguyệt quế và thiếp đi trong giấc ngủ mộng mị, cảm nhận "Đêm thơm như một giòng sữa...". Tôi lẩm nhẩm mấy câu thơ trong tập Vạn diệp tập, thơ cổ của Nhật Bản đọc trong một tạp chí văn học. Những câu thơ về một tình yêu nào đó ở tương lai mà tôi chưa từng chạm tới:

Trong những cánh hoa anh tặng em
Có những lời không dám nói
Em là cánh hoa không chịu nổi
Sức nặng của tình anh!

Có đêm, thức dậy khi trời lặng gió. Ra khỏi mùng, tôi đứng ngoài sân hít sâu bầu không khí thanh khiết ban đêm và bứt chùm nguyệt quế đặt cạnh gối, chìm dần vào giấc ngủ. Mùi hương đó, tôi đâu biết sẽ đi theo mình rất lâu và âm thầm, khi tình cờ nhớ về những tháng năm sống trong ngôi nhà cũ của cha mẹ, về thời thanh xuân và khi tưởng nhớ những người thân yêu, có vài người đã đi xa bên kia cuộc đời.

Khi gõ bài viết này trong một đêm khuya tháng Tám nóng bức, mùa hương cũ ấy lại quay về với tôi. Sau này lớn lên và già đi, tôi có lúc chơi một ít hoa kiểng. Nhưng giống như so sánh một món ăn đắt tiền ở nhà hàng với món ăn tuổi nhỏ, tôi vẫn xem các loại hoa thân thuộc, đơn sơ hồi bé thơ mới là thứ hoa cỏ dễ đưa mình vào những phút bồi hồi lắng đọng, thứ cảm xúc càng lúc càng hiếm có của những người nhiều tuổi và đã lăn lóc trường đời.

Phạm Công Luận

Lòng Hối Hận
(The Cheat's Remorse)

MORLEY CALLAGHAN

TRƯƠNG THỊ MỸ VÂN dịch

Lời giới thiệu: Morley Callaghan (1903-1990) là văn sĩ người Gia Nã Đại. Tuy là luật sư nhưng ông dành thời giờ cho văn chương thay vì hành nghề luật. Lúc làm phóng viên cho báo "Toronto Daily Star", ông được nhà văn Ernest Hemingway khuyến khích. Ông sáng tác hơn 20 tác phẩm, trong đó quyển "The Love and The Lost" (1951) được giải thưởng văn chương của "Đại Diện Nữ Hoàng Anh" ở Gia Nã Đại. Đề tài chính trong các tác phẩm của ông là tâm trạng cô đơn của người dân thành thị.

Truyện ngắn "Lòng Hối Hận" được dịch từ nguyên tác "The Cheat's Remorse" (1937).

Một buổi tối nọ lúc Phil đang chậm rãi uống cà-phê trong tiệm Stewart's, chàng ngồi gần lò sưởi để tuyết trên đôi giày chóng tan và giày mau khô, thì chàng thấy ở bàn bên cạnh một người đàn ông khá giả đang đưa tay đẩy ra xa dĩa bánh mì thịt tựa hồ như món ăn này làm ông ta muốn ói. Chỉ cần thấy dáng điệu và nghe tiếng thở dài khi ông ta nhìn dĩa thức ăn cũng biết ngay ông say lắm rồi. Tay trái ông ta cầm chặt tờ giấy tính tiền ăn và tay kia mò mẫm trong túi áo để lấy tiền. Ông gắng gượng đứng lên, cố hết sức đi thẳng đến quầy trả tiền và lên xe taxi về nhà trước khi gục xuống bàn.

Xấp giấy bạc trong tay ông khách khiến Phil thầm nghĩ lúc này chàng rất cần một đô-la. Chàng đã đi khắp mọi miền đất nước bằng xe buýt và giờ đây chàng đã thật sự túng quẫn, kiệt quệ rồi, chỉ còn mấy chiếc áo sơ mi đang nằm trong tiệm giặt ủi chưa lấy ra trên đường số 26 và một người bạn học cũ hiện đang làm việc trong nhà xuất bản vừa gọi cho chàng hay anh ta có thể giúp chàng tìm một việc làm tạm thời trong vài tuần ở khu vực đóng hàng hóa gởi cho khách. Nhưng nếu không có tiền, chàng không thể nào đến gặp người bạn học ngày xưa giờ đây có việc làm vững vàng với lương bổng cao nếu chàng không có một chiếc áo sơ mi sạch sẽ để mặc.

Đúng lúc chàng nhoài người về phía trước chăm chú nhìn những ngón tay mập ú của ông khách đang mần mò tách ra những tờ giấy bạc dính chặt vào nhau và trí óc ông lại nghĩ đến cách làm thế nào đi đến quầy tính tiền cho vững mà không bị lảo đảo, bỗng dưng một điều hy hữu xảy ra, một điều chẳng bao giờ Phil dám nghĩ đến: một tờ giấy bạc rơi khỏi bàn tay ông khách, bay chập chờn theo một vòng tròn nhỏ dưới bàn ăn rồi rớt xuống nằm gọn gàng bên cạnh vết bùn dơ dưới đôi giày đi tuyết của ông ta.

Phil giả vờ nhìn mông lung như đang thưởng thức mùi thơm từ quầy thức ăn trong tiệm nhưng thật ra tim chàng bỗng đập mạnh. Chàng nghĩ đến viễn ảnh tươi sáng ngày mai khi đi đến tiệm giặt ủi lấy mấy cái áo sơ mi và chàng sẽ mặc chiếc áo màu xanh nhạt có chạy những đường chỉ trắng mà chàng đã mua năm ngoái với giá bảy đô la.

Nhưng người khách say rượu đã nhìn thấy Phil. Ông ta lắc đầu, nhìn chằm chặp vào chiếc mũ bạc màu và chiếc áo cũ trên người Phil. Ông ta có vẻ không thích những gì ông nhìn thấy và cái nhìn lơ đãng của Phil khiến ông bực mình. Ông ta nói:

- Này ông kia, nhìn gì đó?

- Ông nói với tôi hả? - Phil hỏi lại.

- Ừ, tôi nói với ông.

- Tôi có nhìn ông đâu. Tôi đang suy nghĩ xem mình nên chọn món gì.

- Ồ, vậy tôi xin lỗi ông. Có lẽ ông đúng. Tối nay tôi đã làm nhiều điều sai quấy và tôi không muốn gây thêm lỗi lầm nữa.

Trong khi ông khách mỉm cười khiêm tốn với Phil, một cô gái

mặc áo ấm màu vàng nhạt lấm tấm nước mưa và tuyết, mái tóc bù xù, làn da tái xanh, bước vào tiệm cà phê và đến ngồi xuống ngay bàn của chàng. Tay cô ta cầm tấm phiếu để nhận thức ăn miễn phí. Cô chống khuỷu tay lên bàn rồi rảo mắt nhìn quanh như đang chờ đợi ai. Tờ giấy bạc một đô la nằm cách xa chân cô khoảng hơn nửa thước.

Ông khách say rượu nghiêm trang đứng lên, đi đến quầy trả tiền với tờ giấy tính tiền trong tay này và mớ tiền mặt trong tay kia.

Khi ông ta đi rồi, Phil nhìn cô gái và bắt gặp ánh mắt của cô ta. Hai người nhìn nhau như dò xét với cái nhìn có vẻ thách thức, dường như chẳng ai muốn nhường ai. Bỗng nhiên cô ta nhìn về phía đồng bạc trên sàn nhà và thân hình cô bắt đầu di chuyển.

Phil cảm thấy lo sợ, chàng lao mình về hướng đồng bạc, quỳ xuống đưa tay chụp lấy tờ giấy nhưng cô gái đã tức tốc đưa chân ra chặn tờ giấy bạc và bằng tất cả sức mạnh của mình, cô ta đè chân trên sàn nhà, mặc cho Phil ra sức kéo nhưng tờ giấy bạc vẫn không lay chuyển.

Chàng biết không thể nào kéo tờ giấy bạc ra mà không bị rách. Lúc này chàng có dịp nhìn kỹ chiếc giày cũ của cô và chiếc vớ thủng nhiều lỗ. Chàng biết cô ta đang cúi xuống gần mặt chàng.

- Khó xử quá ha!

Phil vừa nói vừa ngước mặt lên.

- Đúng thế!

Cô gái trả lời, chân vẫn không rời tờ giấy bạc, nét mặt đanh lại đầy vẻ cương quyết.

- Chắc cô muốn đuổi theo ông kia để trả lại tờ giấy bạc này chứ gì?

- Tôi không hề nghĩ thế.

Cô gái nói và mỉm cười, nụ cười vừa trong sáng vừa có vẻ thách thức. Nếu khi ấy cô gái nhấc chân lên một chút lúc hai người đang nói chuyện, có lẽ chàng đã nhượng bộ nhưng đằng này cô ta chỉ chờ lúc Phil đứng thẳng người lên để cô ta có dịp nhích chân cho đồng bạc tiến gần thêm về phía mình. Ý nghĩ có đồng bạc để ngày mai đến tiệm giặt ủi lấy mấy chiếc áo sơ mi khiến Phil thấy vui lên. Chàng nhún vai nói:

- Theo ý cô, chúng ta nên làm gì?

- Còn ông, ông tính sao đây? Cô gái hỏi lại.

- Thôi thì xem như chúng ta đều thấy tờ bạc cùng một lúc. Tôi đề nghị mình nên thấy đồng bạc cắc để xem ai được ai thua.

- Thế cũng được.

Phil lấy trong túi ra đồng bạc, nhìn cô gái trẻ mỉm cười và chàng thấy dưới mắt cô ta có vết bầm tím như thể bị ai đánh nhưng nét mặt cởi mở, và nụ cười dường như thoáng nét hân hoan.

- "Sấp" tôi ăn, "Ngửa" cô thắng nhé? Phil nói.

- Ông cứ để đồng tiền lăn trên mặt bàn, đừng đụng đến nó.

Nàng nói và nghiêng người về phía trước.

- Được rồi, xem đây này.

Phil xoay đồng tiền trên mặt bàn thành một đường vòng cung tuyệt đẹp. Đồng bạc quay vòng quanh những lọ muối, tiêu, dấm và mù-tạt rồi cuối cùng dừng lại trước cái nhìn chăm chú của hai người.

- "Sấp" hả? "Sấp" hả?

Cô gái nói, vừa tiếp tục nhìn như chưa thấy rõ mặt đồng tiền "Sấp" hay "Ngửa". Tâm trí cô ta lúc bấy giờ đang bận rộn về một điều gì kinh khủng lắm, một nỗi thắc mắc dường như chỉ có thể tìm được câu trả lời trên đồng bạc cắc trên bàn.

Khuôn mặt cô ta ghé gần mặt chàng nên Phil thấy rõ giọt nước mắt long lanh trên khóe mắt nhưng cô gái vội vàng quay mặt đi và nói nhỏ:

- Được rồi ông bạn, món tiền này là của ông đấy.

Rồi cô ta nhấc bàn chân lên, cười gượng gạo trong khi Phil cúi xuống nhặt đồng đô-la.

- Cảm ơn cô. Hy vọng trong tình yêu cô sẽ may mắn hơn.

- Có thể lắm!

Cô gái đáp lời chàng, bước về phía quầy hàng và đưa ra tấm phiếu để khỏi trả tiền. Phil vừa quan sát cô gái kéo cao cổ áo choàng còn lấm tấm mưa và tuyết, vừa nhìn đồng bạc cắc nằm gọn trong lòng bàn tay mình và cảm thấy vô cùng hổ thẹn. Chàng lật ngửa đồng bạc cắc, cả hai mặt đều "Sấp" như nhau. Đây là đồng bạc may mắn chàng nhặt được hai năm về trước. Bỗng dưng chàng không nhìn thấy đồng bạc trong tay nữa, thay vào đó chàng chỉ thấy ánh mắt cô gái chăm chú nhìn đồng bạc quay tròn trên mặt bàn. Chàng nghe tiếng thở dài, dường như cô ta đặt tất cả hy vọng của đời mình vào đồng tiền này. Chàng thấy rõ nét mặt cô ta đanh lại và cô mỉm cười tưởng như mình sắp được số tiền đó để rồi cuối cùng cô ta bị chàng đánh lừa mà không hề hay biết.

Cô gái bước ra khỏi tiệm và Phil vội vàng đuổi theo sau. Chàng thấy cô dừng bước trước tiệm bán thuốc lá. Lúc này tuyết lại bắt đầu rơi. Cô gái đi trong cơn mưa tuyết và khi chàng vừa đuổi theo kịp thì cô ta lại cho hai tay vào túi áo và cúi đầu rảo bước nhanh hơn trước.

- Này cô ơi, chờ tôi với. Đi đâu vội thế!

Chàng gọi theo.

Cô gái quay mặt lại nghiêm nghị hỏi:

- Gì nữa đây?

- Cô giúp tôi việc này được không?

- Ông muốn gì?

- Cô làm ơn cầm lấy món tiền này, chỉ có thế thôi.

Cô ta nhìn chàng như dò xét:

- Tại sao vậy? Ông thắng và việc đó đã giải quyết xong rồi. Ông còn muốn gì nữa?

Gương mặt cô gái lộ nét cứng cỏi và trông già hơn lúc nãy ở trong tiệm ăn.

- Không, tôi không thắng một cách ngay thẳng vì tôi đã đánh lừa cô.

Phil đưa tay nắm lấy cánh tay cô gái nhưng cô ta rút tay lại. Chàng ấp úng nói:

- Cô không hiểu sao? Nếu cô không tin, tôi sẽ cho cô xem đồng bạc cắc đó vì cả hai mặt đều "Sấp". Cô thua là chuyện dĩ nhiên rồi.

- Thế tại sao bây giờ ông lại đổi giọng nhân từ?

- Tôi không biết nữa. Lúc nhìn cô bước ra khỏi tiệm ăn, tôi có cảm tưởng hoàn cảnh cô khó khăn hơn tôi nên tôi nghĩ cô cần món tiền này hơn.

Phil nói như khẩn khoản.

Cô gái lộ vẻ ngạc nhiên:

- Này ông, nếu ông muốn lừa gạt tôi thì chuyện đó ông đã làm rồi và có thể tôi biết đồng bạc cắc đó là đồ giả, nhưng...

- Tôi nghĩ tôi rất cần món tiền đó nhưng khi nhìn cô bước ra khỏi tiệm, tôi thấy vô cùng áy náy. Thật tình tôi cần tiền để lấy mấy cái áo sơ mi từ tiệm giặt ủi vì tôi cần một cái áo sơ mi sạch sẽ để mặc ngày mai. Đó là điều tôi nghĩ khi nhìn thấy người khách đánh rơi tờ giấy bạc trên sàn nhà nhưng bỗng dưng cô đến và cô cũng thấy tờ giấy bạc đó. Tôi không kịp suy nghĩ nên lúc ấy tôi chỉ hành động theo phản xạ.

Cô gái chăm chú nghe chàng nói và đưa tay đập nhẹ lên cánh tay Phil khiến chàng có cảm tưởng hai người quen thân nhau lắm và cô gái là người trưởng thành trong khi chàng chỉ là cậu bé con khờ khạo.

Cô ta nói:

- Nè, ông cho rằng một chiếc áo sơ mi sạch có thể giúp ông được sao?

- Tôi nghĩ ít ra nó cũng giúp tôi một bước đầu thuận lợi.

- Có thể lắm! Như thế ông cứ đến tiệm lấy áo sơ mi đi nhé!

- Không đâu cô ơi! Cô vui lòng cầm lấy số tiền này.

- Một cái áo sơ mi sạch cũng chẳng giúp ích gì tôi, ngay cả một món tiền bằng giá chiếc áo sơ-mi ấy cũng vô dụng đối với tôi. Thôi chào ông nhé.

Cô gái nói với nụ cười rạng rỡ và cứng rắn.

Lần này cô ta bỏ đi thật với dáng điệu quả quyết tựa hồ như cô ta đã quyết định một điều gì kinh khủng và tàn bạo lắm, một quyết định mà nếu Phil không lường gạt cô ta và nếu cô ta có số tiền đó có lẽ cô ta không bao giờ nghĩ đến. Chàng lo lắng chạy theo cô gái nhưng bỗng dưng chàng dừng lại vì chợt nhận ra rằng món tiền này thật tình không giúp ích gì được cho cô ta cả. Chỉ có một sự kỳ diệu nào đó may ra mới giúp cô gái thay đổi được số phận mình. Thế nhưng cô ta vẫn sẵn sàng giúp đỡ Phil.

Bây giờ chiếc áo sơ mi sạch sẽ đó trở thành vô nghĩa và món tiền trong tay chàng bỗng dưng hóa ra dơ bẩn. Phil nhìn ánh đèn của tiệm rượu ở cuối đường. Chàng phải làm cách nào để vứt bỏ món tiền này vì nếu không chàng sẽ còn nhìn thấy mãi hình ảnh cô gái bước đi với dáng điệu quả quyết, hai tay đút sâu trong túi áo.

Trương Thị Mỹ-Vân
Dịch từ "The Cheat's Remorse" của Morley Callaghan.

Nóc Nhà Ba Thế Hệ
NGUYỄN THỊ THANH BÌNH

Đêm, vẫn như mọi đêm, người cô bấn loạn nhìn căn phòng ngủ chỉ nổi bật nhất là tấm "ri-đô" trắng bệch như giải khăn tang dần dà quấn trọn đầu, mình, và tứ chi của cô. Cô đang ở đâu đây, tầng cuối địa ngục với diêm vương mắt hí và hai con ngươi luôn bóc trần thân thể cô ra từng mảnh, săm soi đỏ ngầu dâm dục? Hay nơi đây mới chỉ là tầng đầu luyện ngục để mặc định hai con mắt của hắn, vẫn còn là nỗi thèm khát cháy bỏng muốn được vuốt ve, quỳ gối chống tay ăn tươi nuốt sống cô từng đêm.

Địa ngục, luyện ngục, hay trần thế đày đọa… dường như tất cả cô đang từ từ nếm phải. Và cũng dường như, trước khi cô bị Thượng Đế ném phăng đi một đời con gái thanh xuân xinh đẹp, cô đã ôm mộng già hơn chút nữa, cô sẽ trở thành văn sĩ viết truyện diễm tình tha hồ lấy nước mắt của những cô gái đàn bà lỡ thì. Thật tình trong thầm kín, cô chỉ muốn cướp quyền Thượng Đế để được tạo dựng một thế giới riêng cho từng nhân vật của cô. Trong tay mình và trong thần trí sáng tạo, cô có thể cho tình nhân bất trắc bội bạc của mình một đời người tăm tối đáng kiếp, hoặc cô có thể cho kẻ này sống kẻ kia chết, kẻ này hạnh phúc, kẻ kia bị đày ải trong đau khổ…, thậm chí trong cả từng chi tiết nhỏ và cô có toàn quyền định đoạt dẫn dắt, cuốn lôi bất cứ một chuỗi dài sinh mệnh nào. Nhưng bây giờ thì không, nơi đây cô chỉ có thể đóng vai một con điếm không hơn không kém. Hay tệ hơn nữa, cô muốn biến mình thành một nạn nhân bị ai đó bịt mắt hoặc dí súng bắt đi để chỉ hiếp dâm cô mỗi ngày. Lạ một điều, vì một ma lực thói quen cưỡng hiếp kỳ dị mỗi ngày đã khiến con mồi bỗng khi không ôm choàng lấy tai họa đã giáng xuống đời mình ấy thành một thứ "tình yêu" hỗn tạp đến hoang mang. Tại sao cô lại ước gì nạn nhân có thể yêu được thủ phạm như thế?

Không, nhưng nếu kẻ hiếp dâm cô là những cái tên khi cô nghe loáng thoáng chữ được chữ không là A Hủi, A Kặk, A Đù thì ngàn đời cô tưởng chừng mối thù truyền kiếp vẫn chưa yên nguôi.

Không dưng cô bỗng có một liên tưởng khá kỳ cục. Cô thấy mình hao hao giống những cô bé người Trung Đông ở tuổi chớm dậy thì hiền như mực tím, đã sớm bị cắt tuyệt đường khoái cảm, như một tập tục hẳn nhiên không tôn trọng nữ quyền, nhưng chừng như muốn đảm bảo thứ tiết hạnh khả phong vô căn cứ nào đó của giới phụ nữ, dưới chế độ cho phép cánh "đần ông" được lấy bốn bà. Còn nơi cô sinh ra và lớn lên, mẹ cô không phải ghì siết cô đến ngất người để một bà mụ nào đó đè cô xuống và đi một lưỡi dao ngọt ngào cắt đứt mấy đường dây "hoan mê" dưới âm đạo. Chính vùng kín ấy mà giờ cô đã được/bị một môi giới biến mình thành một Vương Thúy Kiều, không hề có tiếng khóc hay tiếng thở dài thương cảm oán hận của Kim Trọng. Lý do cô chưa biết cảm tạ những rung động tình ái là gì, và nụ hôn đầu đời với người yêu có mang vị ngọt đê mê như thế nào.

Đơn giản hơn, người ta chỉ muốn mua một con đàn bà có chút nhan sắc như cô, và đặc biệt với thứ màn trinh mỏng chưa hề bị vá đi vá lại như lời chào hàng của những người mối lái. Một thứ nô lệ tình dục của thời đại mới… kim tiền.

Khi người đàn bà buộc phải lên giường với những gã đàn ông mua dâm, hoặc đơn thuần là một sự chiếm đoạt thanh toán sòng phẳng thì sự việc diễn ra còn tệ hơn công tác của một nữ hộ lý, và chẳng khác gì động tác của những con búp bê "robot".

Có điều hắn tưởng rằng hắn mua một con búp bê với giá hời mà được xài tới 3 "hắn". Bởi cô còn biết chạy thoát nơi đâu, vì trời cao đất rộng không hề muốn nương tay cứu vớt cô.

2.

Và như thế, vẫn có rất nhiều buổi sáng, cô mở choàng mắt ra và kinh khiếp nhìn lại mình. Cô giận những đám nắng rỡ ràng vẫn trườn qua ô cửa một cách vô tình, nhảy múa ngu ngơ. Đời sống vẫn tưởng như trôi tuột bình thường đến lạ lẫm u mê, khi hai gã đàn ông cục mịch là cha và con đã cơm nước quày quả ra đồng. Công việc cô là ở nhà trông chừng lão ông nội, hay nhiều phần cô có cảm tưởng ngược lại. Cô tuyệt nhiên không được bước ra khỏi nhà, và do đó cả ngày lướt thướt trôi qua, cô chỉ được quyền lả lướt từ nhà trên xuống nhà dưới, từ phòng ngủ đi ra, đi vô đụng tới cửa "toilet" nhỏ như cái lỗ mũi. Dĩ nhiên cô phải biến mình thành một cô nội trợ bất đắc dĩ, nhưng cha con họ chỉ muốn cô bắt giùm một nồi cơm đừng khê hoặc đừng nhão. Đồ ăn thì cha con họ thi nhau nấu cách một vài ngày và đại khái một vài món kho rặc mùi ngũ vị hương.

Thật ra cô chỉ đoán lờ mờ như thế, vì người môi giới khi đưa cho cô tấm hình của cậu con đã ca tụng hắn là gã đàn ông chân lấm tay bùn, chân chỉ hạt bột và là một người nông dân tốt bụng với xóm làng. Nhìn chung hắn rất đáng thương, khó kiếm vợ vì chẳng qua phải lo làm ăn, nên phải đi mất mấy tiếng xe cộ băng qua nước láng giềng Việt Nam hỏi cưới vợ là vậy. Hắn đi ro ro như thể là "nước mềnh", đâu cần giấy tờ "visa" như cô khi đi qua nước hắn. Chỉ tiếc hình ảnh một đường, trông hắn một nẻo nhưng cô chấp nhận vì đôi mắt van xin, lấm lút trên đôi vai gầy guộc giàu chịu đựng của mẹ cô. Nhất là hắn nom cũng còn khá trẻ, dù thô kệch xấu xí như bao gã ba tàu bụng bự cô vẫn đụng thấy ở Chợ Lớn. Và thế là cô buộc phải đi theo hắn, thuộc về hắn như một thứ định mệnh tàn nhẫn đang chực chờ rình rập, ẩn giấu sẵn trong mình, sau một thứ hình thức đám cưới chi đó cho một cô dâu đi lấy chồng xứ người.

Nhiều người nghĩ rằng tại cô muốn chọn cho mình một định mệnh như thế, và cứ yên lòng đổ lỗi hết cho định mệnh mà không cần biết một người có thể chống đỡ và thay đổi được phần số của mình. Đổ lỗi cho định mệnh, hay đổ lỗi cho cái nhà nước tồi tệ này đã khiến trai tráng thì cu li, lao động "osin" xứ người, và con gái phụ nữ thì bị đem "gả bán", buôn bán tình dục, làm đĩ khắp bốn phương trời... thì liệu cuộc đời cô có cách chi thay đổi chút nào chăng.

Trong cô dường như giờ phút này vẫn còn đọng lại hai con mắt buồn rười rượi của anh láng giềng đầu ngõ nghèo mạt rệp, đến không có cả một cây đàn gỗ nát để gảy tặng người tình đơn phương khúc hát biệt ly ngày nàng lạnh lẽo sang sông. Dường như trong thầm lặng, đôi mắt ấy đã hơn một lần muốn nói với cô:

"Này cô nhỏ, vì sao cô đành lòng đi lấy chồng xa xứ?"

Hẳn nhiên cô đã chớp mắt thảng thốt nhìn người tình si:

"Nhà em bị dột nát tan thành không ở được, anh không thấy sao? Mẹ lại bịnh, ba cũng không còn để giúp mẹ. Em là con gái lớn nhất, đàn em nhỏ nhít cũng không đủ cơm ăn áo mặc. Em phải thực tế."

Cô còn nghe rõ mồn một tiếng người đàn ông hàng xóm thở dài thườn thượt:

"Đúng rồi, từ đây và cả những ngày sắp đến, dù có yêu em cách mấy, anh cũng chỉ sắm được cho em chiếc nhẫn… cỏ. Một túp lều tranh, hai quả tim chì làm gì còn có trong cuộc đời này?"

Và như thế, cô biến bay ra khỏi xóm vắng như một khởi đầu của thứ định mệnh bi thảm, khắc nghiệt. Hệt như miền đất nước nơi cô không hề có một sự chọn lựa nào đã sinh ra và lớn lên, cũng đang khởi sự một thời kỳ cam phận trong vòng vây nghiệt ngã, nô lệ "mới".

Nhưng cô biết rõ ràng trong cùng thẳm của trái tim, chuyến "sang sông" này không phải là một cú thoát chạy của cô. Mà chính là cô đã cố vùng vẫy để sống trong tuyệt vọng và bây giờ như một quay lốc buộc cô phải nhắm mắt buông xuôi. Chống đối định mệnh, cố gắng vượt qua số phận chẳng qua là một ngấm ngầm hàng phục, vì làm gì có định mệnh để có quyền sai khiến và bắt cô phải thần phục. Sự dịu dàng khép nép tuân theo sự lôi kéo này chẳng qua vì cánh cửa đời nơi đây quá chật hẹp, nghèo đói cho cô chui qua từng ngày. Nhưng chừng như cô bị mắc kẹt giữa nó và không chui qua nổi, nên lần theo lời dẫn dụ của bạn bè để "lên tỉnh" cho những mối lái vẽ lên người mình những con mắt cú vọ, mặc cả, và cô đã thoáng nghĩ "thôi từ đây tôi đã chết đi rồi, nhưng mà ít là cái xác sống này vẫn còn có cơ may giúp được gia đình thoát nghèo trong đường tơ kẽ tóc".

Đã đành cô đến nơi đây bằng hai tay không, đúng nghĩa của hai chữ "vô sản". Của nả cô mang theo cho chuyến hành trình "bội bạc" xa quê hương này chỉ là đôi mắt buồn xo và những cánh vai gầy thụp xuống như già trước tuổi của lũ em ốm đói. Nhưng dường như không ai biết được một con đàn bà bị mua đi như một món hàng là cô có thể giấu sự tởm lợm vào giữa đôi háng của mình.

Lấy chồng qua môi giới đơn thuần chỉ là một cuộc hiếp dâm

được hợp pháp hóa. Hay đúng hơn là cô đang làm đĩ với một người, và trong trường hợp đắng cay khốn nạn của cô là làm đĩ tập thể trong một nóc nhà có ba thế hệ. Thảo nào nơi đây nhìn đâu cô cũng thấy cả một màu tang trắng, kể cả những đám mây trôi ngang đầu ngoài kia cũng là một vành tang bạc nhược.

Rõ ràng chỉ có con nhà định mệnh mới có thể hóa thân đóng vai lọc lừa, lấp liếm tưởng đến đất nước thảm sầu của cô, mà chỉ khi cô bỏ đi, cô mới thấy quan tâm đến nó nhiều nhất, như một sợi dây thiêng liêng cô không thể đoạn lìa dù ngậm ngùi tan hoang. Cô tự hỏi: tại sao lại manh tâm chọn mai mối kiểu gì, để cô phải lọt thỏm vào đúng "nóc nhà hôn nhân" khốn nạn mà cả cha, con và ông nội đều thay phiên nhau phủ phê trên thân xác một người phụ nữ Việt Nam da vàng xanh mướt đến là tội nghiệp. Ba-thế-hệ, nghe sao mà giống nơi cô ở và được dưỡng nuôi bằng những câu ca dao của mẹ, rồi lớn lên trong nước mắt chỉ vì nơi đó cũng đã có ba thế hệ cưỡng chiếm như thế: 1945, rồi 1954, tới 1975. Không phải những ngày ba cô còn sống cũng đã than thở và chỉ biết than thở với mộng lớn, mộng con bất thành, khiến mẹ cô luôn luôn thở dài vì thứ tâm bệnh mà suốt đời ba cô cưu mang.

Bao giờ cũng vậy, buổi sáng nơi đây khi cô choàng mắt, hai cha con với người cha là người đàn ông góa bụa và cậu con trai là một tên hâm hạng nặng, suốt đời chưa cầm được bàn tay của bất cứ đứa con gái nào, nói chi là gái đẹp như cô thì họ cũng đều ra khỏi nhà cùng một lúc. Ở nhà như thế để canh chừng từng bước đi của cô, là ông nội của "thằng hâm" với cả một trăm ngày dường như chưa đụng gáo nước nào, mà lại mắc bệnh "nách kỳ chưởng" kinh khiếp khiến người đối diện không bị xâm xoàng chóng mặt và cần thuốc chống ói đã là lạ. Một thứ ngợm như thế lại có quyền mò mẫm, vuốt ve từng phân vuông da thịt nõn nà của cô thì đúng là cô đang bị rớt xuống tầng cuối địa ngục của nhục hình lở lói và tởm lợm.

Tiền bạc đúng là một sứ giả mắt mù, nhưng nó có bàn tay bí mật sai khiến. Còn nhớ gã trùm du đăng khét tiếng Năm Căn đã từng phán "cái gì không mua được bằng tiền, sẽ mua được bằng nhiều tiền", và cô chợt rùng mình nhận ra người ta đã mua cô như một món hàng trong phiên "chợ đời" có kinh tế thị trường định hướng XHCN chi chi đó.

Ồ, mà cô đang nói gì thế. Sao lúc nào đầu óc cô cũng váng vất như một người mắc chứng nhức đầu kinh niên. Có cả một ngàn tiếng búa bổ trong đầu, khiến cô có cảm tưởng bát nháo như tiếng đập kinh hoàng của một kẻ bị nhốt trong quan tài không còn được ai nghe thấy. Chắc cô đang ở dưới hầm mộ tối, và con đàn bà đang nằm ngửa tênh hênh như thế này là quỷ nhập tràng thật sao.

Người mối lái thì lại bảo rằng cô hên lắm mới được lọt vào mắt xanh của hắn, khiến hắn phải trả một giá cao hơn bình thường để thủ tục "mua bán" được tiến hành nhanh hơn, trước khi con mồi là cô có thể đổi ý vào phút cuối. Công việc của cô theo như sự chỉ bày hay trình bày của bà môi giới là "làm vợ", là thuộc quyền sở hữu của một tên "đần" ông tỉnh lẻ nông dân hiếm vợ và thèm vợ. Nghĩa là mỗi ngày khi màn đêm buông xuống, cô được tọng đầy một bát cơm đầy cá thịt để sau đó là giờ tắm rửa tẩy trần, và biết điều thì ăn cơm Chúa phải múa may trần như nhộng cho hắn mua vui, thỏa mãn.

Trời ạ, không hiểu sao mạch máu căng phồng dê xồm trong người thằng hâm quá tợn… Đàn bà như cô lẽ nào chỉ là một thứ kiếp ngựa hồng chuyên cưỡi đàn ông. Mà cho dẫu cô có nằm đơ như một tảng đá, một bộ phận sinh dục bằng máy thì từ thằng hâm, cho đến lão bố, lão nội đều là một lũ có thừa máu dê để sẵn sàng xơi tái cô như một con mồng béo. Còn cô, cô nghĩ mình chỉ có thừa máu kinh, máu tháng để chực chờ một ngày thật gần sẽ vấy hết lên mặt bọn lừa lọc mê gái.

3.

Thật ra trong căn nhà này, cô cũng chẳng khác gì một cô gái vừa câm vừa điếc. Cha, con, ông nội chúng nó nói gì trong những bữa ăn và nhìn chòng chọc vào người cô, cô nào có hiểu. Nơi đây vì thế bốn bề đã vắng ngắt, lại càng trở nên hoang vắng hơn và cô biết tìm đâu ra một bàn tay ân huệ để cứu vớt mình, những khi cô muốn thoát bay, biến mất. Mỗi đêm cô chỉ lỏm bỏm nghe tiếng rên thống khoái của bọn hắn, kèm theo màn dạo đầu dăm ba chữ: "Ôi em đẹp quá… đẹp quá."

Phải, cô đẹp nên định mệnh thích trêu chọc giỡn mặt với hồng nhan. Cũng như khi cô vừa có ý định biến bay đi, thì giọt máu của lũ hiếp dâm này lại tượng hình trong người cô. Cô biết làm gì bây giờ. Không lẽ lại đi tiếp con đường thiên lý mịt mù gió bụi này. Cô bỗng nghĩ, tại sao có những người sinh ra đời như cô và những thân phận bé mọn Việt Nam khác lại không thể tìm thấy cho mình một nơi chốn xứng đáng để dung thân?

Kể ra thì cũng thật khó trả lời câu hỏi tại sao lại như thế này mà không như thế khác. Buồn cười hơn là tại sao nơi đây không thể xảy ra một án mạng, mà người nhảy lầu cũng chính là cô, khi nhìn quanh quất ở đây cũng đâu có lầu mà nhảy.

Nghĩ cho cùng, cô sẽ phải kiếm cho mình một cách để thoát đi. Sao cô thích quá những con chim tình cờ ca hót một mình đâu đó ở trên cao. Cô muốn được ca hót như chim và bay đi tự do như chim. Cánh chim thần tiên của ngày đời con gái trong cô đã gãy cánh, và không lẽ cô sẽ bị rỉa sạch cánh sạch lông ở đây. Ôi, ngày nối ngày sao chỉ còn cô trong hai tay cô đơn đến thảm buồn.

4.

Vậy mà hôm đó trời bỗng chiều cô nên mưa. Từ hôm cô có mặt đến giờ đã mấy tháng ròng rã, cô chỉ thấy trời nhả ra những tia lửa màu cam như ở địa ngục. Kể không tội lâu lâu cũng có những cọng nắng vàng dịu vợi thả óng ánh trên con rạch vắng, sau căn nhà "ma chê quỷ hờn" này. Lạ một điều cô không hề thấy ai dám bén mảng đến đây, kể cả bác đưa thư hay một người chòm xóm tốt bụng ghé thăm. Tuyệt nhiên vắng như hình ảnh của một quá khứ mù mờ đã xa tít.

Không dưng cô thèm được nhìn thấy mưa rơi và để được khóc một trận nhớ nhà, nhớ Việt Nam đã đời. Cô nhớ lại, khi cô ra khỏi Việt Nam thì trời đất cũng bỗng ngậm ngùi, sụt sùi cơn mưa đổ xuống bất ngờ như thế. Để cô được khóc cùng mưa mà mẹ cô, em cô nào có hay biết. Để nước mắt của cô dâu rời xa quê mẹ, trộn lẫn với nước mắt thương cảm của trời đất thì cũng đỡ tủi thân cho riêng mình. Và cô đã đi như một cái xác vật vờ không hồn chỉ vì nơi cô sinh ra không còn đất sống cho gia đình cô. Cô nuốt những giọt nước mắt đoanh tròng vào ngực và tự nhủ sẽ không bao giờ còn khóc được nữa.

Hôm đó, buổi chiều và trời mưa cũng như quê cô vẫn hay có những cơn nắng sớm mưa chiều như thế. Điều này dường như càng gợi thêm những toan tính âm ỉ trong lòng cô bấy lâu nay.

Cô thấy mình phải đứng dậy làm một điều gì đó. Chẳng hạn như cô muốn chắp cho hai vai mình một đôi cánh. Chẳng hạn như cô muốn chính mình phải tự tập bay cho nhuyễn, để bất cứ một tay thiện xạ nào cũng không thể bắn trúng cô được. Cô biết mình sẽ bị trầy trụa và té lên té xuống cả trăm cú, trước khi có thể chập chững tung mình lên. Nhưng liệu điều này có ăn nhập gì, khi cô nhìn lão ông nội và ra dấu chậm rãi:

"Trời mưa và tôi muốn được ra tắm mưa."

Lão ông nội trố mắt nhìn cô tỏ vẻ ngạc nhiên, rồi xổ một tràng tiếng Tàu xí xố nghe bắt mệt, nên cô đoán lờ-tờ-mờ qua cử điệu lắc lư cái đầu... lâu:

"Không được đâu. Cô phải ở trong nhà thôi. Trời mưa chắc cha con chúng nó cũng sắp về rồi."

"Mặc kệ lão già", cô nghĩ vậy là hốt dưng cô thấy hai vai mình như mọc cánh. Sức mạnh của sự liều lĩnh bất chấp, khiến cô thoát ra khỏi nỗi sợ hãi sẽ bị túm giữ lại một cách dễ dàng.

Cô càng bình tĩnh bao nhiêu thì lão càng tức giận bấy nhiêu, và cô nhận ra lão đang bị bệnh tim mạch nặng.

Quả đúng như lão dự đoán, có lẽ vì trời mưa nên cha con họ cũng chợt về đến nhà sớm hơn bình thường. Khi không cô bỗng nghĩ ở quê nhà, một thứ gái điểm hạng sang có thể chém ngọt gã đi khách tới vài chục ngàn đô-la xanh trong vài giờ đồng hồ, sao lũ này lại "mua 1 được 3", mà lại còn với giá mạt hạng chia chác với công ty môi giới, cho một đời người cô sẽ phải trở thành một con đàn bà khác tồi tệ, máy móc, và biến thái đến nỗi đời sống hoàn toàn không còn thuộc về mình nữa.

Ai chẳng biết trong mỗi con người Việt Nam lúc này đã luôn thủ sẵn một cuộc tản cư, tháo chạy cho chính mình và gia đình, và chỉ chờ những que diêm những cơn gió chướng là có thể nổ tung như quả bom hẹn giờ và gài sẵn nút bấm.

Cô cũng sẽ phải nổ tung ra nơi đây, hệt như những tiếng pháo hồng kệch cỡm đã xé bung xác đời cô con gái. Hai cha con nhà này đang lúng phúng lùng bùng cái gì trong miệng và cô hoàn toàn không hiểu họ đang nói gì, ngoài những nét lộ mặt hoảng hốt như sắp đánh mất cô khiến cô bỗng chợt buồn cười quá đỗi.

Người sẽ phải bị đánh mất là bọn họ, chứ không còn là cô nữa.

Đêm nay cô nhất định sẽ không nghe, không nhìn, không thấy gì hết, mà chỉ còn dâng lên một nỗi ám ảnh rợn ngợp là phải thanh toán cho xong món nợ này. Không nghe tiếng ú ớ van vỉ, không nhìn bóng dáng quì mọp thảm thiết, không thấy những bờ môi trắng dã sùi bọt mép. Cô đã bảo cô chán ghét những thứ nước gì nhiễu nhãi, trắng trắng màu tinh dịch hoặc như một bãi đờm. Nhưng mà cô biết ai cũng cần "chất nước" cả. Có điều đại loại nước mà dơ như vậy, thì cô biết lấy gì để rửa cho sạch đây.

Nghĩ là làm, cô nhanh chóng biến thành một cô gái bia ôm thành thạo trong quán rượu. Nơi đây mỗi buổi tối cơm nước phủ phê sau một ngày cày bừa mệt nhọc, hai cha con này có nguyên một hũ rượu thuốc ngâm đủ loại chất cường dương bổ thận, để thay phiên nhau tu một vài ly lấy sức lấy xung. Lần này cô muốn phục rượu cha con hắn, còn lão ông nội vốn bị tim mạch nên cũng chẳng cần say xỉn vẫn sẽ phải… chết ngất, chết tất trên người cô đêm nay.

Tóc cô dài mượt, và cô nhớ mẹ cô vẫn hay mua cho cô một hai cây trâm nhựa cài tóc. Cô nhắm mắt lại và nghĩ đến những cây trâm đẹp bằng xà cừ hay kim cương ngọc ngà của tài tử Tàu Trịnh Phối Phối, nhưng chính cô ta cũng không hề sử dụng nó để cứu người tình Lý Tiểu Long và để cả thế giới biết được câu chuyện anh chàng tài tử nổi tiếng họ Lý điển trai đã chết trên lưng nàng.

Vâng, tối thiểu cô cũng sẽ tặng cho lũ ngợm này một cái chết ngất người khá… thần tiên, không phải vậy sao? Thượng mã phong là cái quái gì mà nguy hiểm thế.

Cho đến lúc này, lúc hoàng hôn vừa rớt xuống phủ ngợp đời cô, trong nóc nhà có ba thế hệ đang thi nhau "quần thảo" cô, thì có một tên trẻ nhất đã mê man gọi tên cô rồi tắt lịm, và tắt lịm.

Nắng và vẫn là những cơn nắng rỡ ràng nơi đây, trời sẽ sáng trắng trở lại để mang nắng lên cao, lên cao vút trên những đỉnh cây. Trời ở quê cô cũng sẽ phải xanh và bát ngát một niềm hy vọng không còn ba thế hệ chết bầm tiếp diễn. Trời ạ, bán trôn nuôi miệng chắc đỡ hơn bán miệng nuôi trôn gấp bội phần. Nhất là nếu phải bán đi những thứ không thuộc về mình, thì quả là… hết thuốc chữa.

Với cô, cơn mưa đã dứt và phải dứt hôm qua và hôm nay trời lại sáng, phải sáng. Cô choàng mắt thấy mình làm ướt gối, như vừa trải qua một cơn mơ dữ…

Nguyễn Thị Thanh Bình

Tiểu Nữ
HẠ QUỐC HUY

Hận tình.
Ta gánh, em mang
Đường chia lối rẽ: sông nàng. Sóng ta

Hận đời. Bắn cái đào hoa
Buông dây. Tên lạc. Cắm qua tim mình

Hận ta.
Tiểu nữ lặng thinh
Nâng đao. Ứa lệ. Lưu tình. Dừng tay

Hận ta.
Che mặt ngang mày
Phong nhan sắc lại, muộn ngày hắt hiu

Ơn em cởi áo lụa điều
Run tay hệ lụy giữa chiều gió lơi. ■

Chim Xanh Rỉa Tuyết
MEM NGUYỄN THỊ

chân nhảy nhẹ nhàng
   tuyết vờn trinh bạch
trắng lòng son
   hay trắng cả thiên thu
dấu chim nhỏ
   khêu sướt hồn viễn khách
chiều cũng im như
   cánh sạ sương mù

đôi cánh nào
   nghiêng bên mình tội nghiệp
vài cọng lông xanh
   không đủ ấm thân non
chiều vàng vọt
   mặt trời ngân hồ điệp
chim gẫy bóng mờ
   cho thơ rớt mỏi mòn

về nữa không
   mùa xuân nào hấp hối
và mùa đông em
   dài trắng cả phím ngà
chim ơi mắt nhỏ
   vần vũ mây qua vội
bên lưng đồi
   rỉa nát nghiếu bóng chiều tà. ∎

Buốt Mùa Không Nhau
BIỂN CÁT

Em về
Ru lại tình xa
Một đồi cỏ dại
Đã nhòa dấu chân
Hoa run rẩy đóa
Tần ngần
Rụng từng cánh mỏng
Quyện vào gió đông.

Em về
Ru với mênh mông
Nghe tình như đã
Rêu phong rã rời
Sóng va ghềnh đá
Bời bời
Ầm ào biển động
Cuốn tình lưu vong.

Em về
Ru khúc hư không
Tình còn mấy thuở
Mà chông chênh sầu
Ngày đông
Hiu hắt mưa mau
Một bờ vai ướt
Buốt mùa không nhau. ∎

Cuộc Rượu Vỉa Hè
ĐỖ THƯỢNG THẾ

Đó là dòng sông lộng lẫy
Trôi qua cuộc rượu vỉa hè

Ánh sáng bãi đồng tuổi dại hắt lên mấy gương mặt đen nhánh
tựa đồng hun
Đàn bướm trắng phơ phới bay ra từ đôi mắt mở to

Bỗng chốc mọc lên giữa thành phố này những ngôi nhà mái lá
đơn sơ mọc lên cây rơm, cây mai vàng, hàng giậu biếc…
Cũng bụi lầm rác rưởi áo cơm mọc lên những vì sao trong veo
đỉnh suối

Mọc lên vầng trăng chín mọng
Thơm thì gái quê

Bếp lửa đầu năm nhóm trong lồng ngực
Tha phương tro khói phập phồng

Con nắng triền đê ngâm trong chai rượu đế
Rót chén đồng hương ngây ngát phù sa

Ngửa mặt chạm mây
Kha à à… tiếng chim lảnh lót trên ngọn ngô đồng bến cũ. ∎

Là Một Cơn Say
ĐÀO MINH TUẤN

Đọng trong ký ức nỗi đau
Buồn tênh nỗi nhớ phai màu
Tịnh tâm trong từng cơn gió
Tình trần lạnh buốt canh thâu

Ngoài sông con chim bói cá
Nghiêng sầu hắt bóng sương sa
Tìm chi trong lòng con nước
Tan ra thành sóng thôi mà

Chênh vênh cành cây sáo sậu
Theo tình bỏ nhánh sầu đâu
Sang sông thôi đành bước vội
Thinh không một nốt nhạc sầu

Đêm mưa bên khung cửa sổ
Có người gặm nhấm hư vô
Con tim từng ngăn lõa thể
Phơi trần bằng những câu thơ

Ký ức không nắm trên tay
Thì thôi sống tận phút này
Ngày mai mặc đời trôi nổi
Cuộc đời là một cơn say... ∎

Thời Gian Không Thể Để Dành

HÀ THIÊN SƠN

Thời gian không thể để dành
Không tiêu cũng hết biết đành vậy thôi
Nhủ lòng đừng quá xa xôi
Tâm an là lúc thảnh thơi vô cùng.

Mặt trời đã ngả sau lưng
Hoàng hôn đang đến trên từng bước đi
Nặng lòng với những sân si
Làm sao thấm được từ bi nhiệm mầu.

Cuộc đời qua mấy bể dâu
Hồn nhiên như bước chim câu nhẹ nhàng
Hoa thơm có lúc phai tàn
Tuổi xuân đâu cứ bạc vàng là mua.

Vô tình những lúc ầu ơ
Thời gian lặng lẽ có chờ ta đâu
Đôi khi như nước qua cầu
Ngộ ra làm xót mái đầu pha sương! ∎

Du Xuân
MỘNG HOA VÕ THỊ

Hãy để cho em nhuộm nắng vàng
Nghĩ đời mình cũng được du xuân
Tình như vết cắt không lành lặn
Ngày lại ngày xô lệch thời gian

Có phải xuân không còn sớm nữa
Chầm chậm tàu ga cũ mất rồi
Đi hay đến đều như nhau cả
Chỉ là đưa đón giúp vui thôi

Xin nắng vàng xuân đón lấy em
Chỉ cần chút ấm đủ nguôi quên
Bàn tay mỏi lòng ta cũng mỏi
Mong gì nắm lấy cõi bình yên

Có phải xuân đang còn buốt giá
Hơi hướm mùa đông chẳng chịu tàn
Nên nắng cũng vô tình xa lạ
Không nhuộm son vàng em với anh. ■

Tết Của Ngày Xưa
HUỲNH LIỄU NGẠN

năm đó mẹ mua hai thúng nếp
gió chiều tháng chạp rét căm căm
còn mấy ngày thôi là đến tết
chạy đôn chạy đáo không kịp nằm

chú vện sủa hoài chưa chịu ngủ
bên thềm gió tạt lạnh hơi xuân
ngoài hiên mưa phùn nghiêng nghiêng mỏng
chỉ vừa cho chị đứng bâng khuâng

nhà ai thơm lừng hương củi mục
trong gió bay theo mùi nhang trầm
ngó như tết đã sắp kề cận
cành mai chờ nở nụ đầu năm

tối ba mươi trời đen như mực
văng vẳng đâu đây tiếng đì đùng
thấy gió xuân tràn bên bếp lửa
của nồi bánh tét cùng bánh chưng

chợt thấy lòng mình xao xuyến quá
khi cả đất trời rộn ràng vui
chú vện vẫy đuôi không sủa nữa
tới nằm bên cạnh đống tro vùi

tết của ngày xưa của ngày xưa
cả nhà đều thức đón giao thừa
năm đó mẹ tươi và trẻ nữa
trẻ như màu nắng mới bên chùa

cứ thích mùa xuân đừng đi vội
để ngồi bên bếp lửa hồng tươi
ngồi bên cạnh mẹ cầm tay mẹ
ấm áp tình thương cũng đủ rồi

năm đó mẹ gánh hai thúng nếp
gánh cả mùa xuân về tận nhà
một đàn chim én bay ngoài ngõ
rung nhẹ hàng cau buổi chiều tà. ∎

03/01/2021

Rất Thật Trong Ý Tưởng
KHALY CHÀM

xối từng chùm ánh sáng lên đầu cái bóng
sự tan chảy trắng đẫm vào ý tưởng
những đốm màu thời gian hoại thư dần hiện ra
xòe tay cho gió đông bắc tạm trú
ảo ảnh ngả ngớn giữa hai đường tiệm cận
chúng không hề cũ, luôn tạo ra vô vàn hiệu ứng
hỗn sắc tỏa rộng lập lòe rồi biến mất
ngày tháng cạn nhanh thật sao
hãy ký họa đường vòng luẩn quẩn em nhé
khi những con chữ cong mình theo sợi nắng
câu bóng chúng ta
tắm gội đức tin bằng ánh sáng hằng mong thanh sạch
như nhiên lòng nghiêm cẩn
từng chùm hạt lượng tử trương nở diệu kỳ
những hồn linh vô tính trở về
ve vuốt những đóa hoa trương nở
tôi thầm biết ơn lời nói trong suốt. ∎

Em Trở Về Cùng Với Mùa Xuân
LÊ THANH HÙNG

Em đã về và bươn chải như xưa
Chợ sớm, chợ chiều suốt ngày tất bật
Em gánh cá trong dông chiều lất phất
Chấp chới chiều xanh, mây xám phỉnh lừa

Bao nhiêu năm lận đận ở quê người
Quay quắt nhớ hàng dừa cong bãi vắng
Đơn côi đứng, trải mình nghiêng biển lặng
Vẫn thì thầm, cố réo gọi người ơi...

Biển lở ở đây, bồi lắng nơi nào?
Xa xôi lắm, nhịp đời còn vay, trả
Gánh nặng treo nghiêng đoạn tình chắp vá
Nồng nàn trôi, con sóng chạy lao xao

Đường vắng bừng lên lấp lóa ánh đèn
Người khách lạ, bước lơ ngơ trên phố
Chiều vội buông lơi, sắc màu loang lổ
Chập choạng đường xa, trĩu nặng rối beng

Sóng sánh chiều đêm, em bước vội vàng
Con đường thân quen, cháy lòng khấp khởi
Biết đâu đó, còn có người đang đợi
Gió lay mùa, hình như xuân đã sang... ∎

Tảo Mộ
LÊ THỊ NGỌC NỮ

Cuối năm đi tảo mộ
Nơi nghĩa trang buồn thiu
Xơ xác vàng cháy cỏ
Nhang khói ngẩn ngơ chiều

Có thương tiếc thật nhiều
Người vẫn nằm lại đó
Cành hoa sứ liêu xiêu
Buông lơi từng cánh nhỏ

Mùa xuân đưa cơn gió
Ngang nghĩa trang rộn ràng
Người người đang làm cỏ
Sơn phết mộ khang trang

Có một nấm mồ hoang
Hắt hiu buồn lạnh vắng
Nghe lòng bỗng xốn xang
Nén hương trầm kính tặng

Nhạt nhòa vương vạt nắng
Tôi đánh rớt vần thơ
Nghiêng nghiêng trong khoảng lặng
Hỏi đâu thực đâu mơ? ∎

Không Đề Cho Một Chuyện Tình

NGUYỄN DẠ QUỲNH

bước lại gần - ôm - và níu chặt
rất sợ
mai tình vỗ cánh bay
rất sợ
bỗng dưng mình lạ mặt
rất sợ
một ngày em liêu trai
bước lại gần em - và đừng khóc
một lần
vậy nhé
một lần thôi
khép mắt giữ tình thêm chút nữa
tay níu bàn tay bỗng rã rời

đừng chạm - sẽ đau lòng quá khứ
tình cũng dùng dằng bước tới - lui
đừng chạm - bởi vì trăng sẽ vỡ
để bước tình quay gót - ngậm ngùi ■

08.01.2021

Charlie - Cao Điểm 1015

BẠCH X. PHẺ

Xin cầu nguyện cho những ai đã nằm xuống ở các huyện: Sa Thầy, Ngọc Hồi và Dakto trong chiến tranh.

Những nỗi đau chiến tranh mất mát
đã hơn nửa thế kỷ qua
còn nguyên hay vơi đi, gần hay xa
chúng ta, Có Mặt Cho Nhau, về đây
cầu nguyện cho cả đôi bên
siêu thoát
những khổ đau, hận thù và phiền não
bay vèo như gió thoảng mây bay
trên đồi Charlie (Sạc Ly)
Qua đi, qua đi
Cầu xin an lành
Cầu xin siêu thoát

Gate, Gate, Paragate, Para Sam gate Bodhi Svaha.

Yết đế, Yết đế, Ba la Yết đế,
Ba la Tăng Yết đế, Bồ Đề Tát Bà Ha.

Đi qua, đi qua. Đi qua bờ bên kia,
Đã đi qua đến bờ bên kia, reo vui!

Gone, gone. Gone beyond, gone far beyond. Awaken, Rejoice. ■

Tượng Lũa Kontum
ĐỖ ORCHID

Ta áp tai vào ngực tượng
Nghe tiếng thở dài cao nguyên
Ta sờ tay lên từng thớ gỗ tượng
Nghe tiếng đại ngàn huyền bí thời gian
Ta nhìn sâu vào mắt tượng ưu tư xa vắng
Thấy thế sự xoay vần lịch sử tháng năm
Ta nhìn lên vai tượng
Thấy gồ ghề gồng gánh nợ thế nhân.

Gió Đã thổi qua thân này ngàn ngọn
Nước Đã ngâm buốt thân này triệu triệu hạt bazan
Lũa thân gân guốc ngàn đời còn đây tượng
Hồn đại ngàn
Bàn tay nghệ nhân nào tạo tác giữa nhân gian
Thánh giá uyên nguyên thời gian tắm gội
Đẫm an hòa
Vườn Thiên Chúa ngự Chân tâm. ■

Đến Chiêm Bao Cũng Hẹp
HÙNG NGUYỄN

Ngày buồn như lịch sử
Đêm buồn thương bể dâu
Chiêm bao ai nấy giữ
Đừng để lạc vào nhau.

Chỉ một đầu nỗi nhớ
Bên nớ đã quy hàng
Trăm năm ta trắc trở
Thắp đèn chi, dở dang.

Mây một trời hai đất
Nắng một sáng hai chiều
Tình một hư hai thật
Người một vững hai xiêu.

Lòng chiêm bao mấy rộng
Không có chỗ ta vào
Đứng nhìn người say mộng
Buồn, thở dài thiết tha.

Đêm dài như kinh thánh
Buồn chảy như thiên hà
Đèn thắp chi đỏng đảnh
Xanh mướt, buồn người ta.

Chiêm bao còn xa lạ
Mơ cũng chẳng ra hồn
Chợt hay mình bất quá
Đứng bên ngoài càn khôn.

Đến chiêm bao cũng hẹp
Có chỗ nào riêng ta?
Đếm chi từng đơn kép
Gần thì gần, mà xa... ∎

Mùa Xuân Ở Đâu

XUYÊN TRÀ

Gởi Nguyễn Vy Khanh
Về: Mộng Hòa

Đời hỏi tôi- mùa xuân ở đâu
Bến sông- nước vẫn chảy qua cầu
Sương phai cánh én mờ quê cũ
Và buổi xuân thì đã vó câu

Hoa hỏi tôi- mùa xuân ở đâu
Kể từ trong mộng- những đêm thâu
Giỏ hoa dành dụm- xưa còn thắm
Nhớ thương- sợi tóc- bạc- trên đầu

Trời hỏi tôi- đất nào mai táng
Bước chân đi đến cuối cuộc đời
Dạ thưa- quá khứ tôi còn nhớ
Chỉ khác tương lai khó trả lời

Người hỏi tôi- bao giờ trở lại
Những con đường hạnh ngộ tâm duyên
Cứ đi sẽ thấy hoa còn nở
Trên nhánh yêu thương nụ ước nguyền

Tình hỏi tôi- năm cùng tháng tận
Rượu tân niên khản tiếng gọi mời
Xuân kỳ ngộ trái tim còn đập
Vẫn như xưa- chẳng khác tuổi đời

Em hỏi tôi- mùa xuân ở đâu
Đừng nghe thêm nữa- tiếng ve sầu
Sẽ như nguyên mộng trùng dương gọi
Ngàn sóng ru tình… cuộc bể dâu. ∎

Ở Cà Phê Ký Họa

TRẦN TRUNG SÁNG

Không biết nên gọi nơi ấy là quán cà phê hay là một phòng tranh cho đúng nghĩa? Bởi trong không gian chừng hơn 50 mét vuông, hai bên có trưng bày vài chục tấm tranh nghệ thuật kích cỡ lớn nhỏ xen lẫn, còn cuối vách tường phía chính diện lại là một quầy gỗ theo kiểu quầy *bar*. Một cô gái xinh xắn ngồi sau quầy làm công việc thu ngân và kể cả giao dịch tiếng Anh khi có du khách nước ngoài ghé qua xem tranh hoặc dùng giải khát. Bên hông cửa quán, mới đây lại dựng một tấm biển pa-nô nhỏ ghi "Cà phê ký họa". Thôi thì cứ hãy gọi nó là Cà phê ký họa cho đơn giản vậy!

Chúng tôi nhóm họa sĩ chuyên ký họa chân dung đường phố, gồm những sinh viên mỹ thuật tốt nghiệp chưa có việc làm ổn định và kể cả sinh viên kiến trúc đang học năm cuối tụ tập về đây theo lời mời của người chủ - họa sĩ Hồng Hồng. Buổi đầu tiên gặp gỡ, ông Hồng cho chúng tôi biết: "Thực ra ý tưởng ban đầu của tôi là muốn xây dựng nơi này thành một *Gallery* tranh nghệ thuật. Nhưng với hướng đó thì dăm ba tháng mới bán một bức tranh sẽ rất buồn tẻ và dễ nản lòng. Trong khi phòng tranh đang nằm trên một đoạn đường du lịch trọng điểm, đầy sôi động. Vì vậy, tôi muốn mời các bạn đến đây hợp tác. Chúng ta sẽ cùng nhau xây dựng nơi này thành một Cà phê ký họa, vừa là địa điểm vẽ chân dung du khách trong và ngoài nước, vừa là nơi sinh hoạt kiểu câu lạc bộ để các bạn trau giồi nghề nghiệp…". Theo kế hoạch của họa sĩ Hồng Hồng, trước mắt chúng tôi cứ làm công việc của mình, không cần thường trực tại quán, khi có nhu cầu thì quán sẽ gọi điện theo phiên luân lưu. Về lâu dài, họa sĩ Hồng Hồng sẽ làm thủ tục đề xuất thành phố xây dựng dự án "phố ký họa du lịch", xí phần hẳn đoạn vỉa hè tiếp nối giữa hai ngã tư phía trước quán để bố trí chúng tôi ngồi ký họa…

Kế hoạch là như vậy, nhưng dường như chỉ được vài tuần đầu tiên, họa sĩ Hồng Hồng thường xuyên lui tới huy động những khách hàng quen biết của ông hưởng ứng công việc ký họa, khiến chúng tôi thật hăm hở, phấn khích, tự nguyện sẵn sàng bám trụ, không "đánh bắt xa bờ". Dần dần thời gian về sau, hầu như ông phó thác hết mọi việc quản lý, giao dịch cho cô gái tên Lam - ngồi sau quầy lễ tân. Về quyền lợi, mỗi bức ký họa chân dung chúng tôi được hưởng nhích hơn giá ngoài đường phố một chút, tức khoảng 200 ngàn đồng/bức, còn lại Cà phê ký họa lo việc khung, gương và nhận của khách bao nhiêu là việc của Lam, chúng tôi không cần quan tâm. Theo cách thức đó, chúng tôi có thể xoay xở công việc bên ngoài mà vẫn gắn bó với Cà phê ký họa thuận lợi.

Phải công nhận Lam là một cô gái thông minh, chỉ sau vài tuần tiếp cận với nhóm họa sĩ ký họa chúng tôi, cô đã nhanh chóng phân loại được sở trường sở đoản của mỗi người. Chẳng hạn đối với những khách hàng khó tính, thích vẽ ký họa chân dung theo loại truyền thần hoặc vẽ theo ảnh thì cô thường chọn nhóm sinh viên kiến trúc. Đối với những khách hàng có yêu cầu bắt nét tốc hành hoặc pha chút sắc màu lãng đãng, thì cô gọi nhóm sinh viên mỹ thuật. Tuy nhiên, có thể cũng vì lý do đó mà tôi bị xếp vào loại ít được nhận việc thường xuyên hơn so với anh em đồng nghiệp.

***

Tháng Chạp. Đất trời, hoa lá chừng rất xôn xao. Nhưng công việc của tôi vẫn chưa thấy sáng sủa hơn là bao! Một buổi sáng, còn đang phân vân định chạy xe vào phố cổ Hội An theo lời rủ rê của mấy thằng bạn trong đó, bất ngờ tôi nhận được cuộc điện thoại của Lam:

- Anh ơi, đến ngay có việc cho anh đây?

Tôi hỏi:

- Khách Tây hay Ta? Có hay ho chi không mà nhớ tới anh?

- Là khách Ta, nhưng em nghĩ việc này chỉ có anh phù hợp nhất.

Tôi nhanh chóng xuất hiện trước cửa Cà phê ký họa. Quán vắng. Một cô gái tóc dài ngang lưng, khuôn mặt trái xoan, da trắng, đôi mắt tròn xoe ngồi nhìn xa xăm… bên ly nước. Tôi bước vào lập tức sẵn sàng mở cặp xách, chuẩn bị giấy bút. Lam nói:

- Cô bạn này là khách du lịch từ miền Nam ghé qua, cần anh ký họa chân dung nhanh một tí, vì chừng vài chục phút nữa, người gia đình bạn ấy sẽ quay lại đón đi luôn.

Tôi kéo ghế ngồi cách người khách ở một giới hạn chừng mực đủ để bắt góc nhìn theo thông lệ. Cô ta vẫn không nhìn về phía tôi, nhưng giọng chào hỏi niềm nở:

- À chào mừng họa sĩ đã đến. Em tên là Giang. Tình cờ ngang qua đây, nghe người nhà bảo có quán ký họa chân dung, nên em muốn có một bức để kỷ niệm. Xưa nay em chỉ được chụp ảnh, chứ chưa được ký họa bao giờ…

Tôi bắt đầu cho xấp giấy rô-ki lồng vào tấm kẹp vẽ trên tay, ngắm nhìn cô gái tên Giang. Dáng điệu cô ta vẫn không thay đổi. Đôi mắt long lanh ấy chừng vẫn nhìn về một chốn nào đó, chứ chẳng chú ý đến tôi… Đến lúc, Lam đến kề sát bên tai tôi nói nhỏ: "Bạn ấy khiếm thị", tôi mới giật mình hiểu ra và cảm thấy cần ý tứ hơn. Tôi nói:

- Bây giờ mình bắt đầu nhé! Giang cứ ngồi nói chuyện thoải mái, nhưng trước tiên là gương mặt hướng thẳng về phía trước, chỉ cần đừng thay đổi tư thế nhiều quá…

Giang ngồi lại thẳng người, trịnh trọng hỏi:

- Dạ. Vậy được chưa họa sĩ?

Vừa quan sát Giang, vừa phác họa những nét vẽ đầu tiên, tôi nghe tim mình nhoi nhói… Ở độ tuổi chừng chưa quá 25, bên cạnh đôi mắt huyền ảo, lạ lẫm, cô gái còn sở hữu một sống mũi thanh nhã và một chiếc miệng với đôi môi mỏng hồng tựa như búp bê. Tất cả điều đó hứa hẹn sẽ là một diễm phúc tuyệt vời cho kẻ nào được tiếp cận để thể hiện bức ký họa chân dung. Tôi thận trọng thăm hỏi Giang những câu vu vơ:

- Em còn ở đây bao lâu?

- Dạ sau khi vẽ xong bức tranh này, em sẽ cùng gia đình đi ăn trưa, rồi ra sân bay về Sài Gòn luôn.

- Sao gấp quá vậy? Giang ghé đây chơi nhiều ngày chưa? Sao không chơi vài hôm nữa?

- Em chơi ở đây cũng nhiều rồi. Hơn nữa, phải về nhà để chuẩn bị… Vài ngày nữa em phải qua Singapore giải phẫu mắt, để sau đó còn về đón Tết.

Thế rồi, không đợi tôi hỏi nhiều hơn, đột nhiên cô gái kể về câu chuyện của mình.

- Từ nhỏ, em đã rất thích vẽ. Ngồi đâu em cũng vẽ. Gặp ai em cũng đòi vẽ chân dung "ký họa". Thế nhưng, đến năm 12 tuổi, em bị bệnh mắt, chữa nhiều lần không được. Suốt hơn chục năm liền, em tưởng mình không còn dịp gặp lại niềm ham mê đó. Chợt hồi năm ngoái, có đoàn bác sĩ quốc tế về khám và tư vấn, họ giới thiệu gia đình đưa em đến một bệnh viện ở Singapore. Qua vài lần đi lại khám và điều trị, nơi đây khẳng định mắt em sẽ giải phẫu thành công. Vì thế, tuần đến, em tiếp tục qua bên đó để chính thức giải phẫu. Em lại mơ ước về chuyện tương lai, về chuyện những bức tranh vẽ… Sau cái Tết này, khi mắt sáng trở lại, ngoài những người thân, việc đầu tiên, em sẽ nhìn lại bức chân dung ký họa về mình xem lúc này nó như thế nào…

Câu chuyện thật bất ngờ và xúc động khiến tôi lặng người, nghèn nghẹn. Phải vài giây sau tôi mới nói thành lời:

- Thật tuyệt quá! Chúc Giang phẫu thuật thành công, tìm lại ánh sáng để đón một cái Tết vui vẻ và tiếp tục theo đuổi những gì mình thích. À, mà sau này nhìn lại bức ký họa anh vẽ, lỡ không… đẹp lắm thì đừng chê nhé!

Giang cười:

- Họa sĩ yên tâm. Chắc chắn là em không chê đâu, vì đó là bức chân dung kỷ niệm cho một ngày quan trọng của em. Thêm nữa, sau khi giải phẫu ổn định, ăn Tết xong, em sẽ trở lại Cà phê ký họa này tìm họa sĩ bắt vẽ cho em một bức ký họa khác đó!

- Có chắc không?

- Chắc mà. Em hứa. Vài tuần nữa thôi, không lâu đâu.

Cô gái chìa bàn tay về phía tôi, ngoéo rất chặt.

Tôi rà soát những nét vẽ cuối cùng, ký tên, định đem vào quầy nhờ Lam lồng khung gương thì Giang nói:

- Cho em xem tí!

Tôi cẩn thận đưa bức tranh cho Giang. Cô sờ soạng bàn tay trên mặt giấy như đang cảm nhận, nghe ngóng từng nét vẽ. Vừa lúc đó, có tiếng ô tô dừng trước cửa quán. Một thanh niên trẻ, có lẽ là em trai của Giang, bước vào hỏi:

- Xong rồi hở chị?

- Ừ, xong rồi đây... em thấy thế nào?

- Để em xem... À, đẹp. Thích quá! Đúng là đôi mắt của chị.

Giang bảo người em đến quầy lễ tân vào khung và trả tiền. Cô siết chặt tay tôi hứa hẹn lần nữa: "Tạm biệt họa sĩ. Nhớ chờ em đó, mùa xuân này em sẽ quay lại đây". Trong chốc lát, cả hai chị em ra xe đi nhanh, bỏ lại tôi với những cảm giác buồn vui, ngỡ ngàng lẫn lộn...

***

Tết đến. Mùa xuân rồi cũng qua nhanh. Đột nhiên những cuộc điện thoại từ Cà phê ký họa ngày một thưa thớt, rồi trở nên vắng biệt. Một đứa trong nhóm chúng tôi nóng lòng liên lạc với Lam thì hay tin: Cà phê ký họa đã giải thể, vì hoạt động quá ế ẩm, tranh nghệ thuật thì rất ít người mua, hơn nữa dự án "phố ký họa du lịch" cũng không được phê duyệt, nên họa sĩ Hồng Hồng chán nản đã chuyển nhượng mặt bằng cho người khác kinh doanh ẩm thực.

Từ đó, nhóm chúng tôi tan rã, mỗi đứa một nơi tự kiếm việc mưu sinh. Riêng tôi, quay lại phố cổ Hội An gia nhập cùng nhóm bạn ký họa đường phố như xưa. Đôi lần nhớ về Cà phê ký họa, tôi vẫn không thể quên được cái kỷ niệm đặc biệt đầy cảm xúc về bức chân dung ký họa cho cô gái khiếm thị tên Giang lần ấy. Tôi thầm nghĩ, dù thế nào đi nữa, dù Giang có quay trở lại tìm tôi như lời đã hứa hay không..., trong sâu thẳm trái tim, tôi vẫn luôn nguyện cầu, cuộc phẫu thuật mắt của Giang diễn ra thật suôn sẻ thành công, để cô ấy lại được nhìn thấy ánh sáng mùa xuân kỳ diệu trần gian và được sống hết lòng với những khát vọng ước mơ của mình suốt quãng đời còn lại.

Trần Trung Sáng

Một Thoáng Hồi Ức
NGUYỄN KIẾN THIẾT

Trong đời người, ai cũng có nhiều kỷ niệm. Có kỷ niệm vui, có kỷ niệm buồn. Cũng có những kỷ niệm không thể nào quên vì nó thân thiết gần gũi; nó cho ta những hương vị của cuộc đời. Nhân ngày đầu năm Tân Sửu 2021 về nơi đất khách trong cơn bão dịch, ngồi nhắp tách trà thơm, ôn lại những kỷ niệm một thời dĩ vãng mờ phai, trong tôi bỗng khơi gợi lại một thoáng hồi ức về thời niên thiếu.

Tôi sanh ra đời bởi một vì sao tương đối xấu trong gia đình nông nghiệp ở một thôn làng thuộc tỉnh Cần Thơ (xã Thuận Thới, Trà Ôn - nay thuộc tỉnh Vĩnh Long) và lớn lên trong hoàn cảnh chiến tranh nghiệt ngã: Nhụt đảo chánh Đông Dương, chiến tranh Việt-Pháp, rồi Thổ dậy "cáp duồn" (*Nhớ xưa giặc giã liên miên - Mẹ ôm con trốn Thổ Miên dưới hầm*); rồi phải tản cư chạy giặc sống trong cảnh lầm than khốn khổ trăm chiều (*Nhớ hồi con mới vừa lên tám / Khói lửa lan tràn khắp bốn phương / Lớn bé trẻ già đều chạy loạn / Mẹ con mình cũng bỏ quê hương* - Trúc Lan). Tôi không có tuổi thơ tươi đẹp. Tuổi thơ của tôi có lúc bình dị, có lúc dữ dội, ồn ào, có khi là một trời dông bão. Kể ra hồi nhỏ, tôi cũng có tuổi thơ tươi đẹp nhưng quá ngắn ngủi. Sanh ra trong một gia đình nông nghiệp trung lưu ở một tỉnh lẻ vùng sông Hậu, tôi lớn lên bên ruộng lúa vườn cam, hít thở không khí trong lành nơi thôn dã, tắm gội trong sông nước ngọt ngào dưới mưa chiều nắng sớm, chung sống với dân quê quanh năm suốt tháng. Trong thời thơ ấu, vô tình năm ba câu *hát đưa em* mộc mạc cùng những điệu hát dân gian tình nghĩa đã ăn sâu vào tiềm thức trẻ thơ qua tiếng ru dịu dàng, trầm ấm của bà mẹ quê hòa cùng điệu nhạc kẽo cà kẽo kẹt của nhịp võng. Do vậy, tôi có nhiều kỷ niệm vui buồn nơi thôn ấp và nhiều liên hệ mật thiết với đồng quê miền Nam nước Việt. Ngần ấy thứ là những sợi dây vô hình ràng buộc tôi với quê hương. Tôi yêu quê hương tôi lắm. Tôi nhớ quê hương tôi lắm, và nhớ đến thắt thẻo ruột gan. Tôi nhớ lời ru ngọt ngào như bầu sữa mẹ mà má tôi đã rót vào tai tôi những vần ca dao đầu tiên theo nhịp võng đưa. Tôi cũng yêu cái đời lam lũ của ba tôi, của má tôi, của chị và các em tôi cũng như của bất cứ người dân quê nào sống trên mảnh đất quê hương thân yêu này.

Tôi không hiểu từ bao giờ đã hun đúc được một thứ tình yêu quê hương sâu xa nồng thắm qua những hình ảnh quen thuộc và thân yêu nơi chôn nhau cắt rún: Từ cây cầu khỉ bắc qua sông lắt lẻo gập ghềnh, đến dòng sông hiền hòa êm ả chở nặng phù sa tôm cá đầy sông, rồi cánh đồng bát ngát rực lúa chín vàng và vườn cây lành sum suê trái ngọt. Tôi cũng yêu thích những món ăn dân dã đậm đặc hương vị quê nhà - đặc sản cây nhà lá vườn từ ruộng đồng sông nước. Từ một câu ca dao xưa cũ: *"Anh đi anh nhớ quê nhà / Nhớ canh rau muống, nhớ cà dầm tương"*, tôi bỗng nhớ đến câu ca dao miền Nam: *"Xa nhà nhớ giậu mồng tơi / Nhớ bông điên điển, nhớ ơi cánh diều!"*. Tôi nhớ tới bữa cơm gia đình đầm ấm với món ăn dân dã bông súng mắm kho mà cả nhà cũng "ăn cho đã thèm". Tôi nhớ đến món bánh xèo má tôi thường làm với hương vị đặc biệt miền Nam thật khoái khẩu: bột pha nước cốt dừa, củ nghệ, nhưn thịt vịt Xiêm bằm nát xào với măng tre Mạnh Tông. Những đêm trắng sáng chèo ghe xuồng trên các kinh rạch chằng chịt như mạng nhện, tôi nghe được những cuộc *hò hát đối đáp* lý thú giữa *trai thương hồ* và *gái bán vàm* trên sông nước Hậu Giang v.v…

Một trong những hồi ức tôi sắp kể ra đây là chuyện có thật do chính tôi *tai nghe mắt thấy*. Số là vào khoảng năm 1953-1954, gia đình Ba Má tôi phải tản cư sống nương nhờ bên Ngoại ở xã An Phú Tân - còn gọi là Tân Dinh thuộc huyện Cầu Kè. Nơi đây có sông cái lớn, bề rộng gần 2 cây số. Cá tôm *chạc hà* (nhiều vô kể). Bên kia sông là cồn Tân Quy. Ba Má tôi phụ giúp Ngoại tôi việc đồng áng. Còn cậu Hai - anh chú bác của Má tôi, chuyên sống bằng *nghề giăng câu* - một *nghề hạ bạc*, rất rành nghề, và "tinh thông" ở các khúc sông, biết chỗ nào sâu, chỗ nào cạn, chỗ nào có *lòng chảo*, chỗ nào có *hàm ếch*, *búng nước*, chỗ nào *nước chảy xoáy /chảy xiết,* chỗ nào có cá lớn, chỗ nào có cá thuộc loại gì, có vảy hay da trơn láng. Cứ vài ba ngày tùy theo con nước - *nước lớn/ nước ròng, nước rông/ nước kém, nước đực/ nước cái, nước dựng/ nước đứng* v.v… và thời tiết, cậu Hai giăng câu một lần. Trước khi đi, cậu chuẩn bị *đường câu* (tức *dây câu* dài chừng 200 thước) làm bằng dây dù hoặc dây chỉ lớn, chắc. Cứ mỗi thước cậu buộc vào một lưỡi câu lớn. Mồi câu thường là trái bần non, con trùn cơm hoặc ốc bươu vàng (Ngày nay ngư dân ta có sáng kiến gọi là *giăng câu kiều* (?) không móc mồi câu, dụng ý bắt cá da trơn loại lớn bơi qua dễ bị dính mắc vào lưỡi câu). Thuở ấy tôi là "phụ tá" đắc lực của cậu trong việc kiếm mồi câu. Nhưng tôi rất sợ đào trùn bắt ốc nên chỉ khoái hái bần non. Cây bần mọc hoang ở bãi cồn lồi gần nhà Ngoại tôi nhiều vô số kể; chỉ cần đi hái một lát là đầy giỏ bần non. Có lần nước lớn chảy mạnh làm mấy cây bần non (tức c… bần) rung rinh theo dòng chảy, bất giác tôi nhớ đến mấy câu ca dao sưu tầm khi lớn lên: "*Nước chảy c… bần run bẩy-bẩy / Gió đưa dái mít vẫy tê-tê*" (dái mít: bông mít, trái mít nhỏ). Chuẩn bị xong xuôi "đồ nghề", cậu bơi xuồng ra khơi. Tưởng cũng nên biết các tay ngư phủ *chánh hiệu* được huấn luyện bơi lặn từ nhỏ nên không sợ sóng gió. Với chiếc *xuồng ba lá* nhỏ xíu so với con sông rộng *mênh mông thiên địa*, họ vẫn không hề nao núng. Gặp sóng cả họ không ngã tay chèo/ dầm. Có khi gặp gió to, sóng lớn xuồng bị lật úp, họ nhảy xuống sông lắc xuồng qua lại vài cái cho cạn nước rồi nhảy lên xuồng bơi tiếp. Hôm ấy cậu Hai bơi xuồng tới khúc sông đã định, bèn móc mồi vào lưỡi câu (từ lưỡi nhứt cho tới lưỡi cuối) và cứ thế thả *đường câu* xuống nước cho tới đoạn cuối mới buộc *dây câu* vào xuồng. Cậu cũng không quên cột mấy cái phao bằng *trái bầu hồ-lô phơi khô* hay *trái dừa điếc khô* vào đường câu. Khi nào cái phao bị kéo đi chìm lỉm là cá đã mắc câu. Vốn là tay *sát cá* có hạng nên lần nào cậu cũng câu được vài con cá sửu *to đùng* mấy chục ký-lô, có khi được con cá hô *bự hết cỡ* gần trăm ký. Một đêm nọ, trong khi say ngủ, tôi nghe tiếng gọi ơi ới: "*Bắt được cá bự quá rồi bà con ơi. Mau bơi xuồng tới giúp…*". Tờ mờ sáng hôm sau, tôi thấy một con cá đuối *tổ chảng* nằm chình ình giữa sân nhà Ngoại tôi. Nghe nói đây là con cá đuối *lưu niên*. Nó lớn hơn hai chiếc đệm, nặng chừng ba tạ. Bà con lối xóm chen chúc nhau vô *xem tận mắt rờ tận tay* vì hiếu kỳ. Lũ trẻ chúng tôi vô cùng thích thú với con vật *bự quá xá* này. Bởi hàng rào người dày đặc, nhiều đứa phải bắt chước Hàn Tín lòn trôn người đứng trước để chui vô coi cá; hết đứa này tới đứa khác. Có đứa còn leo lên mình cá dùng thân mình nó làm cầu tuột để đùa nghịch nữa. Theo lời cậu Hai tôi kể lại: Đêm ấy trong khi chợp mắt, cậu giựt mình khi chiếc xuồng câu di chuyển. Ban đầu xuồng chạy chậm, rồi mỗi lúc lướt mau hơn như có gắn máy đuôi tôm. Cậu biết *cá bự* đã mắc câu nên la hoảng lên để các *bạn câu* tới giúp. Lát sau có 5-6 xuồng câu lướt tới. Họ hì hục buộc *kè xuồng* lại rồi ráng sức bơi vào bờ mặc cho cá vùng vẫy. Khoảng 9-10 *bạn câu* lực lưỡng ra sức vật lộn với cá nhiều giờ mới đưa được nó lên bờ. Sau khi cưa xẻ cá xong, cậu Hai đem *cho* bạn câu, *biếu* những người tới phụ giúp mỗi người một phần; còn lại bao nhiêu *chia* (bán *giá hời*, nửa bán nửa cho) cho bà con lối xóm và trả bằng lúa mùa. Thịt cá đuối được Má tôi chế làm hai món: món xào với *lá cách* và đủ thứ *đồ tẩm liệm* như sả, nước cốt dừa, đậu phộng; một món khác nấu canh chua với *cơm mẻ* và bông so đũa, ăn rất khoái khẩu. Một thời gian sau, mợ Hai tôi bỗng nhiên bị trúng gió rồi lăn đùng ra chết (!). Nhiều người *quở* do bị *Bà Cậu* trả thù. Bởi trước khi đi câu, cậu Hai không đốt nhang khấn vái giống như thợ săn bắt cá sấu ở rừng U Minh đã làm trong quyển *Hương Rừng Cà Mau* của Sơn Nam do tôi được dịp đọc khi lớn lên. Cũng trong cuốn sách này, Sơn Nam có tả cảnh chiếc bè tre (được kết bằng 700 cây tre, dựng 2 cái thang cao 3 thước, buộc 6 lưỡi câu...) của cha con người thợ săn bị *cá sấu lửa* kéo chìm, "chỉ thấy cha con ông chót vót trên cái thang lú khỏi mặt nước", "bị kéo cả trăm thước", có lúc "đứng sựng lại rồi vụt chạy nhanh hơn tàu đò".

Đó là chuyện kể về con cá đuối thứ nhứt. Cho phép tôi được *cà kê* kể về con cá đuối thứ hai - cũng là chuyện có thật do chính tôi đã mục kích. Vào khoảng năm 1959-1960, tôi trọ học tại nhà người cô họ ở xã Tân Mỹ cách trường Trung học Tam Cần (Trà Ôn) độ 7 cây số. Hằng ngày tôi đi học bằng chiếc xe-đạp-đòn-dông-cà-tàng-trần-trụi. Chiều tối hôm ấy *nước rông* chảy xiết từ vàm Trà Ôn vào nhánh sông Tân Mỹ. Theo thường lệ, chú Tư lối xóm đặt *vó cá* để kiếm chút đỉnh *cá đen cá trắng* ăn qua bữa. Bỗng có vật gì đen thui, *bự tổ chảng* vùng vẫy bắn nước văng tung tóe trong vó cá. Chú Tư *ráng sức bình sanh* cũng kéo vó lên không nổi. Chú quính quáng kêu la ơi ới nhờ lối xóm tới giúp. Họ không biết ất giáp gì cũng tất tật đốt đuốc lá dừa *chạy ù* tới. Những ngọn đuốc lá dừa của tình đoàn kết tương thân tương trợ soi sáng cả một khúc sông trước nhà chú Tư. Rồi cả chục *bạn lực điền* ra sức phụ giúp chú Tư. Công việc này khiến họ phải hì hục vật lộn với con cá khủng. Cuối cùng sau mấy tiếng đồng hồ, họ mới kéo được cá lên bờ. Thì ra đó là con cá đuối *bự quá cỡ thợ mộc*, gần bằng 2 chiếc đệm và nặng *tầm 250 ký-lô*. Hoạt cảnh về con cá đuối thứ nhứt kể trên được lặp lại. Cũng cưa xẻ cá, cũng cho tặng biếu xén, chia chác, chế biến... nói lên *tình làng nghĩa xóm* những khi *tối lửa tắt đèn*. Có điều lạ lùng tôi nghĩ hoài vẫn chưa hiểu tại sao chú Tư lại bị *té dừa* (trèo hái dừa bị té) đến nỗi bị bán thân bất toại một thời gian sau đó. Tôi ước phải chi lúc đó có cái máy camera *quay-chụp-thu* hai con cá đuối *to đùng* đó để được công nhận là *nói có sách, mách có chứng*. Và nếu chúng chưa tuyệt chủng, chắc chắn sẽ được đưa vào sách Kỷ lục Guinness của thế giới (The Guinness Book of Records).

Trên đây là một vài mẩu chuyện vụn vặt của một thời quá khứ mà người viết cố gắng tái hiện lại bởi trí nhớ còm cõi đã bị bào mòn theo năm tháng. Người viết muốn thể hiện tình yêu quê hương- một thứ tình yêu ruột thịt, thiêng liêng cao cả. Nếu Bình Nguyên Lộc *tận dụng ngôn ngữ miền Nam* và *tình yêu quê hương ngày càng thu hẹp vào tình yêu đất* ở khu vực sông Đồng Nai (theo Trần Văn Nam, Tập san *Đồng Nai - Cửu Long* số 9), thì tôi cũng bắt chước vận dụng *ngôn ngữ miền Nam*, và *tình yêu quê hương ngày càng mở rộng bằng tình yêu ruộng đồng sông nước* vùng sông Tiền-sông Hậu cùng những *đặc sản* rất Nam Kỳ lục tỉnh! Đây là chuyện có thật, người thật việc thật, kể cả nhân danh địa danh. Qua các chuyện kể có thật này, người viết muốn cung cấp phần nào cho văn giới những tư liệu quý hiếm đã chìm sâu vào quên lãng.

Đối với tôi, ký ức thường là vị ngọt, nhưng đôi khi là liều thuốc đắng. Nhưng nếu không có ký ức, không có hoài niệm thì làm sao kích thích sự sáng tạo. Và cuộc đời sẽ vô vị biết bao! Các bạn nghĩ sao?

Nguyễn Kiến Thiết
Canada tháng 1, 2021

Rương Báu Của Trịnh Phong

ĐOÀN NHÃ VĂN

Hai Hùng nằm ép người xuống đám cỏ tranh còn đẫm hơi sương, theo dõi bầy nai từ trên ngọn đồi thoai thoải đang từng bước xuống bên dưới, nơi những đám cỏ non xanh rờn thi nhau vụt lên trong những ngày đầu xuân. Hắn nằm im, cố nén hơi thở của mình. Tay đang cầm chiếc cung và một mũi tên đang chuẩn bị. Khi những chú nai tơ đến gần, Hai Hùng gắn mũi tên vào. Sợi dây cung được kéo căng không một tiếng động. Trong một tích tắc, một tiếng phập vang lên, bầy nai chạy ngược lên ngọn đồi. Một chú nai chồm tới trước rồi quỵ ngã.

Hắn được mọi người trong Thành tặng biệt danh "thần tiễn" với bách phát bách trúng. Mỗi lần hắn cầm cung tên ra đi, thì dường như ngày ấy binh lính trong thành được hưởng thịt tươi. Hai Hùng là con nhà võ. Người ta kể lại rằng, bố hắn là người Bình Định, nhưng vào lập nghiệp ở phủ Bình Khang. Nhiều lần, ông tay không đã hạ được cọp, khiến nhiều người khâm phục. Mà cọp Khánh Hòa thì nổi tiếng từ lâu. Bởi thế mới có câu "Cọp Khánh Hòa, Ma Bình Thuận". Hai Hùng thừa hưởng võ nghệ của Cha. Sau này, hắn còn nổi tiếng hơn cha ở môn bắn cung. Hắn theo Bình Tây Đại Tướng của đất Khánh Hòa - Trịnh Phong - từ nhiều năm trước, sau khi cha hắn mất. Trịnh Phong xem hắn như một người thân tín.

oOo

Đã quá nửa giờ Tuất. Ánh trăng vằng vặc rọi nghiêng cửa Thành, hắt xuống một bóng đen dài. Bên trong thành, cả một vùng không gian im ắng. Đầu dãy nhà ở hướng tây, hai người lính, lưng đeo trường kiếm, đứng yên lặng như hai pho tượng. Nơi chiếc bàn gỗ, phía trước dãy nhà, ba bóng người đang thì thầm to nhỏ. Một người trong bọn họ có bộ râu quai nón thật đậm và đôi mắt sáng quắt. Hai người kia, một người dáng tầm thước nhưng hết sức rắn rỏi, và người nọ dong dỏng cao, da trắng. Họ đang nắm trọng trách đầu tàu của nghĩa quân theo lệnh Cần Vương chống Pháp, tại phủ Bình Khang.

Sáng nay, tin từ Phan Rí đưa ra, vài ngày nữa, quân Pháp sẽ theo đường thủy, đổ bộ lên Nha Trang, sau đó sẽ phối hợp với quân bộ đánh vào thành Diên Khánh. Từ chiều đến giờ, đã hết mấy tuần trà, cả ba cứ thì thầm to nhỏ. Họ đang tính toán cách nào để bảo tồn lực lượng, gầy dựng cơ sở, cất giấu binh lương, để chiến đấu lâu dài. Người có bộ râu quai nón thật đậm chính là "Bình Tây Đại Tướng" của đất Khánh Hòa - Trịnh Phong, đang chia sẻ ý nghĩ của mình.

- Nếu chúng chỉ dựa vào súng trường cá nhân, chúng ta có thể giữ vững thành này không khó, dù vũ khí của mình thô sơ hơn. Tuy nhiên, ông nói chậm lại và giọng trầm xuống, nếu chúng sử dụng sơn pháo...

- Nếu quân đội chúng lên đến 500 và thêm sơn pháo thì đệ e rằng công cuộc giữ thành phải rất gian truân. - Người có dáng tầm thước nói.

Cả ba im lặng thật lâu. Giữa một không gian tĩnh lặng, những chú dế uống sương đang gáy lên từng hồi rền rã như lay động cả ánh trăng vàng. Mãi một lúc sau, Trịnh Phong mới lên tiếng.

- Nếu bọn chúng sử dụng sơn pháo, chúng ta chỉ còn một con đường: bỏ thành.

Nói đến đây, khuôn mặt ông như dấy lên một niềm đau khó tả. Làm sao không đau, khi làm tướng không giữ được thành. Nhưng bây giờ, trên vai ông không phải chỉ có ông và một vài người thân tín, mà là bao nhiêu nhân mã trong thành, bao nhiêu thóc lúa từng dành dụm. Phải thoái một bước để giữ gìn lực lượng. Có lẽ hai người kia hiểu được nỗi đau của ông, nên ngồi im lặng.

Trịnh Phong lại lên tiếng:

- Có lẽ chúng ta sẽ thoái về vùng Ninh Hòa, Hòn Khói để bắt tay với Tổng Trấn Trần Đường. Hai huynh nghĩ sao?

Không một ai kịp lên tiếng. Ông dứt khoát:

- Khuya nay, Nguyễn huynh dẫn đầu đoàn binh mã, và di chuyển thóc lúa cùng những đồ dùng cần thiết đi trước. Lương thực mang theo càng nhiều càng tốt. Khi gặp Trần huynh, bàn với Trần huynh là mình sẽ về rừng núi Hòn Khói, Hòn Hèo. Bằng mọi cách, huynh phải mang theo hai chiếc rương đó và bảo vệ cho bằng được. Đó là sự sống còn của chúng ta. Chỉ có ba chúng ta mới biết hai chiếc rương này. Ngoài Trần huynh ra, sau này không cho bất kỳ một ai khác biết được. Còn Đoàn huynh và tôi sẽ ở lại đây cùng hai trăm binh mã gọn nhẹ. Khi cần, chúng tôi sẽ rời thành vào giờ phút mà địch không ngờ, mà không bị vướng bận. Cho nên, trách nhiệm của Nguyễn huynh nặng nề hơn chúng tôi nhiều lắm...

oOo

Sử chép rằng...

Ngày 5-7-1886, đội quân viễn chinh đổ bộ lên Phan Rí và đến cuối tháng 7-1886 thì chiếm xong Bình Thuận. Đầu tháng 8-1886, quân viễn chinh Pháp do đại úy Lhermitte chỉ huy với các loại vũ khí hạng nặng như sơn pháo 80, đội quân được trang bị bằng súng Grass do Trần Bá Lộc (Phủ Lộc) chỉ huy, đặt dưới quyền của Công sứ người Pháp E. Aymonier, bằng đường bộ và đường thủy tiến ra Khánh Hòa. Hai mũi giáp công, quân viễn chinh tấn công thành Diên Khánh...

Mặt trời mới chếch về hướng tây, nhưng mây đen vần vũ kéo về, báo hiệu những trận mưa lớn sẽ tới. Trịnh Phong đang đốc thúc quân sĩ chuẩn bị cho một trận chiến sống còn. Ông và những thủ lãnh ngày đêm đốc thúc quân lính luyện tập, không chỉ về vũ khí, mà còn về mặt tinh thần. Ông dấy lên trong lòng họ một niềm tự hào: chống Pháp để cứu giang san. Vì thế, tinh thần của họ rất cao, và dù vũ khí của binh lính khá thô sơ so với quân viễn chinh, nhưng cũng có nhiều loại khả dụng cho từng trường hợp.

Nhóm quân sĩ đánh gần thì được trang bị bằng giáo, đủ cỡ khác nhau, mà cây dài nhất cũng phải lên đến hai thước. Trong số những người sử dụng giáo, có những cây giáo có ngạnh ở thân dài khoảng 3 đến 4 tấc. Thân giáo có tiết diện vuông thon dần về mũi, ngạnh vuông nhọn dài khoảng 1 đến 2 tấc. Chuôi giáo có lỗ chốt đinh để gắn vào cán. Một số binh sĩ khác được trang bị bằng câu liêm. Đây là loại vũ khí khá phổ biến, rất dễ sử dụng trong cận chiến, vì có khả năng vừa bổ, vừa móc kẻ thù. Cấu tạo câu liêm cũng gồm 2 phần là mũi và chuôi tra cán. Mũi thẳng theo trục dọc của chuôi tra cán (phần giáo), sát đầu cán vòng ra một lưỡi hình trăng khuyết, đầu phẳng, sắc (phần câu). Phần cuối đốc câu tạo thành chuôi tra cán. Loại câu liêm này thì kích thước thường lớn hơn loại câu liêm gặt lúa thông thường, có độ dài khoảng 5-6 tấc. Đây là loại được rèn chế khá cầu kỳ.

Nhóm binh sĩ chuyên đánh xa thì có lao, móc câu, mũi tên. Lao là loại vũ khí có khả năng sát thương đối phương trong một khoảng cách xa. Sức đẩy vũ khí đi xa do sức của con người, và sức đẩy cơ học. Phần đầu của lao giống mũi tên có cánh lớn. Thông thường, có 2 hoặc 3 ngạnh, miệng tra cán dài, kích thước trung bình từ 2-3 tấc. Móc câu mà nghĩa quân đang sử dụng là loại móc câu chùm, hình dáng giống chiếc mỏ neo nhưng có 3 móc câu uốn cong lên, dùng để quăng, móc.

Và đặc biệt, toán quân sĩ sử dụng cung tên là toán quân thiện xạ dưới sự chỉ huy của Hai Hùng. Đây là toán quân mà Hai Hùng cho luyện tập ngày đêm, ở vườn chuối, sau thành Diên Khánh.

Khi trời bắt đầu chuyển mưa lâm râm, Viên đại úy Lhermitte ra lệnh nã những tràng súng, từng hồi, từng hồi vào thành. Hắn tính toán: pháo dập trước, sẽ làm hàng ngũ quân phòng bị trong thành hoang mang. Súng trường tấn công sau sẽ tiêu diệt hết, không chừa một mống. Hắn không muốn bất cứ kẻ nào chạy thoát. Bởi chạy thoát lúc này là đồng nghĩa với việc hắn sẽ gặp lại sự kháng cự sau đó, và sẽ khó khăn hơn để nhổ cỏ tận gốc. Sau gần nửa tiếng nã pháo, hắn ra lệnh tấn công. Quân của Lhermitte với súng trường có gắn lưỡi lê, trong quân phục chỉnh tề, đồng loạt tiến về phía cổng thành. Quân của Trịnh Phong không hề nao núng. Toán quân của Hai Hùng từ xa, đồng loạt nhả tên. Có những kẻ bị trúng tên, khựng lại, nhưng toán quân viễn chinh vẫn đồng loạt tiến về phía trước, đạn bắn ra từng phát một về phía thành. Khi họ áp sát thành thì cũng là lúc hàng trăm nồi nước sôi từ trên thành dội xuống, cùng lúc hàng trăm móc câu phóng ra. Kẻ trúng đạn, người bị phỏng, kẻ bị thương la liệt. Tiếng la hét của cả hai bên vang dội khắp núi rừng lân cận, đến nỗi lũ cọp khét tiếng trong vùng cũng hoảng hồn bỏ chạy thục mạng vào rừng sâu. Máu thấm đỏ một góc thành.

Sau hơn nửa tiếng đồng hồ đánh nhau dữ dội, thấy không thể giải quyết nhanh, gọn như đã tính toán, Lhermitte cho lệnh rút quân. Và sau đó, cho quân di chuyển cách xa thành khoảng hơn 500 thước, dựng trại qua đêm. Hắn là con cáo già của chiến trường. Hắn sợ rằng, dàn quân cận thành sẽ bị quân Trịnh Phong lén đánh bất ngờ trong đêm. Nhưng con cáo già cũng có lúc lầm lẫn. Khi màn đêm vừa buông xuống, Trịnh Phong ra lệnh cho Hai Hùng chuẩn bị cuộc thoái lui để bảo toàn lực lượng như dự tính. Đầu giờ Hợi, trời trút nước dữ dội. Tín hiệu được đưa ra. Từng nhóm người đội mưa, lầm lũi rời khỏi thành. Màn đêm và mưa gió giúp họ vượt qua sự để ý của lính viễn chinh một cách dễ dàng. Gần hai trăm người, ngựa, những kẻ bị thương, cùng lương thực đã ra khỏi thành một cách an toàn. Ra khỏi thành, họ cho ngựa phi nước đại về hướng Bắc, bắt tay với nghĩa quân của Tổng Trấn Trần Đường.

oOo

Cả tháng nay, sau khi lui quân về đây, nghĩa quân của Trịnh Phong và Trần Đường đã đánh một trận sinh tử với địch phía đông bắc Ninh Hòa, bằng một trận phục kích, tạo nên một cơn gió lửa giữa một đồng cỏ hoang, mọc cao đến hơn đầu gối, đốt cháy và giết gần 300 tên địch. Sau trận phục kích đó, đoàn quân viễn chinh bắt đầu tấn công dữ dội lên căn cứ địa của nghĩa quân. Tấn công, rồi rút về. Tìm và diệt.

Để bảo tồn lực lượng, Trịnh Phong ém quân, trốn kỹ. Họ chỉ lộ diện khi cần. Mỗi lần xuất hiện là gây cho địch một tổn thất nào đó, và lại rút lên núi cao. Quân Pháp nhiều lần lùng sục, nhưng không tìm ra tông tích. Làm sao kiếm cho ra nghĩa quân giữa một vùng núi non rộng lớn và rất cheo leo, hiểm trở này.

Ba tuần rồi, quân Pháp kiên nhẫn đóng trong những vùng lân cận. Cũng ba tuần, nghĩa quân nằm ém chặt trên những ngọn núi của dãy Hòn Hèo. Lương thực cũng vơi dần. Trịnh Phong và những thủ lãnh của nghĩa quân bắt đầu bồn chồn, sốt ruột.

Sáng nay, Trịnh Phong cho gọi Hai Hùng và Sáu Nhỏ - tên bộ hạ thân tín của Hai Hùng - vào căn chòi trên đỉnh núi. Hắn có biệt danh Sáu nhỏ vì hắn thứ sáu, và người hắn nhỏ thó, hai tai vểnh lên, nhưng lúc nào cũng muốn nghe ngóng. Cặp mắt của hắn, khi nhìn ai là muốn lia một ánh mắt sắc lẻm về người đối diện. Lia tới, và kéo về lập tức, nhưng nắm bắt được ngay người đối diện đang nghĩ gì. Hắn theo Hai Hùng đã được gần ba năm. Một quãng thời gian đủ cho Hai Hùng và những người lãnh đạo nghĩa quân tin dùng.

Trịnh Phong giao cho Hai Hùng và Sáu Nhỏ một sứ mạng đặc biệt, liên hệ đến sống còn của nghĩa quân. Chiều hôm đó, khi màn đêm vừa buông xuống, Hai Hùng và Sáu Nhỏ bắt đầu xuống núi. Theo hẹn, đến chiều hôm sau, cả hai phải trở lại. Vậy mà, đã hai ngày đêm, vẫn chưa có tin tức của họ.

Trịnh Phong cùng vài người nữa đang bàn bạc nơi chiếc bàn, kê bằng một tảng đá lớn, kế bên căn chòi của ông. Trăng đã chếch ngang đầu núi, hắt xuống những chiếc bóng đen của ông và mấy cộng sự. Như con beo gấm của núi rừng, Trịnh Phong đánh hơi, thấy hiểm nguy đang giăng phía trước. Tờ mờ sáng hôm sau, Trịnh Phong cùng một người thân tín di chuyển từng chiếc rương vào thật sâu, trong một hang núi rất kín đáo. Một hang núi có miệng hang thật nhỏ, đủ một người lách vào, với cây mọc um tùm bên ngoài. Nhưng càng đi sâu vào trong, hang mở ra, đủ chỗ cho khoảng hơn 50 người ngồi quây quần.

oOo

Giữa căn phòng trống trải, thấp lè tè, ngọn đèn dầu chỉ đủ hắt ánh sáng lên mặt của những người chung quanh. Hai Hùng bị trói, hai tay bị bẻ quặt ra sau, ôm cây cột giữa nhà. Gã thông ngôn phừng phừng đôi mắt:

- Trịnh Phong trốn ở đâu?

Câu hỏi vừa dứt, chiếc roi da bò quất ngang ngực, để lại một tiếng vút, sắc gọn. Gã thông ngôn lặp lại:

- Trịnh Phong trốn ở đâu?

Lần này, chiếc roi vứt ngang khuôn mặt. Một vết đỏ dài chạy theo bề ngang sống mũi. Máu mũi chảy ra từng giọt, từng giọt. Vẫn im lặng.

Roi da bò là loại roi bện xoắn lại bằng da bò, dài khoảng hơn một thước.

Trong tiếng nhịp tim của mình, Hai Hùng còn nghe tiếng la ở phòng bên. Vậy là Sáu Nhỏ cũng đang bị tra tấn.

- Trịnh Phong trốn ở đâu?

Hai Hùng dỏng tai nghe ngóng trong lúc đang bị tra tấn. Hai Hùng là con nhà võ, có thể chịu đựng những đòn thù dã man. Không một chút sợ hãi gợn lên trong lòng. Hắn chỉ sợ Sáu Nhỏ. Không phải lo sợ Sáu Nhỏ phản bội, mà là sợ y không chịu nổi những nhục hình.

Từng tràng roi vút xuống, vút xuống. Khuôn mặt nhòe máu, Hai Hùng vẹo đầu sang bên và nghe như cả người đang bay bổng. Lúc đó, chiếc roi da bò mới ngưng lại.

Từ phòng bên cạnh, Sáu Nhỏ cũng chết đi sống lại nhiều lần dưới sự tra tấn của kẻ thù.

Khuya hôm ấy, khoảng đầu giờ Dần, trong lúc sức cùng lực kiệt, chúng lại lôi Hai Hùng và Sáu Nhỏ ra tra khảo tiếp. Lần này, chúng không còn sử dụng roi da bò nữa. Dụng cụ khổ hình đã nâng lên một bậc cao hơn. Chiếc roi tra khảo giờ này là chiếc roi vặn thừng, một phát minh thời bấy giờ trong kỹ nghệ tra tấn của người Pháp. Loại roi vặn thừng có gắn đinh ở phía cuối, mỗi lần đánh vào và khi nhấc roi lên, da thịt người tù dính theo từng mảng. Chỉ thấy thôi, cũng đã đủ kinh hoàng, nói gì đến bị tra khảo.

Lần này, chúng cột Hai Hùng giữa nhà. Đem chiếc ghế đặt không xa. Chúng cho Sáu Nhỏ ngồi lên, chứng kiến cảnh tra tấn.

Lại những câu hỏi cũ, xoay quanh việc Trịnh Phong và Trần Đường đang ẩn náu ở đâu.

Hai Hùng vẫn không hề hé môi. Chiếc roi vặn thừng quất ngang ngực. Và khi kéo về, một mảng da dính theo, máu ròng ròng chảy. Hai Hùng nén đau, không hề lên tiếng.

Chiếc roi vặn thừng lại vun vút trút xuống thị da của người nghĩa quân. Máu đã lênh láng trên sàn nhà. Sáu Nhỏ nhắm mắt, không dám nhìn từng lớp thịt da bị bóc trên cơ thể của Hai Hùng. Hắn thầm phục sự gan dạ của người đàn anh. Hai Hùng giờ như một cái xác.

Trưa hôm sau, đến lượt Sáu Nhỏ. Lần này, chúng đổi chiến thuật. Chúng ngon ngọt dụ dỗ Sáu Nhỏ. Nhưng anh chỉ một mực yên lặng. Chúng bảo: chỉ cần Sáu Nhỏ dẫn đường, sau khi bắt được Trịnh Phong, Sáu Nhỏ sẽ được thả ra, và còn được hưởng những bổng lộc khác, kể cả những tài sản của nghĩa quân... Không có gì dụ dỗ được anh. Anh không nhìn thẳng bọn chúng, mà nhìn ra xa thẳm, nghĩ về người Đại Tướng của mình...

Chúng lại dùng một hình thức mới, một cách tra tấn dã man khác. Cách tra tấn này tạo cho người bị tra tấn cái cảm giác mình đang bị chết chìm. Trước tiên, họ đặt Sáu Nhỏ nằm trên một chiếc ghế gỗ, dài, mặt hướng lên trần nhà. Hai bên má có hai khúc cây ngắn chặn lại, giữ cho cái đầu nằm yên một chỗ. Hai chân bị trói vào thân ghế. Hai tay bị trói, đưa qua khỏi đầu, buông thõng xuống dưới. Một tấm vải đen, tương đối dày, sợi to, phủ lên mặt của Sáu Nhỏ. Một vòi nước được nối vào một thùng nước rất lớn, từ từ chảy vào miệng, vào mũi của người nghĩa quân. Nước từ từ chảy. Kiểu tra tấn nay bắt buộc nạn nhân phải nuốt nước. Ban đầu, thấy kiểu này chẳng có gì đáng sợ. Vậy mà, chỉ từ phút thứ ba trở đi, Sáu Nhỏ đã choáng váng. Nước vào miệng, vào mũi ngày càng nhiều làm cho y không thở được. Nước cứ tiếp tục chảy... Họ cũng chẳng cần hỏi cung. Sáu Nhỏ như thấy mình chìm dần, chìm dần giữa một dòng nước xoáy. Cái ảo giác bị dìm chết bao trùm lấy Sáu Nhỏ. Y vẫn gan dạ, không khai báo. Mãi cho đến lúc y thấy mình như chìm xuống dưới một đáy hồ mênh mông, nước lạnh ngắt, đôi chân như bị đeo đá, y cố trườn người lên mặt nước, nhưng đôi chân cứ kéo xuống. Đó là lúc y đưa đôi tay bị trói, khẳng khiu của mình lên khỏi đầu, như cố níu lấy vật gì, rồi hét lớn...

Chỉ hai ngày sau, Trịnh Phong bị sa lưới. Sau đó, quân Pháp bủa đi lùng sục khắp nơi, nhưng vẫn không thể kiếm ra kho lương thực của nghĩa quân.

Buổi sáng tại pháp trường, Trịnh Phong cùng những nghĩa quân anh hùng của đất Khánh Hòa thản nhiên nhận cái chết, đầu lìa khỏi thây. Người ta thấy cuối hàng người đã ngã ngựa ấy, một Sáu Nhỏ hốc hác, tiều tụy. Đôi mắt của hắn nhìn về những người dân không còn cái sắc lẻm của ngày thường. Không ai thấy Hai Hùng ở đâu.

oOo

Sử chép rằng....

Sau khi Trịnh Phong bị bắt, và bị chém đầu, quân Pháp vẫn chưa tìm ra chỗ trú của Trần Đường. Chúng đã sử dụng những biện pháp khủng bố dã man như đốt trụi nhà cửa, giết sạch dân làng từ già đến trẻ, phạt tiền rất nặng những làng có người tham gia kháng chiến, kết hợp với thủ đoạn mua chuộc... Lực lượng nghĩa quân ngày một tổn thất. Tổng trấn Trần Đường không thể thấy những người dân lành mỗi ngày bị khủng bố một cách tàn nhẫn, nên đã hiên ngang đón nhận cái chết để cứu dân làng. Một số nghĩa binh đã rút ra Phú Yên tiếp tục sát cánh chiến đấu cùng nghĩa quân của Lê Thành.

Từ đó đến nay, qua bao nhiêu mưa nắng của cuộc đời, không nghe ai nhắc đến hai chiếc rương bí mật của Trịnh Phong. Giờ này, chúng vẫn còn đâu đó trên dãy núi Hòn Hèo.

Năm rồi, tôi đưa vợ con về Nha Trang. Gia đình tôi đã dành một ngày leo núi Hòn Hèo, rồi thả lòng mình theo dọc con suối mát lạnh. Ngồi trên tảng đá lớn giữa dòng suối, tôi kể cho vợ con nghe về hai chiếc rương của Bình Tây Đại Tướng đất Khánh Hòa. Con gái tôi nhanh miệng nói: Ba mà biết hai rương báu ở đâu thì gia đình mình sẽ giàu sụ. Tôi nói với con gái: hai chiếc rương đó chắc chứa nhiều của cải, nhưng cái mà những vị anh hùng như Trịnh Phong, Trần Đường và những nghĩa quân để lại, còn quý hơn gấp vạn lần những chiếc rương ấy. Đó chính là trái tim của họ với xã tắc ông cha. Họ đã quên thân mình vì yêu từng ngọn cỏ, thương từng tấc đất của quê hương. Họ đã ngã xuống một cách kiêu hùng, để tiếp tục dưỡng nuôi những hạt mầm mới cho mai sau. Đó là những hạt mầm: không vì bất cứ lý do gì mà cam tâm bán nước... Và tôi cũng kể thêm về những điều ghi lại trong gia phả.

Con gái tôi nhìn ra xa, thật xa. Trong mắt dường như ươn ướt.

Đoàn Nhã Văn

Ghi chú:

Bán đảo Hòn Hèo nằm ở phía Nam đầm Nha Phu thuộc địa phận huyện Ninh Hòa. Hòn Hèo còn có tên gọi là Phước Hà Sơn, do địa danh này là một quần thể có trên 10 ngọn núi lớn, nhỏ khác nhau, cao nhất là Hòn Hèo (813m) nằm chính giữa. Theo các lão ngư kể lại, trên đỉnh Phước Hà Sơn có rất nhiều loại mây, gióng rất to và dài, nhiều hoa văn... nên nhiều người ra đây khai thác về làm tủ, ghế, rương, tráp... và đặc biệt là làm gậy chống, dân gian gọi là cây hèo. Vì vậy, dân trong vùng gọi Phước Hà Sơn là Hòn Hèo.

Đôi Mắt
CHÂU NGUYỄN

Cha mẹ sinh ra tôi, nhưng các bậc sinh thành có khi không hiểu hết tâm tính con gái mình. Tôi ra đời ở thị trấn nhỏ, nửa quê nửa tỉnh. Mẹ nói quê tôi thật thanh bình từ ngày tôi ra đời đến tuổi lên năm, khói lửa chiến tranh lớn dần lên theo sự trưởng thành của tôi, ngày càng khốc liệt.

Thị trấn V.Đ. thân yêu của tôi nằm trên QL.1, có bốn ngả đường: Vào Nam ra Bắc xuống biển lên rừng. Theo hướng Đông xuôi về Hội An, cửa Đại. Hướng Tây ngậm ngải tìm trầm, rừng quế bạt ngàn, trường sơn lộng gió.

Cha nói con gái đằng mình hiền ngoan mà đáo để, tính khí cương cường như đàn ông xứ Quảng. Nên thường khuyên nhủ tôi: "Cơm sôi bớt lửa".

Năm mười hai tuổi, tôi đã biết điệu đà, má hồng lên e thẹn với đám con trai cùng lứa. Nhưng trong mắt tôi, chúng nó như những đứa em, kể cả lớn hơn tôi vài tuổi, tôi cũng gọi bằng thằng.

Một ngày đoàn xe nhà binh chạy rầm rập qua thị trấn, mang theo những khuôn mặt đen sạm bụi đường. Nhìn thoáng qua, ai cũng giống như ai. Một đôi mắt trên xe Jeep xen giữa lại khác, lạ lắm, cứ mãi ám ảnh tôi sau buổi tan trường. Đêm về tôi nguệch ngoạc vẽ trên giấy cả đoàn xe nhà binh với con mắt ấy. Tôi tô đậm tròng đen với con người sáng quắc. Cây bút chì theo tôi vào giấc ngủ.

Trong đêm, một quả đạn pháo, có lẽ bay vòng qua nhà tôi rơi vào chi khu. Mẹ đem ổ gà đang ấp xuống hầm, tiếng túc túc túc nghe đồng âm với tiếng súng tắc-cù đâu đó.

Anh hơn tôi mười tuổi, quen với thầy dạy toán của tôi. Tôi rắn mặt nhìn anh không chớp, đôi mắt ấy đã theo tôi vào trong chiêm bao.

Hai bông mai đen trên ve áo trận không làm tôi ngạc nhiên, tôi hình dung tôi là người em gái nhỏ bé trong bài thơ "Màu tím hoa sim" của Hữu Loan, nhưng tôi không có "hai người anh đi bộ đội". Tôi là con gái lớn nhất của ba mẹ tôi.

Anh nhìn tôi không nói gì, tôi cũng không nói gì. Rồi anh bắt tay thầy tôi quay ngoắt, tôi nghe như con tim rưng rưng…

Mẹ nói, nhìn bên ngoài tôi như vô tâm nhưng nghịch ngầm và đa cảm. Hình như tôi làm bộ vô tình như lớp áo, nhưng ẩn chứa tâm hồn muốn nổi loạn trong tôi?

Chưa xong Đệ Tứ (lớp 9), tôi đã thất tình. Anh đi biền biệt, tôi cũng chẳng biết tên anh.

Không có mùa xuân nào đẹp trong tôi. Thị trấn quê tôi như co quắp lại, mẹ cấm tôi đi chơi xa. Sân trường thỉnh thoảng tập trung nhiều người lính dáng vẻ suy tư đạn dược đầy mình, miệt mài lau chùi những khẩu súng pha màu thép lạnh lùng.

Tôi đăm đăm dõi mắt tìm anh. Ai biết anh ở đơn vị nào, lính gì mà tìm? Tôi chỉ nhớ anh vì đôi mắt ấy…

Thầy gọi tôi lên bảng, chứng minh hai tam giác đồng dạng. Sự đồng dạng trong tôi chỉ còn là những hình ảnh người lính, họ giống nhau từ màu áo treilli, đôi giày cao cổ lấm bùn đen và nón sắt, cả cây súng nữa. Họ ngoài kia, những đôi mắt u uẩn nhìn trời mây như vô hồn, có khi:

"Đêm nằm ngủ võng trên đồi cát
Nghe súng rừng xa nổ cắc cù
Chợt thấy trong lòng mình bát ngát
Nỗi buồn sương khói của mùa thu

Mai ta đụng trận ta còn sống

Về ghé sông Mao phá phách chơi
Chia sớt nỗi buồn cùng gái điếm
Đốt tiền mua vội một ngày vui"
....

(Mật khu Lê Hồng Phong - Nguyễn Bắc Sơn)

Thị trấn V.Đ. của tôi ngập tràn sắc lính và mùi thuốc súng, những chiếc xe bọc thép gầm gừ xích sắt vẽ thành hình tròn méo mó trên con đường nhựa nham nhở trước cổng trường. Chiếc áo dài trắng không còn trắng nữa, tôi dừng lại giữa cầu nhìn dòng nước đục ngầu. Sông Vĩnh Điện tách dòng Thu Bồn chảy băng qua Tứ Câu, nhập với sông Hàn, nhưng lòng tôi chơi vơi không xuôi không ngược. Đôi mắt những người lính nhìn tôi, con bé gầy gò mái tóc mới chấm ngang vai, nhưng đã mang trong lòng nỗi ưu tư thời thế. Thị trấn tôi không gái điếm, không có chốn ăn chơi, chỉ có những xác người thỉnh thoảng bị trói ké, úp mặt trôi theo dòng sông ra biển.

Một ngày ba tôi bị băm nát khuôn mặt, mẹ chỉ nhận dạng bằng nốt ruồi đen thầm kín. Đến khi chết, ba cũng không dành đôi mắt cho tôi. Tôi tưởng tượng trong hai lỗ sâu trống hốc, đôi mắt dịu hiền của ba tôi đang nhìn đâu đó, có khi nhìn lên trái hỏa châu trên kia đang lung linh và tỏa ra vệt khói trắng đục mù sương, tiễn đưa những linh hồn trần thế về cõi vô cùng.

Xuân này tôi đã quá già so với cháu nội. Nhưng đôi mắt ấy đã theo tôi gần suốt cuộc đời. Tôi vẫn không biết tên họ của Người.

Châu Nguyễn

cái thú sáng tác thơ văn
khởi từ khi nắn từng con chữ đầy
trí, lòng đổ tràn ra tay
lâng lâng đâu khác chi mây ngang trời
nhưng sẽ càng thêm tuyệt vời
nếu in thành sách tặng đời cầm tay

luân hoán

Có Hai Người Lính Ở Buôn Cô Thôn
PHAN NI TẤN

So với buôn Cô Thôn ngày xưa có một vẻ đẹp hoang sơ, vắng lặng, nghèo, bụi bặm, buồn hiu hắt thì ngày nay buôn Cô Thôn đẹp như một tiên nữ rừng xanh được đô thị hóa bởi chính quyền địa phương nhằm phát triển ngành du lịch thu hút đông đảo khách thập phương.

Buôn Cô Thôn cách Ban Mê Thuột khoảng 2km ở phía tây bắc tỉnh Darlac. Tiếng Ê Đê gọi buôn Cô Thôn là Akô Dhong. Akô nghĩa là đầu nguồn, Dhong là lũng. Đây là nơi bắt nguồn của nhiều con suối chảy qua thị trấn Ban Mê Thuột.

Đứng trước nền văn minh hiện đại, giá trị truyền thống độc đáo của dân tộc Ê Đê gần như biến dạng khiến tôi bồi hồi nhớ lại những ngày tháng xa xưa với nhiều kỷ niệm buồn vui, nay chỉ còn trong hồi ức.

Hồi đó…

Sau những lần hành quân trở về, trung úy Y Klu thường hay hú thiếu úy Tiến vô buôn Cô Thôn của ông ăn mừng "sống sót". Lần đầu, chàng thiếu úy Tiến phong trần của tôi vô buôn một mình. Lần đó không biết chàng hào hứng ăn nhậu ra làm sao mà bét mắt ra sáng hôm sau mới tả tơi bưng đầu về làm tôi phát hoảng.

Sau này cô bạn Hà Ly, em gái của trung úy Y Klu, cũng là bạn học của tôi thời hoa mộng, kể cho tôi nghe sau cuộc nhậu sanh tử lửa với trai tráng buôn làng, chàng thiếu úy của tôi xỉn tới bến. Cản cách mấy chàng cũng… "dứt áo" phóng lên yên xe đạp lạng quạng đạp về. Thế là dọc đường chàng lưu linh té nhào đầu xuống đất nằm xụi đơ. May nhờ người làng trên nương chiều về nhận mặt nên hè nhau "cáng" chàng và chiếc xe đạp sút sên, quẹo vành đem trả lại cho trung úy Y Klu.

Từ đó, mỗi lần sống sót trở về, ông trung úy buôn Cô Thôn "hú" anh bạn đồng đội chịu chơi vô buôn nhậu là tôi đều đi theo. Lúc đi, chàng tỉnh táo chở tôi đi. Lúc về, tôi chở "cái hũ hèm" về. Vậy là chắc ăn như bắp, chàng có say xỉn cách mấy cũng hết bày đặt bắt chước nữ sĩ Hồ Xuân Hương "xoạc cẳng đo xem đất vắn dài".

Hồi đó, khi các ông xáp vào hút rượu cần, ăn thịt trâu, hào hứng kể toàn chuyện đánh giặc thì tôi và Hà Ly đi dạo quanh buôn làng. Hà Ly, hồi còn đi học cho tới sau này, vẫn hiền lành, xinh đẹp như đóa hoa rừng. Cô hát rất hay, tiếng hát cao vút như chim sơn ca trên rừng núi. Ngay cả khi hồn nhiên kể chuyện về anh chàng bụi bặm của tôi xỉn rượu tới té nhào đầu dọc đường, giọng nói của cô cũng líu lo như chim hót.

Rút kinh nghiệm mỗi lần đi nhậu tôi cẩn thận đem theo sợi dây nịt nhà binh tôi chế biến đủ dài để sau cơn say mù trời đất tôi ngồi lên yên xe Honda Dame xong nhờ anh em bạn nhậu nai nịt chàng thật chặt vào lưng tôi đâu vào đó là tôi chạy ù về. Cái mà tôi thích nhất là người lính bét nhè yêu quý của tôi ngồi dính chặt sau lưng khiến tôi cảm thấy ngồ ngộ, hay hay, nhất là cái chất ấm trên thân thể chàng thấm vào lưng tôi khiến tôi cảm thấy ấm lòng.

Tôi còn nhớ trước ngày ra mặt trận hay sau những trận đánh trở về chàng đều đứng đằng sau lưng tôi âu yếm vòng tay ôm lấy tôi thì thầm lời ngon tiếng ngọt đến xiêu lòng. Lần nào cũng vậy, tôi đều nũng nịu áp má vào tay chàng tha hồ cho nước mắt của mình lặng lẽ tuôn ra. Đời chiến binh biết sống chết lúc nào, người vợ của lính không thương cảm cho đức ông chồng thì còn ai cảm thương giùm

Những chiến binh anh hùng trở về, ngoài thân nhân, gia đình vợ con thì ba giọt rượu với bạn bè là chất gây men thần thánh. Trong chiến tranh, tôi từng chứng kiến nhiều người vợ lính cùng xóm vật vã, đau đớn lăn lộn bên chiếc hòm kẽm phủ cờ của người chồng vì nước hy sinh. Cho nên nhìn chồng mình trở về trong bộ đồ trận bụi bặm, nhàu nát tôi hãnh diện nhưng xót xa thương cảm biết chừng nào.

Bởi vậy cho nên sau những trận đánh sống mái ngoài mặt trận trở về, tuy ngại sự rủ rê của ông trung úy Ê Đê thật thà, chất phác song tôi lại nóng ruột dỏng tai lên chờ nghe "tiếng hú" của ông.

Chính những ngày tháng lao mình trong hòn tên mũi đạn, vắng "tiếng hú" vui tai kia tôi lại nôn nao nhớ, nôn nóng chờ. Tuy mệt, mà thiệt mệt với cái thói quen chết tiệt này, song ngẫm nghĩ lại thấy mình buồn cười, thấy vui vui trong bụng.

Nhưng mà đời đã ngắn lại lắm rủi ro. Ngày chàng chiến sĩ anh hùng của tôi từ mặt trận mệt mỏi trở về thì "tiếng hú" hiền lành, thân mến kia vĩnh viễn nằm lại ngoài chiến địa.

Đầu năm 1972, trung úy Y Klu hy sinh trong một trận đánh đẫm máu dưới chân núi Chư Prong thuộc huyện lỵ Pleikli, nằm ở phía tây nam tỉnh Gia Lai - Kontum. Chàng của tôi nói ông Y Klu chết, anh không kịp vuốt mắt đã được toán cứu thương đưa anh về bộ chỉ huy hậu cứ băng bó thương tích đầy mình. Qua màn lệ ướt đẫm tôi run rẩy hôn lên những vết sẹo và những vết thương bị đạn cày chưa kịp lành trên người chàng.

Rồi người hùng của tôi lại ra đi. Vòng tay ân tình dành cho người vợ thương yêu cũng theo chàng ra mặt trận bỏ lại tôi một mình trong căn nhà lạnh lẽo.

oOo

Thời gian như dòng sông vẫn chảy, cứ thế trôi qua nhiều biến cố mang tính lịch sử trong đó có một biến động thời thế khiến hàng triệu người phải bỏ nước ra đi.

Ba mươi ba năm sau ở hải ngoại tôi mới có dịp trở về thăm lại quê nhà. Và tôi hết sức ngạc nhiên thấy mình lạc lõng trước sự đổi mới hoàn toàn của đất nước. Dọc đường từ Sài Gòn ngang qua Định Quán, về Phan Thiết, Ba Ngòi, Nha Trang, Ninh Hòa lên tới cao nguyên Darlac… nhà cửa, cảnh vật không còn như xưa. Nhất là đứng trước sự hào nhoáng của buôn Cô Thôn làm tôi choáng ngợp. Tôi đã hoài công cố tìm lại chút hình ảnh kỷ niệm trước căn nhà sàn với tuổi đời trên ba mươi năm của trung úy Y Klu chỉ để nghe tiếng mình thở dài. Tôi lại lớ ngớ hỏi thì không ai biết cô bạn học Hà Ly của tôi là ai.

Người xưa đã không còn, những dấu tích truyền thống cổ xưa thảy đều tân trang. Tất cả đều đổi thay đến tận gốc rễ. Cây bứa trăm năm đơn độc bị bứng mất và thay bằng quán cà phê là những căn chòi nhỏ lợp bằng tranh dựng sát bên hồ nước trong xanh.

Khi từ biệt buôn Cô Thôn, nhìn bóng mình đổ dài trên mặt đất tôi cảm thấy lẻ loi, cô độc xiết bao. Hà Ly, trung úy Y Klu và người hùng muôn thuở của tôi nay ở đâu rồi?

Trung úy Y Klu tử trận ở Chư Prong đầu năm 1972, xác còn được đưa về hậu cứ; còn chàng thiếu úy Tiến yêu dấu của tôi kém may mắn hơn, chết mất xác trong một trận đánh trên đỉnh đèo Hà Lan, thuộc địa phận thị xã Buôn Hô, cách Ban Mê Thuột 30km về phía đông bắc. Cố trung úy Phan Văn Tiến hy sinh vào cuối năm 1972.

Tôi còn nhớ ngày tôi dừng xe trên đỉnh đèo Hà Lan cao 800m, nhìn xuống dòng suối H'Lang hiền hòa chảy tôi càng thấm thía nhận ra nỗi đau khổ trên trần gian này đến rồi đi không rõ tung tích. Làm như thể nơi đây chưa từng xảy ra những trận đánh. Không có tiếng súng giao tranh. Không có mùi thuốc súng. Không cả một giọt máu hồng. Thời gian đã xóa sạch mọi dấu vết trả lại bình yên cho bầu trời và mặt đất.

Một cơn gió núi mang theo hơi lạnh ùa vào mặt làm tôi ớn lạnh. Ngơ ngác nhìn quanh không hiểu sao tôi lại nhớ bài thơ Ông Đồ của Vũ Đình Liên mà lòng bồi hồi khôn tả:

"Những người muôn năm cũ
Hồn ở đâu bây giờ"

Phan Ni Tấn

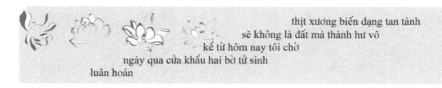

thịt xương biến dạng tan tành
sẽ không là đất mà thành hư vô
kể từ hôm nay tôi chờ
ngày qua cửa khẩu hai bờ tử sinh
luân hoán

Dấu Xưa
HỒ XOA

Con nước ấy ngập ngừng qua bến cũ
Mặc cho dòng cứ vội vã trôi qua
Ta về đó soi phận mình trên bến
Tiếng đò ơi như lạc cuối ngân hà

Chiều cỏ dại vô tình xanh bến nước
Trong một lần cúi xuống tiễn người qua
Là từ đó máu tim về lạnh buốt
Con đường xa... và dấu tình xa...

Thôi đành vậy mùa xưa không trở lại!
Sông âm thầm về khóc một đời sông
Nghe mây gió hẹn hò ngày giông bão
Tóc phai mờ về hẹn những tình không. ∎

Hoa Mộc
HOÀNG XUÂN SƠN

phản chiếu cây phản chiếu tin người
một dòng xanh lặng lẽ ra khơi
con nước thâm thủng mùa an vị
nợ cửa rừng chiều một cánh dơi

nước bắn chỉ thiên lõa vòi sen
hòn đá lăn hòn đá mất chồng
vợ vẫn nằm sau lưng hậu sản
diện tiền ngơ ngác một bầy con

cố cày cho xong một luống cày
mùa màng cơ sự cứ nằm day
mặt mũi nhìn lung về phía khác
một bàn tay chắp một bàn tay

cứ mỗi lần nghĩ một tứ thơ
là tức anh ách giữa hai bờ
biển rộng sông dài chưa qua nổi
thơ ơi thơ ơi thơ ơi thơ ■

Giọt Thủy Tinh
THIÊN DI

Bên bờ nước
Cỏ hoa chen chúc
Sóng sánh vàng giọt nắng mật ong
Những hạt sương ngủ trên cánh bướm
sáng thức giấc rơi chạm hồ trong

Bên bờ nước
thuyền thơ ghé bến
ngỡ đào nguyên
ríu rít chim ca
người viễn du từ phương trời lạ
vấn vương tình cảnh sắc thêu hoa

trái chín rụng
âm vang mặt nước
tung tóe bay muôn giọt thủy tinh
mặt hồ xanh, trong veo mắt biếc
bướm nghiêng soi rớt hạt xuân tình

bên bờ nước
gió lùa suối tóc
cỏ mịn màng dưới dấu hài nhung
giọt thủy tinh chạm reo khe khẽ
hoa nước bay... bay đến vô cùng... ∎

30. 12. 2020

12 Bài Bốn Câu
NGUYỄN HÀN CHUNG

1. Bắt chước TTKH
Từ khi em hết yêu người ấy
tôi thấy em huyền ảo vô ngần
bây chừ dẫu ngó lơ nguýt háy
tôi vẫn tôn thờ một mỹ nhân

2. Biến tấu màu hương
Hốt nhiên thấu tỏ mối tình
đã lưu vào phổi hóa thành vết thương
sao ai còn quá mị thường
rót cồn băng bó màu hương ố vàng

3. Tiếc
Một liều khói với bia chai
tiếc ta xài kỹ đời trai quá nhiều
vắng em không dám thúy kiều
em về đáy cốc bọt bèo chưa tan

4. Khất thực
Chúa nói với tôi người vẫn đợi
tôi về thanh thản giấc bình yên
ngài biết tôi không màng tiên nữ
nhưng thèm khất thực một hồn nhiên

5. Đa tình?
Những người ca ngợi thủy chung
phần đông bọn họ đều không đa tình
ta trong suốt cuộc trường chinh
thủy chung như nhứt sao tình vẫn đa

6. Hoa cô độc
Ta trồng cành dạ lý hương
không lan huệ không cúc hường đào mai
sắc hàm tiếu màu mãn khai
hưởng hương khuya dẫu màu phai vẫn nồng

7. Muộn
Mê đắm những vần thơ tha thiết
em sững câm ngay chấm phạt đền
khi thấu hiểu không gì bất diệt
gió chiều lay tóc trắng lênh đênh

8. Đắp
Lời anh ấm áp hơn chăn
đắp lên em suốt mùa băng lạnh lùng
đầu xuân cải đã lên ngồng
từ nay em ngủ sẽ không mặc gì

9. Em đừng lạm sát
Em đừng lạm sát chữ yêu
nhơn dân vô tội thảy đều rách toang
em yêu như thể đánh đàn
nốt đô chưa dứt nhảy sang nốt rề

10. Đàn bà đàn ông
Đàn bà mới biết đờn bà
Đàn ông muôn thuở vẫn là đờn ông
Đàn ông không biết đờn ông
Đờn bà mới biết đàn ông muốn gì

11. Tự biết
Nằm đêm sùi sụt nhớ quê
về dăm bảy bữa có về mãi đâu
tay rờ nhúm đất mà đau
bụi môn cây khế buồng cau trách người

12. Vĩ thanh câm

Biền biệt dòng xuôi sao níu ngược
sao còn mơ tưởng một chiều sông
lỗi tại mùa đau từng báo trước
ta chủ quan đành chịu trống không ∎

Houston TX, January 6, 2021

Yêu Dấu Tan Theo
THỤC UYÊN

Chiều ươm nắng hững hờ buông tóc rối
Hoàng hôn đi chầm chậm bước liêu xiêu...
Đừng khóc nuối, tình đến cơn đau cuối
Môi thanh tân đã thoáng chút tiêu điều

Đời cơm áo cuốn em về cuối phố
Phố xôn xao che lấp dấu ăn năn
Ngày yêu dấu bọt bèo trong nỗi nhớ
Sao mắt buồn vụng dại nét băn khoăn!

Còn trĩu nặng, bên sông chiều mưa tới
Tưởng tình yên theo ngày tháng mù sương...
Heo hút lắm như rừng xưa phế tích
Vẫn ngọt ngào dấu vết của đau thương...

Yêu dấu cũ cũng vật vờ quên nhớ
Đường trăng xưa soi sáng lối dịu êm
Tình biền biệt ngượng ngùng màu trăng úa
Tủi hương trinh hoa chẳng tỏa hương đêm... ∎

Có Một Ngày Tháng Nọ…
NGUYỄN THÁI DƯƠNG

Con số ấy cứ như là phận số
Khi chân mây lúc sánh bước đường trần
Họ đi đâu về đâu mà... hăm hở
Hỏi làm gì, lòng họ bận… lâng lâng

Họ thầm thĩ vào nhau không hoa mỹ
Lời uyên ương, ai son phấn bao giờ
Họ hôn phối đời nhau theo nguyện ý
Biết khước từ mọi mai mối vu vơ

Yêu là biết thẳm sâu vào chót vót
Biết vô ngôn trước vang vọng dạt dào
Yêu là biết thiên thu vào giây phút
Tiếng thở dài sau tiếng thở vào nhau

Yêu có phải là rộn ràng vô tận
Trước chuỗi ngày chung sớt trái ngang riêng?
Đêm nằm ngắm con thạch sùng, tự vấn
Câu hỏi âm lấp lánh cuối trang thiền

Chính tình yêu chứ còn gì khác được
Giúp họ đi cho hết thuở bạc đầu
Đến sợi tóc còn giành nhau rụng trước
Khóc với cười, chẳng ai nhịn ai sao? ∎

Những Giấc Mơ
NGUYỄN QUỐC HƯNG

Một hôm nằm mơ thấy núi
Ngàn năm mây lững lờ trôi
Cao nguyên một thời đỏ bụi
Đá đứng chênh vênh đợi người?

Một hôm nằm mơ thấy biển
Sóng vỗ con tàu ra khơi
Em đi mắt sầu lưu luyến
Bao năm biền biệt xa xôi!

Một hôm nằm mơ gió thổi
Cành xưa vẫy gọi reo mừng
Cây kia một thời nhiều tuổi
Bây giờ đồi trọc thay rừng!

Một hôm nằm mơ nước chảy
Tôi đứng trên bờ trông theo
Sông dài trôi đi trôi mãi
Chiều buồn phận người gieo neo!

Một hôm nằm mơ ga vắng
Con tàu tất tả ngược xuôi
Lặng lẽ giọt cà phê đắng
Tôi ngồi, bạn với mình tôi! ∎

Màu Tóc Cũ

NGUYỄN SÔNG TRẸM

Viết tặng vợ nhân ngày Quốc tế Phụ nữ 8/3

Mỗi lần ngồi nhuộm tóc cho em
Anh nhớ mái tóc đầy vai thời thiếu nữ
Những sợi đen huyền trôi qua ngày tháng cũ
Như từng sợi chỉ hồng kết lại cuộc trăm năm

Mỗi khi nhìn tóc em còn vương lại chỗ nằm
Là anh biết thời gian cũng từng ngày rơi rụng
Tự hỏi dòng sông cứ chảy hoài theo năm tháng
Mà sao dòng thời gian lại hữu hạn đời người!

Giữ lại màu tóc huyền xưa và những ngày vui
Từng ngón tay anh ân cần làm lược
Nghe nỗi dịu êm lan theo miền hạnh phúc
Đôi lúc tự dối mình muốn xóa dấu thời gian!

Chiều đã nghiêng và rồi nắng sẽ tàn
Mái tóc xưa bay giữa ngày bóng xế
Ta vẫn bên nhau nên đâu là bóng lẻ
Thêm dấu chân chim làm duyên mắt khi cười

Anh giữ lại cho em màu tóc thuở hẹn hò
Tình vừa lớn tay trong tay đủ ấm
Thoáng qua gần một đời sướng vui, lận đận
Niềm vui nào bằng khi ta vẫn bên nhau... ∎

Gió Tầm Xuân
TRẦN CẨM HẰNG

Cơn gió lạnh đường xa thăm thẳm,
Hỏi cành khô: Xuân ẩn chốn nào?
Cây thẫn thờ: Đắm mê nắng ấm,
Xa nhau rồi, mới biết cần nhau,
Nắng đâu từ trời, chỉ do đất xoay mau…

 Hỏi sông cạn: Bao giờ xuân tới?
Sông bâng khuâng: Khi dòng chảy về đầy,
Thuyền xuôi ngược, sóng vỗ về sớm tối,
Nước lớn, ròng đâu phải bởi mưa mây,
Chỉ bởi lòng sông bao dung, nông nổi…

Hỏi người lẻ loi: Đã bao lâu xuân vắng?
Người thâm trầm: Từ độ xa nhau,
Gió lạnh lùng, cạn sông, trời mây lặng,
Có phải đâu do mưa nắng cơ cầu,
Mất nhau rồi, mới hiểu nỗi cạn, sâu…

Người và ta, mỗi người - xuân một nửa,
Hương chưa say, nắng chưa ngọt bờ môi…
Bướm lung linh nắng ngời vân áo lụa,
Én lượn vòng thuyền mát nhịp chèo đôi,
Lòng chung vui, Xuân… trọn vẹn đất trời… ∎

3/1/2021

Khúc Sầu Đông
LÂM BĂNG PHƯƠNG

Tháng Giêng gió trở cuối đông
Cuốn bao se lạnh vào lòng hoài thương
Gió xuân dạo khúc trong sương
Vẳng nghe chim hót lời buồn cho ai.

Cuối năm lòng chẳng nguôi ngoai
Có người nào thiết trâm cài gương soi
Có người hoài bão một đời
Vẫn không đạt ước mơ thôi... cũng đành.

Có người sống chỉ quẩn quanh
Hiên đời cứ thả xuân xanh qua mùa
Đêm về níu ánh trăng khuya
Tương tư hình bóng cũ xưa một thời

Có người thích ngắm tơ trời
Lung linh hoa nắng vàng tươi bên thềm
Nhớ sao mái tóc hoàng kim
Xõa dài ôm ấp vai em ngoan hiền.

Nghe trong tim sóng triều lên
Nghe chừng sông chảy một miền về xuôi
Vần thơ chao lượn tả tơi
Lẫn chìm sông nước biển khơi nghìn trùng

Còn chăng nhân ảnh khói sương
Gởi ai... một khúc sầu đông lạnh lùng? ∎

15/01/2021

Tạ Lỗi Tình Thâm

HOÀI HUYỀN THANH

Tết đầu tiên ta về thăm quê nội
Nắng hàng cau xanh thắm những bờ vui
Cầu Bằng Lăng tim tím ngày thương nhớ
Phú Thuận cù lao sóng nhịp vỗ bồi hồi

Sau hơn bốn mươi năm, ta thắp nén hương mờ lệ
Kính cáo từ đường thăm viếng mộ ông bà
Lẩn quất tâm tư: Ai trả cho ta một thời thơ dại
Cõng những nỗi niềm tê tái, trẻ không cha!

Hơn hai mươi năm mẹ giấu bài ca lỗi nhịp
Thảng nhớ tiếng gà trưa táo tác long đong
Ai trả mẹ ta hơn mười ngàn ngày đắng cay lầm lũi
Hơn mười ngàn đêm vò võ bến không chồng!

Ta dật dờ như lục bình trôi mải miết
Dòng thời gian tan tác những ngày xanh
Hơn bốn mươi năm ngày ngỡ ngàng ly biệt
Mù mịt chốn quê xưa, sao trở lại đoạn đành!

Mây xanh thắm hòa trời xuân đơm lộc biếc
Đau đáu lòng ta ánh mắt mẹ trối trăng
Hạnh phúc cho người mẹ chọn một đời ly biệt
Hà cớ gì ta trĩu nặng nỗi bâng khuâng!

Hơn bốn mươi năm con về thăm quê nội
Thành kính trải lòng xin đón nhận tình thâm
Mẹ an nghỉ cõi vĩnh hằng xa ngái nhé
Chốn hồng trần nắng rực rỡ đón chào Xuân. ∎

Một Mùa Đời Trù Mật

NGUYỄN THANH CHÂU

riêng gởi Anh CTT

sum suê miền đất tới
vàng mùa khao khát môi
đung đưa ngọn gió hời
rót mật ngầm hồn hậu
tít tắp trời đồng ấu
mưa nắng hẹn trùng phùng

vú sữa em tay nâng
nồng nàn lửa lựu cháy
trăng đến thì con gái
lót ổ những đêm rằm
đất nôi thanh thản nằm
thiên thu còn ưu ái

gù gật đàn cu ngói
rôm rả tiếng chim quyên
mười năm giải oan phiền
giú mùa đời trù mật
đón người về tất bật
lòng trải suốt nguồn thương…■

Mùa Xuân Tình Yêu
NGUYỄN HỮU DỤNG

Hội non sông ấm lòng thơ giấc ngủ...
Tay đan tay ken sức sống sum vầy...!
Em yêu thương...!
Anh thấy như lòng mẹ...!
Chung thủy, ngọt ngào, son sắt tựa trời xanh...!
Anh đấy ư...?
Em thấy như lòng cha...!
Yêu tổ quốc, trí sáng trong vì nước...!
Tình thơm say dâng hiến những bài ca...!
Tình chúng ta làm rạng danh sơn hà...
Hạnh phúc muôn người, những tương thành vĩnh cửu...! ∎

Nụ Đời
NGUYỄN THÀNH

Ba mươi, mùng Một, mùng Hai
Búp non ấp ủ ngậm hoài trêu ngươi
Mùng Ba hé nụ cợt đời
Ơ này Xuân vẫn một trời thắm tươi

Nào đâu đã lỡ cuộc chơi
Phong trần chưa đủ sóng lơi cánh buồm
Cành vươn nhánh rộng chiều hôm
Hoa chen lá biếc ta ôm mộng vàng

Sắc khoe mùng Bốn ngày sang
Lung linh ngọn nắng gió mang tin về
Mạch nguồn thức dậy đam mê
Ngoài khơi cuộn sóng bộn bề lo toan

Mùng Năm, mùng Sáu hân hoan
Hoa vàng rực cánh, nắng loang bên thềm
Biển dâu chưa đủ tim mềm
Phong sương nhuốm sợi tơ bền vần xoay

Mùng chưa hết vẫn còn say
Ta vay giấc mộng ươm cay nụ đời
Vô thường nặng nợ Đất Trời
Phù du hoán kiếp luân hồi lai sinh. ∎

Ra Đi
TUYẾT LAN

Hạt sương nào đưa tiễn ta
Về với phố thị bao la bụi trần
Gió đưa đẩy những ngọn bần
Phất phơ chua chát bao lần tả tơi

Ta về trong giấc chơi vơi
Nửa mê nửa tỉnh ngàn cơi dãi dầm
Đêm nằm xoa những lâm râm
Đắp lên bao mảng sầu câm muộn màng

Xin giao ước với lỡ làng
Về cùng những nỗi mơ màng gió mưa
Người đi lắm bước chân thưa
Ai về nửa bóng, vàng ưa rũ mùa

Trời cao đưa ngọn gió lùa
Thương người đứng đợi bán mua tuổi già
Đem vò mình giữa chiều tà
Lồng ngực trái bỗng vỡ òa hư không

Rũ mình trên những long đong
Đêm ngày đã phủ sầu đông mỏi mòn. ∎

Đọc Lại "Bão Rừng"
Của Nhà Văn Nguyễn Văn Xuân

NGUYỄN THIẾU DŨNG

Tiểu thuyết Bão Rừng được viết dưới dạng hồi ký, ghi lại cuộc phiêu lưu của nhà văn lúc ông chưa đến 16 tuổi, lên Cao nguyên làm thư ký ở đồn điền của một me Tây, thời thực dân Pháp còn cai trị nước ta. Tuy là hồi ký nhưng mục đích của tác giả là viết tiểu thuyết nên tất nhiên có phần hư cấu, sự việc được tô đậm hơn để làm nổi bật chủ đề của tác giả: cực tả nỗi thống khổ của phu đồn điền bị chủ bóc lột tận xương tủy chỉ còn da bọc xương đến chết mà không có nổi mấy tấm ván bó thân đành gói thây trong thùng xà bông, mà cũng chỉ là thùng cũ nát "kéo cày mà trả nợ đời. Sống ăn măng, ăn trúc, chết rúc vào thùng xà bông. Mẹ cha cái kiếp thằng phu đồn điền" (tr. 122). Nhân vật trong Bão Rừng là những nhân vật sống thực ngoài đời.

Nhân vật xưng tôi, hay thầy Bảy là bản thân tác giả, trong gia đình, mẹ tôi thứ ba còn ông thứ bảy, chúng tôi quen gọi ông là cậu Bảy. Mồ côi cha từ rất sớm ông phải bươn chải tự lập để mưu sinh: "Tôi mau già có lẽ vì tôi sớm biết nghĩ ngợi. Tại hoàn cảnh gia đình chật vật hay tại bản chất con người? Tôi chỉ biết là vào năm ấy, tôi đã ra một người lớn hẳn hoi, tôi chơi ngang với các bạn đã có vợ con, tôi viết giúp cho tờ báo ở Hà Nội một cái phóng sự có hơi… bịa về con đẻ hoang… Và một mùa hè năm ấy, như một kẻ chán đời, khá chán đời hay tự cho mình cái quyền lên cao để ngẫm nghĩ về thế cuộc, tôi ra chơi núi Ngũ Hành Sơn." (tr. 15)

Có mộng làm nhà văn, mà muốn viết được truyện thì phải tích lũy vốn sống, nên từ thời niên thiếu cho đến lúc gần quá vãng ông sống ở ngoài đường nhiều hơn ở trong nhà, thích đi đây đi đó, tiếp xúc với mọi hạng người nên kiến thức của ông về cuộc đời rất rộng. Ông có thể bắt chuyện với bất cứ ai và nói chuyện thao thao bất tuyệt với họ về chuyên ngành của họ. Tại những đám giỗ, đám tiệc ông như chiếm lãnh diễn đàn, ai cũng thích thú dỏng tai lên ngồi nghe ông nói về chuyện của họ. Có lần nhà thơ Lưu Trọng Lư ở Huế vào chơi, ghé lại Thanh Chiêm ở nhà bà ngoại tôi, rồi kéo ông đi, hai người đi miết mấy ngày khi về gặp mưa áo quần ướt đẫm, mẹ tôi phải nhóm bếp hong áo cho nhà thơ để ông có đồ mặc. Cậu Bảy tôi cũng ham mê đọc sách, ông đọc rất kỹ, nhớ dai. Nhớ hồi đang học Đại Học Sư Phạm Huế, đến giai đoạn học về thơ mới, tôi và Hà Nguyên Thạch kéo nhau về Đà Nẵng gặp ông để tham khảo. Ông giảng về quá trình hình thành thơ mới thao thao bất tuyệt từ khởi đầu đến kết thúc, nói đến đâu đọc thơ của nhiều tác giả dẫn chứng đến đấy không tra cứu, một bài giảng tầm cỡ Đại Học không cần soạn sẵn. Tôi ghi ít dòng này để thấy nhà văn Nguyễn Văn Xuân có biệt tài quan sát và cường ký nên mặc dầu câu chuyện ở đồn điền mãi đến hai mươi năm sau mới được ông ghi lại nhưng những sự việc xảy ra hồi trai trẻ vẫn còn nóng hổi trong ký ức của ông.

Ta có thể bắt gặp những nhân vật khác là người thực ngoài đời. Nhà sư mà ông gặp ở núi Ngũ Hành Sơn là sư Sự Tích, người làng Thanh Chiêm, được xem như Tổ của chùa Linh Ứng núi Non Nước, sau bị thủ tiêu vào năm 1945, bà cô trong truyện là bà Địch, một người trong họ, có truyền thống rất hiếu khách, thói thường các bà hay ép cháu ăn đủ món, đủ no và đủ chán để tỏ tình thương và uy tín với làng xóm. Con bà là người thân tín của mụ chủ đồn điền đã cắt xén những món lợi của mụ để tạo cơ nghiệp riêng, sau năm 1975 người này đã treo cổ tự vẫn khi bị đánh tư sản vì mấy chục mẫu cà phê bị tịch thu. Mụ La, chủ đồn điền người làng Quảng Cái (Quán Khái), một số lớn phu đồn điền do mụ tuyển dụng ở quanh vùng Ngũ Hành Sơn. Đồn điền trong Bão Rừng có thể xem như là địa ngục hay là nơi lưu đày của một nhóm dân xứ Quảng.

Bão Rừng được sáng tác năm 1957 chứ không phải năm 1955 như một số tài liệu đã ghi. Năm đó tôi học xong lớp Đệ Ngũ (lớp 8), nghỉ hè tôi được về quê chơi. Lúc này nhà văn sau thời gian lao lý vì chủ trương tạp chí Văn Nghệ Mới, một tạp chí văn nghệ có giá trị và tiến bộ ở đất cố đô. Hồi đó tôi rất thích đọc những truyện ngắn của Xu Văn Ân (bút hiệu của Nguyễn Văn Xuân) và thơ của thi sĩ mệnh yểu Quách Thoại đăng trong tạp chí cũng chết yểu này. Ông về với gia đình ở tại nhà bà ngoại tôi, bà đã tử thương khi cùng với dân làng đi cướp chính quyền ở phủ Điện (Bàn), bị Nhật bắn. Lúc đó tôi cũng đã có thơ đăng trên báo Sài Gòn (mấy tờ lá cải, chẳng có giá trị gì).

Tôi còn nhớ như in, cậu tôi hàng ngày, quần đùi áo may ô, gò lưng trên tấm phản gỗ, ông đang viết tiểu thuyết, ham mê văn nghệ nên tôi không chạy nhảy nô đùa với bạn trẻ cùng lứa, tôi ngồi bên cậu, hễ ông viết xong tờ nào trên giấy manh đôi ra là tôi chụp lấy đọc ngay, gió từ cánh đồng trống thổi qua cái đìa trước nhà mát rượi, tôi đọc say sưa. Thỉnh thoảng có người đem cho mít, sắn để ăn giặm, tôi vừa đọc vừa ăn, còn cậu thì cứ cắm cúi viết. Đầu đề của tiểu thuyết gồm ba chữ *Lão trại chủ* được tô đi tô lại, đó là tên sơ khai của Bão Rừng, khi đưa in tôi có đề nghị với cậu đổi tên là Bão Rừng, vì tôi thấy đời sống trong đồn điền nhiều cơn bão quá, thế là cậu đồng ý. Sau này cậu viết truyện về cát, cũng là những trận bão của đời người dân miền biển, tôi đề nghị cậu lấy tên Bão Cát, cho cùng họ với Bão Rừng, nhưng lần này cậu bác ý tôi mà lấy tên là Dịch Cát.

Bão Rừng gồm những cơn bão nổi và bão ngầm.

Mụ La là cơn bão dữ dội nhất hoành hành, tác oai, tác quái trong suốt thời gian của truyện, mụ chửi suốt ngày, gặp người làm nào cũng chửi không có lỗi cũng moi ra cớ để chửi, dụng ý của mụ vừa để tỏ uy quyền vừa mang tính khủng bố trấn áp gia nhân. Cái tinh quái của mụ là biết kết hợp cái khôn lỏi của Tây phương và cái quỷ quyệt của Đông Phương để bóc lột. Thủ đoạn của mụ rất tinh vi. Mụ dạy cách buôn bán với người Đê cho thầy Bảy: "Mình phải biết lợi dụng cái thích của họ, phải chiều cái tục lệ của họ để việc làm ăn được phát đạt. Đây, tôi nói ví dụ về việc buôn bán vải là món hàng quan trọng nhất cho thầy nghe. Bọn mọi Đê rất ngu, không tin ở thước tây mà mình muốn làm dài làm ngắn tùy ý. Cho nên họ mua gì cũng theo "pạ" - pạ là sải, sải ngắn hay dài tùy ý họ. Mình cứ để họ đo bằng pạ cho họ vui lòng". "Thầy chưa quen, chứ tôi thì không cần đo, chỉ cần ngắm xác người là biết ngay cái pạ chung. Ví như giá vải trắng hai các ba thì nó có cố gắng đến đâu cũng chỉ đến chừng ấy, mà những anh tay ngắn tất phải chịu lỗ, thế là mình đã lời rồi. Còn những anh tay dài, mình lấy thước đo lại rồi tùy theo thước tấc mà tăng giá lên cho đủ" (tr. 48, 49). Mụ dạy tiếp về cách bán muối: "Món hàng quan hệ nhất là muối. Đó là sự sống chết của thổ dân... Đổ muối không nên đổ mạnh. Hạt muối có cạnh có khía. Đổ mạnh thì nó chèn, ép lên nhau, làm hao muối rất nhiều. Muốn có lợi thì phải đổ rất nhẹ, càng nhẹ chừng nào muối càng xuống yếu chừng ấy, các cạnh khía của nó chồng khít lên nhau mau đầy mà ít hao... Không nên đổ muối đầy quá. Vì càng đầy thì gạt càng nặng tay, muối càng ấn sâu xuống, cũng như không nên dùng vật nặng mà gạt. Rồi thiếu chỗ nào thì bù thêm vô chỗ ấy... Như thế tùy theo cách đong, một ang muối có thể lợi từ nửa lon đến một lon. Với thằng Đê nào ngu, thì mặc nó, nhưng xem thằng nào láu linh thì khi đong xong, vốc cho nó một vốc, nó bằng lòng ngay." (tr. 50, 51)

Mụ hút máu không chừa một ai, kể cả thầy Bảy. "Về phần thầy thì tôi định với thầy cho rõ. Hôm thầy nhận việc tôi có nói trả lương thầy 12 đồng, nhưng 12 đồng là thầy phải phụ việc chấm công cu li buổi sáng và buổi chiều như thầy thông trước. Nay thầy không làm việc đó thì lương thầy còn lại 10 đồng... Thầy lên đây 15 tây, nhưng thật ra thì ban đầu chỉ chơi và học việc chứ cũng chưa làm gì. Bắt đầu tháng này, tôi sẽ tính đủ cho thầy. Bây giờ thầy nhận tạm ít tiền để tiêu cho vui, còn tiền cơm nước gì đó để tôi trả cho cũng được. Hóa ra việc thầy Bảy đứng bán hàng ngoài nhiệm vụ thì mụ không tính... Thầy Bảy phản kháng: "Tim tôi nhẹ hẳn đi, nhìn tờ giấy một đồng rồi nhìn lên mặt mụ. Đôi mắt mụ có một vẻ say đắm long lanh dưới ánh đèn. Tôi không hiểu cái gì đã giữ tôi để khỏi tát vào đôi má nung núc những thịt của mụ... Tôi... thản nhiên cầm tờ bạc vo tròn như giấy lộn, bóp nát nhừ ra trước khi đút vào túi quần... Sao thầy lại vò đồng bạc. Tôi lãnh đạm: Tôi vò tôi chơi... Tức giận mụ nói như hét: - Xé bạc sáu tháng tù. Tôi đanh đá đáp: - Vò bạc không ngày tù nào hết." (tr. 94, 95)

Cơn bão dai dẳng hút mòn sinh lực của dân phu là đời sống cơ cực làm không đủ ăn, đã thế còn lâm vào nạn cờ bạc và sốt rét, tiền không đủ để tiêm thuốc chữa bệnh. Đây là thảm cảnh của họ khi lâm vào bệnh nặng: "Tôi bèn kéo mảnh bao tời rách đắp lên ngực bác Liễn. Chợt mắt tôi để ý đến những tí gì gờn gợn trắng trên chiếc áo màu đen của bác. Tôi mãi suy nghĩ chưa hiểu vật gì thì người y tá cũng vừa kêu lên: - Rận. Rận nhiều quá, bò đến trông thấy trên áo, trên chiếu trên bao tời. Ra ngoài người y tá bảo tôi - Chắc bác ấy không sống được. - Bệnh nặng thế kia à? Người y tá lắc đầu: - Không phải. Nhưng khi trên con bệnh nhung nhúc những rận, là đã đến lúc bệnh nhân "thoát nhục". Tôi chưa thấy mấy ai ở trường hợp như thế mà sống được." (tr. 101, 102)

Dưới ách áp bức và bóc lột của mụ chủ, những người làm cho mụ đành cắn răng cam chịu, vì họ không có cách gì thoát khỏi sự thao túng của mụ, đời họ hầu như phải gắn liền với mụ như sắt bị thỏi nam châm khống chế, không vùng vẫy được. Tuy thế họ vẫn có những cách trả thù để vơi bớt nỗi oán hận, mặc dầu những cách trả thù đó rất trâu ngựa như anh bồi đã nói: "Đến món sau tôi theo chân anh vào bếp chơi. Anh đưa mấy cái đĩa lau chùi sạch sẽ, men sứ trắng tinh để cho anh bếp đổ món bắp non mới nhú, thái mỏng chiên với sữa vào.

Cơn giông tố mà tôi tưởng không để lại dấu vết nào là lầm. Anh bồi chỉ nhanh nhẩu đoảng trước mặt chủ. Giọng anh vào đến bếp đã nặc mùi hậm hực. Anh chửi:

- Đ… mẹ nó! Nó tưởng nó chửi mình là nó hơn à? Tao là thân trâu ngựa thì tao cũng biết chơi như trâu ngựa chứ!

Nói xong, anh khạc một tiếng, nhổ một bãi nước miếng hay đờm vào đĩa, lấy tay xoa qua một lượt rồi bảo anh bếp đổ món ăn lên. Anh bếp chẳng nói chẳng rằng lấy vá múc bắp đổ vào. Anh bồi lại mượn đúng bộ mặt lương thiện, nhanh nhẹn mang đĩa đồ ăn chạy lên như chẳng có việc gì xảy ra" (cho vợ chồng mụ chủ thưởng thức món bắp đầu mùa ngon và béo). (tr. 45)

Giữa cảnh địa ngục đó, một người con gái đã xuất hiện làm cho cuộc đời của thầy thư ký non trẻ sáng lên một chút niềm vui, một chút ý nghĩa: "cô không chỉ là người mà còn là nguồn ân huệ ngọt ngào kiều diễm mà ngẫu nhiên đã ban trong cảnh hoang vu này" (tr. 108). Tuy nhiên mặc dầu đã chớm yêu nhưng cô gái cũng không thể giữ chân thầy Bảy ở lại với núi rừng.

Nhờ bức điện tín: "Mẹ đau nặng. Nguy ngập. Về ngay", thầy mới thoát được nanh vuốt của mụ chủ. Trên đường trở lại với cuộc sống văn minh chàng trai vừa chấm dứt cuộc phiêu lưu ở tuổi mười sáu còn gặp hai người phu cũng vừa trốn khỏi đồn điền:

- Tôi cũng vừa vượt ngục như các anh. Có khác là tôi đàng hoàng vượt ra cửa trước, không lo mang theo lương khô và không lo bị bắt lại.

Liếng nghếch cao cái mặt lồm xồm râu ria, đất bụi, đôi mắt vênh váo, nhếch một nụ cười:

- Thế thầy cho là bọn nó bắt lại bọn tôi được à?

Cả ba chúng tôi nắm tay nhau, phá lên cười vang động cả một góc rừng…" (tr. 233)

Sau những ngày tháng sống với núi rừng đầy giông bão, thầy Bảy như một hiền triết lý giải vì sao tuổi trẻ thích phiêu lưu hay đứng núi này trông núi nọ qua bức thư thầy gởi cho bạn: "Tao hiểu mày lắm; bởi vì tao đã hiểu… tao. Sự cực khổ ở đây dù sao đối với mày vẫn là trừu tượng. Ngồi trong thành phố ăn mặc sạch sẽ nhìn qua cửa gương nhà trường có bao giờ chúng ta hết thấy cuộc đời chật hẹp và bao giờ chúng ta cũng ao ước chân trời khác. Ngay như tao bây giờ đang sống với các loại ma thiêng, nước độc, sống với những kẻ chết đi không biết tiếc bỏ một cái gì, tao vẫn thích về một vùng mỏ, hoặc trôi theo một con tàu thủy lênh đênh bến này bờ nọ hơn là về thành phố. Những chốn đó tao biết chẳng hơn chi bao nhiêu, nhưng cũng như mày, tao ao ước bởi vì sự cực khổ của nó vẫn còn trừu tượng đối với tao…" (tr. 104). Chẳng khác gì Lý Bạch nhảy xuống ôm vầng trăng chìm trong đáy sông, để chết với cái ước mơ trừu tượng.

Ngày nay đọc lại Bão Rừng vẫn còn thấy chất thời sự thấm đẫm trong đó. Bão Rừng là một thông điệp gởi đến tuổi trẻ, không bao giờ thế giới hết cái ác cái xấu, chúng như bóng đen bao giờ cũng muốn nuốt chửng ánh sáng. Thế giới không bao giờ hết bọn thực dân, bọn ăn thịt người, khi còn bọn chủ hám tiền và bọn quan chức tham ô, chúng câu kết nhau vươn đôi vòi bạch tuộc cắm sâu vào da thịt nhân dân để hút đến giọt máu cuối cùng.

Bọn đó vẫn còn tồn tại dai dẳng và tuổi trẻ vẫn còn khát khao những chân trời…

Nguyễn Thiếu Dũng

Nhật Ký Sư Phạm
NGUYÊN CẨN

C am Đức, ngày… tháng 3, 198…

Khi tôi về đến Cam Đức, trời đã xế chiều. Con đường dài từ ngoài quốc lộ vào trường trung học cơ sở, cát trắng xóa, không một bóng cây. Cái xã nghèo mà học sinh đi học trông lem luốc, lam lũ lại rất đẹp về đêm khi các em diện những cái áo trắng tinh đi lễ nhà thờ đối diện ngay phía trước trường. Tôi nhìn thấy rõ sự tương phản này như giữa ngày và đêm, nhất là những đêm từ thứ Sáu trở đi. Khi Đức Cha phát gạo cho dân thay vì chỉ rao giảng về tương lai tươi đẹp như mấy ông cán bộ hợp tác xã. Tôi và Lài, cô sinh viên trợ lý đời sống khệ nệ khuân vào một túi đồ lỉnh kỉnh nhu yếu phẩm cho Đoàn Thực Tập. Đoàn gồm hai thầy là Thầy Chất và tôi cùng với 20 giáo sinh gồm 4 khoa: Toán, Anh, Văn và Lý về trường Cam Đức. Thầy Chất, trưởng đoàn, khoảng trên 40, dáng hơi thấp, lúc nào cũng nghiêng nghiêng đầu như đang lắng nghe, dạy Văn, tính tình thẳng thắn, phong thái đầy chất Nghệ An. Thầy và tôi được ở một phòng riêng đầu dãy, còn hai phòng lớn dành cho giáo sinh nam và nữ tách biệt nhau bởi một cái cầu thang.

Vừa về đến phòng, mệt lả, khi phải ngồi xe chen chúc từ Nha Trang, tôi đã nghe thầy sẵng giọng: "Này anh Cẩn, anh có biết chuyện động trời vừa xảy ra trong Đoàn mình không? Tôi với anh chuẩn bị chịu kỷ luật đấy. Không còn tiền mà chi dùng cho 6 tuần còn lại. Anh biết ai lấy tiền không? Con Tước, giáo sinh Anh văn của anh đấy, anh biết chưa?" Giọng thầy nghe đay nghiến chì chiết đến khó chịu. Tôi sững người nhưng cũng cố vớt vát: "Sao lại thế? Nó hiền lắm mà thầy? Mà nó ăn cắp bao nhiêu?"

Thầy Chất gằn giọng: "Nó lấy hết mẹ cả rồi. Chết cả lũ! Đêm nay họp Đoàn mà nó không trả lại thì tôi với anh phải làm Tờ trình kiểm điểm đấy. Còn nó thì tống khứ về trường cho họ xử lý." Gương mặt thầy đã ngắn, mắt nhướng nhướng, môi chu chu trông thật khó coi.

Tôi băn khoăn: "Thầy có thể lui ngày kiểm điểm lại một hai hôm được không? Để em tìm hiểu xem chuyện gì đã chứ? Em nghĩ thầy khoan kết tội khi mình chưa có chứng cớ."

Đúng lúc ấy, Mai, cô bí thư Đoàn Thực tập bước vào, nghe thấy, lớn tiếng: "Chứng cớ gì nữa thầy ơi! Kỷ luật luôn chứ không chết cả Đoàn tới nơi rồi. Em thấy nó có rất nhiều tiền. Chỉ có nó thôi. Nó xài tờ 500 đồng thầy biết không? Nó ngủ gần con Chanh, đoàn phó phụ trách đời sống, cùng sinh viên ngoại ngữ với nhau nên nó lấy là dễ hiểu thôi". Mai nói rít qua kẽ răng, gương mặt hầm hầm, giận dữ. Vóc người tròn trịa, tóc cắt ngắn. Mai nhìn giống một cô bán hàng hơn là sinh viên. Quê gốc nghe đâu ở Thanh Hóa, vào Nha Trang được mấy năm. Hiện là sinh viên khoa Văn nhưng coi chung công tác Đoàn Thanh Niên cho số giáo sinh thực tập. Tôi thấy tình hình khá căng nên phải xuống nước vì tôi cũng đang dạy Tước, một nữ sinh viên rất dịu dàng, luôn miệng dạ thưa, em có vẻ con nhà nền nếp. Thầy Chất thấy tôi có vẻ băn khoăn nên dịu giọng lại: "Thôi được, nể anh, tôi cho anh hai hôm đấy, điều tra kiểu gì tùy anh; nhưng hôm nay thứ ba, đúng thứ năm tôi họp Đoàn kỷ luật nó đấy."

Mai nói như gào lên: "Trời ơi, em thấy họp ngay tối nay đi chứ mấy thầy để lâu nó tẩu tán tiền bạc hết còn gì mà đòi!"

Thầy Chất khựng lại. Tôi vội trấn an: "Cảm ơn Thầy. Cứ cho em hai ngày. Em hứa sẽ tìm ra nguồn cơn vấn đề này. Nhưng mất bao nhiêu vậy thầy?" Thầy Chất cười gằn: "Hơn 1500 đồng. Lương tôi 70 đồng, lương anh 56 đồng, trừ mấy tháng lương đấy? Tiền ăn của toàn Đoàn hai mươi mấy con người".

Tôi thở dài, nhìn ra ngoài. Chiều xuống dần. Lòng nghĩ mông lung. Tôi không hình dung nổi sao Tước lại dám làm điều ấy. Đêm đó tôi gọi Mười ra ngoài uống cà phê. Mười, cậu giáo sinh thuộc nhóm

Anh văn cùng từ Buôn Mê Thuột xuống với Tước. Vì Cao Đẳng Nha Trang năm ấy phụ trách đào tạo sinh viên từ Bình Thuận đến Phú Yên, lại có 2 lớp từ Tây nguyên xuống. Đã có thời gian tôi "phụ đạo" miễn phí tiếng Anh cho số học sinh Buôn Mê Thuột này vốn trình độ yếu hơn những em ở vùng khác. Bù lại các em tặng cà phê uống mệt nghỉ, mỗi lần biếu thầy 10 ký. Tôi bắt pha thầy trò cùng uống mới hết nổi. Đêm đó nói chuyện bông lơn hồi lâu, tôi vờ đề cập đến Tước, Mười nói ngay: "Tước là đứa giàu nhất nhì trong nhóm tụi em đó thầy, nhà nó có đồn điền cà phê mấy chục mẫu, nên nó dư dả lắm!". Tôi ngạc nhiên, gặng hỏi: "Trước giờ em thấy Tước tính nết ra sao?" Mười cho biết Tước chỉ bị cái tính yếu đuối hay nhớ nhà và hơi "mít ướt" chứ nó tốt lắm. Nó cho tụi em mượn tiền hoài, có khi quên trả, tụi em gặp nó cười trừ cũng huề à". Tôi cảm thấy hơi yên tâm về hạnh kiểm cô học trò mình nhưng sao nó lại có nhiều tiền thế?

Ngày.. tháng 3, 198....

Sáng:

Tôi gặp riêng Chanh, cô sinh viên hiền lành phụ trách đời sống toàn đoàn. Hỏi thăm em mất tiền trong trường hợp nào và bao nhiêu. Chanh thật thà kể em bỏ tất cả trong túi xách để đầu giường, số tiền là 1625 đồng. Tôi gặng hỏi tiền của em gồm những loại tiền gì? Em cho biết phần nhiều là 20 đồng, 30 đồng, 50 đồng. Tôi hỏi có tờ nào 500 đồng không? Em cho biết không có tờ nào lớn như vậy vì trường phát tiền nhỏ cho dễ chi dùng.

Chiều: Nhân thầy Chất đi dự giờ, tôi gọi Tước vào phòng. Khuôn mặt khả ái, mắt to, môi luôn trề ra như làm nũng ấy không toát lên vẻ gian xảo như những suy nghĩ của Mai và thầy Chất. Tôi hỏi thăm Tước về gia đình. Tước không ngại ngần tâm sự: "Gia đình em đang gặp khó khăn vì sắp vào hợp tác nhưng bố mẹ em vẫn đủ sức nuôi em". Tôi giả vờ hỏi gần đây họ có gửi tiền cho em không thì em nói: "Có chứ Thầy, má vừa gửi cho em về Bưu điện Cam Đức." Tôi xin lỗi muốn biết bao nhiêu thì em nói luôn con số 800 đồng. Một số tiền bằng một năm lương tôi. Em nói em đang muốn xin thêm vì dự trù không ở ký túc xá nữa mà ra ngoài mướn phòng riêng khi về lại Nha Trang.

Ngày... tháng 3, 198...

Sáng: thầy Chất tự ý gọi Tước đến hăm dọa và buộc Tước thú nhận tội lỗi trước khi họp toàn Đoàn tối nay. Trưa Tước bỏ cơm, khóc vùi và đòi tự tử vì nhục.

Chiều: Tôi cảm thấy khá bực mình và với sự sôi nổi của một chàng trai 24 tuổi mới ra trường, nhiệt huyết còn bùng cháy. Tôi gặp thầy Chất và nói thẳng: "Tại sao thầy không chờ điều tra thêm, tại sao thầy tra vấn con Tước mà không báo em biết? Thầy đã có đủ bằng cớ chưa? Thầy có biết gia đình nó mới gửi tiền cho nó không? Thầy phải ra Bưu điện Cam Đức kiểm tra kìa! Thầy làm gì đấy em không biết, nếu đêm nay thầy buộc tội nó, rủi mà nó tự sát thì thầy chịu trách nhiệm một mình đi nhé! Em sẽ báo về trường vấn đề này. Còn thầy muốn điều tra, tại sao mình không lập đoàn kiểm tra đêm nay. Rồi mai hãy họp."

Thầy Chất nhíu mày. Gương mặt ngắn lại nhíu mày trông rất buồn cười. Thầy hỏi tôi: "Ý anh là sao?"

"Em đề nghị thầy lập 2 tổ kiểm, tra, không báo trước. Em và thầy kiểm tra phòng Nam, Mai và Chanh kiểm tra phòng Nữ. Chỉ thông báo sinh viên 5 phút trước khi yêu cầu họ ra khỏi phòng lúc 8 giờ tối nay. "Thầy Chất ngẫm nghĩ hồi lâu, rồi gật gù: "Nhất trí. Theo anh đấy".

Tối: Theo đúng kế hoạch, nhưng tôi bất ngờ nói với thầy Chất: "Hay mình đổi lại, em với thầy kiểm tra phòng Nữ; còn Mai với Chanh kiểm tra phòng Nam". Thầy Chất lựng khựng giây lát "Có kỳ không?" Tôi khẳng định "Kỳ cái gì thầy ơi. Phải làm ngay thôi". Cuối cùng, thầy đồng ý, có lẽ cảm thấy tính bất ngờ của kế hoạch cũng hay chăng? Mai và Chanh ngạc nhiên. Mai hỏi gặng: "Sao mấy thầy đổi kế hoạch kỳ cục ghê!" Và cuộc kiểm tra, đúng hơn là lục soát, bắt đầu từ 8 giờ tối dưới ánh đèn vàng vọt của thời bao cấp. Kiểm tra miệt mài không tìm thấy gì. Đúng vào lúc tuyệt vọng nhất thì bỗng dưng tôi chú ý một cái túi xách kiểu ba lô bộ đội nằm gọn trong góc. Mở ra, tôi chạm vào một xấp giấy báo bùi nhùi, tính bỏ sang bên thì thấy hiện ra một tờ tiền 20 đồng, moi xuống dưới, thấy có rất nhiều tiền, toàn giấy 20, 30, 50 đồng hệt như Chanh mô tả. Tôi gọi thầy Chất lại. "Thầy ơi, sao nhiều tiền thế này?" Tôi với thầy cùng đếm, đúng con số 1625 đồng còn nguyên chưa mất một tờ nào. Nhưng cái ba lô này là của ai? Thầy Chất nổi nóng, đỏ mặt, mắt thầy long lên giận dữ: "Phải của con Tước không?" Tôi luồn tay xuống dưới thấy một cuốn sổ. Lại hồi hộp mở sổ ra. Đập vào mắt tôi ba chữ "Nguyễn Thị Mai". Mặt thầy Chất xám lại: "Sao lại là con Mai? Có đứa nào muốn vu oan giá họa cho nó không?" Nhưng không thể hiểu khác được vì nó giấu ngay trong ba lô của Mai. Thầy thừ người: "Đốn mạt thật! Con này phải khai trừ Đoàn, đuổi học thôi." Tôi nói với thầy: "Khoan thầy, xem như giải quyết được gánh nặng rồi. Đoàn Thực tập có tiền sinh hoạt rồi. Thầy với em cần một đêm suy nghĩ xem xử lý việc này ra sao? Thầy đừng hấp tấp mang tiếng cho Đoàn mà Mai nó cũng không chịu nổi áp lực dư luận."

Thầy Chất có vẻ xấu hổ vì những lời lên án trước kia dành cho Tước. Hồi lâu thầy nói. "Thôi anh làm theo ý anh đi. Tôi đồng ý. Đây là bài học chung cho anh em mình. Tí nữa thì hỏng bét hết!"

Tôi không hiểu thầy nói ai hay tự trách mình cũng nên.

Ngày.. tháng 3, 198...

Sáng:

Thầy Chất cùng tôi gọi Chanh lên và nói: "Tiền đã tìm thấy nhưng em phải hứa giữ yên lặng, không kết án ai hết mà xem như có sơ suất gì đó khi dọn phòng". Chanh đủ khôn ngoan để nhận ra sự việc nên dễ dàng đồng ý.

Chiều:

Mai được gọi gặp riêng. Thầy Chất phủ đầu ngay: "Tại sao em lại có thể dối trá, tham lam tệ hại như vậy?" Mai tái mặt líu ríu xin lỗi và nói má em đau cần một số tiền. Thầy Chất bác bỏ cách giải thích ấy và đòi gửi trả em về trường ngay ngày mai. Mai khóc và xin cho một cơ hội để làm lại con người mình, chứ nếu trường gửi về địa phương, em không sống nổi, không biết ăn nói sao với ba mẹ và bà con. Tôi cũng nói nhỏ với riêng thầy Chất: "Hãy cho cô ta một cơ hội vì Makarenko còn chấp nhận lũ đầu trộm đuôi cướp làm học trò thì mình cũng nên mở một con đường cho cô ấy. Nhưng phải từ bỏ thói dối trá độc ác khi "gắp lửa bỏ tay người"". Sau cùng thầy Chất nói: "Tôi tính kỷ luật cô gửi thẳng về trường nhưng thầy Cẩn xin cho cô một con đường sống. Tôi tạm thời để cô làm bí thư trong đợt này để giữ uy tín nhưng khi về trường cô phải xin từ chức, lý do gì thì cô tự nghĩ. Nếu cần tôi sẽ nói giúp vì cô không còn xứng đáng nữa và hãy sống trung thực. Tí nữa vì cô mà tôi ép con Tước nó tự tử thì tôi ân hận suốt đời. Còn cô thì tội lỗi nghìn năm không rửa sạch."

Đêm:

Dưới ánh trăng, con đường đến trường vẫn trắng xóa một màu cát. Tôi cùng Mười và Tước kéo nhau đi uống café. Ly café đêm nay dường như đậm đà hơn. Uống vào thấy lâng lâng một niềm vui khó tả. Tôi không nhớ ai đó nói những thầy cô giỏi nhất dạy bằng trái tim chứ không từ sách vở. Một thầy giáo tốt giống như ngọn nến, luôn cháy hết bản thân mình để soi rọi con đường của người khác. Thời bao cấp này mọi thứ còn nghèo nhưng tình yêu luôn đầy ắp. Tôi cảm thấy nhẹ lòng vì ít ra những năm tháng đầu đời trong nghề không phải trở thành nỗi ray rứt khôn nguôi về sau.

Thầy trò cùng bước về soi bóng trên đường trăng. Lòng bỗng dưng ấm lại.

Nguyên Cẩn

RA KHƠI

NHÂN ẢNH (CA, USA)
Liên lạc:
han.le3359@gmail.com
(408) 722-5626

VIỆT NAM
Liên lạc:
nguyenthanh58.rk@gmail.com
0903385141

Tưởng Niệm 101 Năm Ngày Sinh
Giáo Sư Y Khoa Hoàng Tiến Bảo
Chân Dung Một Nhân Cách Lớn
NGÔ THẾ VINH

Chân dung GS Hoàng Tiến Bảo (1920 - 2008).
Hình chụp tại nhà Thầy ở Alhambra ngày Chủ Nhật 30/01/2005 còn 9 ngày
nữa là Tết Ất Dậu, nhân dịp các học trò đến chúc Tết Thầy Cô, đa số là lớp
YKSG 74-75. [photo by Phạm Xuân Cầu, tư liệu Phạm Anh Dũng, YKSG 74]

TIỂU SỬ

GS Hoàng Tiến Bảo sinh ngày 14/04/1920 tại Hà Nội. Quê nội làng Kim Lũ tỉnh Hà Đông, quê ngoại Làng Vẽ gần Hà Nội. Đi học từ năm 4 tuổi ở trường Trí Tri phố Hàng Đàn, lên trung học học trường Bờ Sông [École du Quai Clemenceau]. Có năng khiếu về môn vẽ, và mơ ước trở thành giáo viên đi dạy học. Thuở thiếu thời, ông có một nếp sống lành mạnh, chơi thể thao chạy bộ, tập ném tạ, ném đĩa, ra hồ Tây bơi lội một mình. Ông đi hướng đạo vào tuổi tráng niên, tập quen chịu phong sương. Mẹ ông buôn bán, sau này mới theo đạo Thiên Chúa, tất cả anh chị em ông cùng được chịu phép rửa tội theo mẹ ở nhà thờ Các Thánh Tử Đạo ở Cửa Bắc. Trong tám anh chị em, ông là con trai cả, tuy là gia đình tân tòng nhưng sau này có được hai linh mục, một dì phước dòng Thánh Phaolô, và một sư huynh dòng La Salle.

Năm 1937, ở tuổi 17 ông thiếu một tuổi để thi vào trường Sư phạm / École de Pédagogie ngành học mà ông mơ ước. Lúc đó Cha giám đốc trường Kẻ Giảng đang tìm người có bằng Diplôme dạy học, ông nhận lời và dự định chỉ dạy ở Kẻ Giảng một năm, khi đủ 18 tuổi sẽ về Hà Nội thi vào trường Sư phạm. Ông dạy môn Pháp văn. Chủ Nhật cuối tuần thì về Hà Nội.

Nhưng ông đã ở Kẻ Sở 3 năm, thời gian 3 năm đó đã khiến ông trở thành một người Công Giáo thuần thành. Tuy không chịu chức Thánh, nhưng với 3 năm nơi trường Kẻ Giảng, ông được thấm nhuần các đức tính của một tu sĩ: nghèo khó, phục vụ, vâng lời. Và hầu như đã trở thành thói quen suốt đời, sáu giờ sáng mỗi ngày ông đi lễ nhà thờ, kể cả những năm ông du học ở Philadelphia, Hoa Kỳ. (1)

Ông lập gia đình năm 1946 tại Hà Nội. Có khoảng thời gian ngắn làm nghề may và buôn bán nhưng không thành công; sau khi thi tú tài xong, ông quyết định theo học Y Khoa. Khi GS Phạm Biểu Tâm, GS Trần Ngọc Ninh đã là nội trú ở bệnh viện Phủ Doãn thì ông mới là một ngoại trú. Ông vào học Y khoa sau hai chị Vũ Thị Thoa và Nguyễn Thị Nhị một năm. [BS Vũ Thị Thoa sau này là giáo sư Nhi khoa BV Nhi Đồng, BS Nguyễn Thị Nhị giảng sư Sản phụ khoa BV Hùng Vương].

Ông tốt nghiệp Y khoa năm 1952 với Thèse Doctorat de Médecine: L' Hémodiagnostic / Hemodiagnosis [Hoàng Tiến Bảo,

M.D.E., Hanoi 1952]. Ông là bác sĩ giải phẫu tại bệnh viện Phủ Doãn cho tới 1954, Ông cùng gia đình di cư vào Nam ngay sau Hiệp định Geneve chia đôi đất nước.

Vào Sài Gòn, ông mở phòng mạch một thời gian ngắn ở khu bình dân Khánh Hội. Sau đó ông được GS Trần Ngọc Ninh lúc đó mới đậu Agrégé từ Pháp về, mời làm phụ tá cho GS Ninh ở Bệnh viện Bình Dân trên đường Phan Thanh Giản, Sài Gòn. Từ một bác sĩ giải phẫu tổng quát, sau này ông trở thành một bác sĩ chuyên khoa Chỉnh trực, làm việc cùng với các bạn đồng sự từ bệnh viện Phủ Doãn di cư vào Nam. Ngoài ra, ông còn phụ trách một số giờ dạy môn Cơ thể học / Anatomy cho sinh viên Y khoa năm thứ nhất cùng với Giáo sư Nguyễn Hữu, trên đường Trần Hoàng Quân, Chợ Lớn.

Năm 1960, ông được trường Y khoa Sài Gòn cử đi du học Hoa Kỳ tại University of Pennsylvania, theo ngành Orthopaedics một năm, xong chuyển qua ngành Bone Pathology tại Temple University. Trong thời gian này, ông đã thi đậu bằng tương đương ECFMG (1962), hoàn tất học vị Master of Science về Orthopaedic Pathology, American Board of Pathology. Ông trở về Việt Nam năm 1966.

Từ năm 1966, ông là Giáo sư Đại học Y Khoa Sài Gòn, làm trưởng khu Chỉnh Trực bệnh viện Bình Dân, [sau khi GS Trần Ngọc Ninh chuyển sang bệnh viện Nhi Đồng xây dựng Khoa Giải Phẫu Tiểu nhi / Chirurgie Infantile / Pediatric Surgery với các công trình nghiên cứu nổi tiếng Đông Nam Á]. Thầy Hoàng Tiến Bảo cũng đồng thời phát triển ngành học mới Bướu Xương / Bone Tumor tại Việt Nam, chữa trị cho nhiều bệnh nhân bị chứng bệnh hiểm nghèo này.

Nguyễn Gia Khánh, YKSG 68 cũng là học trò của Thầy, sau 75, Khánh là Giáo sư Đại học Y Khoa Alberta, Canada một tên tuổi lớn trong ngành AnaPath - Giải phẫu Bệnh lý, là tác giả nhiều công trình nghiên cứu world class và cũng là tác giả của bộ sách giáo khoa chuyên ngành này. Nguyễn Gia Khánh viết:

"Ngày xưa, trong những năm 1967-1969, trong thời gian học Giải phẫu tổng quát ở BV Bình Dân, tôi có dịp tiếp xúc với GS Bảo khá nhiều, tuy không theo học Giải phẫu Chỉnh trực. GS Bảo chỉ nhỏ hơn GS Nguyễn Hữu có một tuổi nhưng tính Ông rất trẻ. Ông muốn chúng tôi gọi Ông là anh và xưng em. Tôi có dịp dự nhiều buổi học Bệnh lý về xương vào buổi tối do Ông làm cho các nhóm nhỏ gồm nội trú và sinh viên trong khu Chỉnh trực Bệnh viện Bình Dân. Những buổi học của Ông rất hay và thực dụng, luôn luôn có microscopic slides và X-Ray của xương. Ông thường nhấn mạnh là khi đọc sinh thiết / biopsy bướu xương phải có X-Ray và ý kiến của radiologists để tránh những sai lầm nguy hại, đáng tiếc. Đó là nguyên tắc căn bản, đúng cho đến ngày hôm nay. GS Bảo đã có một cơ duyên đặc biệt, hãn hữu là đã được thụ huấn bốn năm với GS Ernest Aegerter, một đại danh sư về Bệnh lý học của xương tại Temple University, Philadelphia, PA, USA. Trên đời này ít có ai được may mắn như Ông!"

Năm 1974, ông sang University of Hong Kong học thêm về chuyên khoa Phẫu thuật Cột sống [Spine Surgery] với Giáo sư A.R. Hodgson, người Anh. Sau đó ông trở về Việt Nam, cũng tại Bệnh viện Bình Dân phát triển khoa này, làm việc cùng với Bác sĩ Hoover đại diện cho AMA / American Medical Association ở Việt Nam. Ông đã giúp nhiều bệnh nhân bị lao cột sống [Mal de Pott / Pott's disease] và chấn thương cột sống có khả năng trở lại sinh hoạt bình thường. Lao cột sống là một bệnh thường gặp ở Việt Nam, khi mà dịch bệnh lao phổi còn đang lan tràn ở quê nhà. Trong những năm đó, ông đào tạo nhiều thế hệ môn sinh, sau này rất thành công trong mọi lãnh vực y khoa, kể cả ngành chấn thương chỉnh hình và cột sống.

Võ Văn Thành và Vũ Tam Tĩnh, cùng YKSG 74 là hai môn sinh khoa cột sống, từng làm việc với Thầy gần 8 năm ở bệnh viện Bình Dân, họ không có cơ hội đến các bến bờ tự do nên còn ở lại Việt Nam. Trong nghịch cảnh, hai anh vẫn cố gắng xây dựng và phát triển Khoa Giải phẫu Cột Sống ngày thêm vững mạnh. Thầy Bảo viết: "Thành và Tĩnh là những người tiêu biểu cho khóa 1974 ở quê nhà." Vẫn Thầy viết tiếp: "Thành và Tĩnh đều rõ tôi nghĩ về các anh thế nào." (2)

Vũ Tam Tĩnh thì đã mất vì bạo bệnh trước Thầy. Chỉ còn lại Võ Văn Thành, bấy lâu vẫn giữ mối liên lạc mật thiết và kính trọng với Thầy cho tới ngày Thầy mất.

THẦY GIẢNG DẠY NHỮNG ỨNG DỤNG THỰC TẾ

Không lý thuyết viễn vông, Thầy Bảo giảng dạy những điều rất thực tế để sinh viên có thể lãnh hội và áp dụng được ngay. Thầy dạy học với lòng nhiệt thành và thân ái, giúp cho sinh viên tìm thấy đường đi trong rừng sách vở. Từ giảng đường Y khoa tới bệnh viện, bằng cách này hay cách khác, Thầy Hoàng Tiến Bảo đã để lại những dấu ấn trong suốt học trình Y khoa trên đám môn sinh được học Thầy. Trong một bài tưởng niệm Thầy, cựu nội trú Phan Ngọc Hà YKSG 74 đã ghi lại kinh nghiệm học trình Y khoa 5 năm được học với Thầy.

"Năm thứ nhất: bài học đầu tiên với Thầy là 2 tuần lễ Cơ thể học / Anatomy về tứ chi. Năm thứ hai: Thầy mở đầu môn Cơ Thể Bệnh lý / Anapath với bài Viêm cùng 4 triệu chứng sưng, đau, nóng, đỏ. Năm thứ ba Thầy dạy về gẫy xương với từng vị trí xương gẫy và phương pháp điều trị rất thực dụng. Năm thứ tư: Thầy dạy về bướu xương, môn học rất mới và xấp cours của Thầy như một cẩm nang rất hữu ích. Năm thứ năm: Thầy đảm trách thêm một số giờ về môn Médecine Opératoire, thay vì thuần lý thuyết, Thầy dạy những điều mà học trò có thể ứng dụng ngay khi bước vào đời."

Ngay cả những sinh viên, cho dù chỉ tới thực tập với khu Chỉnh trực BV Bình Dân trong một thời gian ngắn cũng được Thầy dạy dỗ và chăm sóc chu đáo. Mới đây, nhân 13 năm ngày giỗ Thầy Hoàng Tiến Bảo [20.01.2008 - 20.01.2021], Phan Ngọc Lũy YKSG 74, đã viết trên Facebook của mình: "Tôi không thể nào quên được những lần được phụ mổ lao cột sống với Thầy. Mặc dù cuộc mổ khá dài, Thầy vẫn vừa cần mẫn, tận tụy mổ xẻ vừa từ tốn, ôn tồn giảng dạy cho các học trò chung quanh. Thầy hết lòng chăm lo đời sống cho sinh viên. Các sinh viên năm thứ 5 thực tập tại khu Chỉnh trực được Thầy xin Ban giám đốc Bệnh viện cho làm nội trú ủy nhiệm và được hưởng lương tháng. Đây không chỉ là một số tiền khá lớn đối với các sinh viên nghèo mà còn là niềm khuyến khích vô biên cho học trò. Thầy là người công bình. Trong khu Chỉnh trực, sự phân công cho các sinh viên, từ trại bệnh, phòng mổ, phòng bột như nhau. Được cho phép mổ từ trường hợp đơn giản đến phức tạp tùy theo thời gian thực tập. Mọi sinh viên đều có cơ hội học tập như nhau. Thầy luôn khuyến khích mọi sinh viên học hành tiến bộ. Đây chỉ là vài kỷ niệm nhỏ đối với Thầy, một vị giáo sư y khoa tài đức vẹn toàn."

Với quan niệm giảng dạy "kiến thức và thực dụng", khác với đường lối cũ của Pháp chỉ nhắm đào tạo một thiểu số "tinh hoa - elite", với chế độ thi cử thật khắt khe, và mỗi năm mỗi khóa học với 200 - 300 sinh viên mà chỉ chọn khoảng 12 tới 15 nội trú thực thụ. Thấy được sự cách biệt về trình độ và phẩm chất đào tạo giữa nhóm nội trú và một đa số ngoại trú hành lang - externes des couloirs, Thầy Bảo đã mạnh dạn chủ trương là phải mở rộng chương trình nội trú, gia tăng sĩ số sinh viên nội trú trúng tuyển để mọi sinh viên ưu tú có khả năng có cơ hội đồng đều để trở thành những bác sĩ giỏi. Một mô hình tiến rất gần tới chế độ nội trú - thường trú [Internship and Residency] của giáo dục Y khoa của Mỹ. Cũng như khi dạy Cơ Thể Học, Thầy luôn luôn nhấn mạnh tới phần ứng dụng, môn Cơ Thể Học Chức năng - Functional Anatomy.

Kỳ thi nội trú khóa 74 [theo Bạch Thế Thức], đã có tới 66 nội trú thực thụ trúng tuyển và 4 nội trú tạm thời / provisoire, hơn rất xa con số nội trú của những năm trước đó. Tới khóa 75, số nội trú mới trúng tuyển còn tăng thêm nữa, lên tới con số 90. Quan điểm phải mở rộng chương trình nội trú của Thầy Hoàng Tiến Bảo - với sự hậu thuẫn của Hội đồng Khoa, với thời gian đã được chứng minh là rất đúng qua những con số đám môn sinh thành đạt, phục vụ người bệnh hữu hiệu, không chỉ ở trong nước mà cả rất thành công khi ra hải ngoại. Rất tiếc là "chương trình nội trú mở rộng" đầy triển vọng của Thầy Bảo sau 1975 đã bị chế độ mới xóa bỏ, họ đã hạ thấp một nền Y khoa Khoa học của miền Nam xuống trình độ một nền Y khoa nhân dân du nhập từ miền Bắc. Đó cũng là nhận định cay đắng của Giáo sư Trần Ngọc Ninh từ Đại học Y Khoa Sài Gòn, trong khoảng thời gian của buổi giao thời khi ông bị kẹt ở lại.

1975 VÀ NHỮNG NGÀY DÀI NHẤT

Biến cố 1975 như một cơn bão xô đẩy cả đất nước và mọi người vào một cuộc bể dâu. Ngày 30.04.1975 đã được Thầy Hoàng Tiến Bảo ghi nhận là Ngày dài nhất trong cuộc đời Bác sĩ. Thầy đã can đảm gánh vác vai trò Giám đốc BV Bình Dân, chấp nhận mọi việc rủi ro có thể xảy đến với mình và vẫn bênh vực cho tất cả những nhân viên cũ, các bác sĩ đàn em và đám sinh viên.(5)

Tình cảnh ở miền Nam sau 1975 cũng không khác với tình cảnh đám bác sĩ cũ còn kẹt lại ở Hà Nội sau 1954, tuy vẫn làm việc nhưng là trong tình trạng "lưu dung" [không phải lưu dụng / không có dấu nặng] theo cái nghĩa xúc phạm tồi tệ, đó là "dung thứ mà giữ lại", và họ vẫn bị đối xử như một thứ công dân hạng hai.

Thầy Bảo tuy vẫn có được sự kính trọng và vị nể của chế độ mới vì đức độ tài năng, nhân cách đặc biệt của Thầy; và cũng vì họ đang cần Thầy nhưng bảo tin cậy Thầy thì không. Như trường hợp Giáo sư Phạm Biểu Tâm, một tên tuổi trí thức lớn như vậy mà vẫn 2 lần bị Công an thành phố vây khám nhà mà không tìm ra được gì, sau đó là 2 lần xin lỗi của Thành ủy Sài Gòn.(3) Có một nhận định bằng xương máu của một người rất hiểu Cộng sản từ ngoài Bắc vào, đó là: "Người Cộng sản có thể lạnh lùng giết anh và sau đó gửi tới vòng hoa phúng điếu."

Người viết còn nhớ, vào mấy ngày trước Tết Tân Dậu, khoảng đầu năm 1981 mấy thầy trò còn kẹt ở lại có buổi họp mặt tất niên, bao gồm các khóa, nhưng đông nhất là Y Khoa 68. Có được hai Thầy là giáo sư Hoàng Tiến Bảo và giáo sư Phạm Biểu Tâm tới dự. Giữa lúc phong trào "Boat People / vượt biển tìm tự do" - cho dù với nhiều tang thương chết chóc nhưng vẫn dâng cao, tâm trạng "ở đi" của mọi người vô cùng ngổn ngang lúc đó nên "vui là vui gượng kẻo là". Thầy Bảo thì vẫn thâm trầm ít nói, có dáng khắc khổ như một thầy tu. Thầy Tâm tuy không bao giờ uống rượu nhưng vẫn mang rượu tới để chung vui. Thầy Tâm giơ cao chai rượu trước mặt các học trò và nói đại ý: "Lần này thì các anh thực sự yên tâm, đây không phải là rượu giả vì là chai rượu lễ của một Cha mới biểu tôi." Trước sau, Thầy Tâm vẫn có một lối nói chuyện gián tiếp với "ý tại ngôn ngoại" như vậy. Ai cũng hiểu ý Thầy, muốn nói về một "thời kỳ giả dối" du nhập từ miền Bắc mà cả miền Nam đang phải bàng hoàng trải qua.

Thầy Bảo tuy phải sống trong nghịch cảnh với bao khó khăn chồng chất, nhưng Thầy vẫn hàng ngày đứng mổ, tận tụy phục vụ người bệnh, giảng dạy học trò cho đến ngày về hưu, đi định cư ở Hoa kỳ năm 1983.

Thầy đến Mỹ ở tuổi 63, dự định đoàn tụ với các con và tiếp tục nghỉ hưu. Ban đầu Thầy Cô thuê nhà ở San Francisco, sau đó dọn xuống Long Beach. Sau một thời gian ở Long Beach, cuối cùng Thầy Cô cũng ổn định được cuộc sống, sinh hoạt đoàn tụ cùng gia đình trong một căn nhà rất khiêm tốn ở thành phố Alhambra, California.

Rồi đám học trò cũ kéo tới thăm Thầy và còn đem cho Thầy một thùng sách và một đống cours ronéo, và cả thúc giục Thầy học lại. Thầy đã có ECFMG có lẽ là sớm nhất, từ 1962 khi du học ở Mỹ, hồi đó là đã đủ điều kiện để xin đi residency, nhưng nay lại bắt buộc phải thêm FLEX, một kỳ thi kéo dài ròng rã 3 ngày. Thầy viết: "Trong lúc rảnh rỗi, sẵn xấp cours và sách, giở ra coi, thấy hay hay nhưng Y khoa ở Mỹ bây giờ thì đã khác quá xa với một phần tư thế kỷ trước. Hồi đó IgA, IgE, IgM chưa sách nào nói đến, Watson và Crick chưa tìm ra cơ cấu của DNA, Behavior sciences chưa có chữ nào..."

Thầy đã là giáo sư y khoa, từng du học Mỹ 6 năm, nhưng nay là một di dân, và để có thể lấy lại được bằng hành nghề y tại Hoa Kỳ, Thầy vẫn phải học hành thi cử như mọi bác sĩ ngoại quốc khác.

MỘT NGÀY TRONG MỘT NĂM VOLUNTEER CỦA THẦY

Với khích lệ của đám môn sinh, Thầy quyết định trở lại vui với đèn sách. Đây cũng là thời gian gần một năm [khoảng từ tháng 5/1987 đến tháng 4/1988], như một cơ duyên tôi được gần gũi với Thầy. Qua giới thiệu của bạn đồng môn Phạm Quang Thùy YKSG 69 cũng là học trò của Thầy, Thầy và tôi cùng được nhận vào làm Clinical fellow / volunteer / WOC / không lương nơi Department of Medicine & Hypertension, USC Medical School với 2 giáo sư Vincent DeQuattro và Robert Barndt, trên tầng lầu 6 tòa nhà chính của Bệnh viện. Nơi đây, không phải chỉ có Việt Nam, mà còn có các bác sĩ thuộc nhiều quốc tịch khác như Nam Hàn, Trung Quốc, Phi Luật Tân, Syria và cả Nhật Bản.

Tuy đã gần tuổi "cổ lai hy" nhưng nếp sống của Thầy trẻ trung hơn tuổi tác. Như từ bao năm, đều đặn mỗi sáng từ 6 giờ, Thầy đã rời nhà [thành phố Alhambra] với backpack nhẹ trên lưng, đi bộ ra trạm xe bước lên chuyến bus tới dự thánh lễ buổi sáng ở nhà thờ, sau đó mới lên một chuyến bus khác để tới bệnh viện USC trên đường Zonal, Los Angeles.

Mục đích Thầy trò tới đây là để làm quen thêm với môi trường bệnh viện Mỹ, cho dù trước 1975 thầy Bảo cũng đã du học về Orthopaedics ở Mỹ và tôi thì cũng có một thời gian tu nghiệp về Physical Medicine & Rehabilitation ở Letterman General Hospital, San Francisco. Và cũng không kém quan trọng là sau một năm, Thầy trò sẽ có được mấy letters of recommendation của các giáo sư Mỹ. Cũng dễ hiểu, người Mỹ chỉ tin những gì có gốc xuất phát từ môi trường của họ.

Hệ thống y khoa Mỹ lạnh lùng và tàn nhẫn với bất cứ một bác sĩ ngoại quốc nào tới Mỹ theo diện di dân muốn hành nghề trở lại, cách đối xử khác xa với thành phần du học nếu sau đó trở về nước. Nhưng cũng có một nhận định khác cho rằng đó là sự tuyển chọn rất công bằng chỉ có ở nước Mỹ. Không là ngoại lệ, cả hai thầy trò phải đi lại từ bước đầu. Nhưng rồi sau này, có thời gian làm việc tại các bệnh viện New York, tôi đã chứng kiến hoàn cảnh vị giáo sư ObGyn đáng kính người Ba Lan phải đi làm EKG technician, và một bác sĩ giải phẫu người Nga thì làm công việc của một respiratory therapist. Họ là thế hệ thứ nhất tới Mỹ với tuổi tác không thể đi học lại từ đầu những môn khoa học cơ bản (basic sciences) quá mới mẻ nên đành chấp nhận hy sinh lót đường cho thế hệ thứ hai vươn lên.

Tại USC Medical Center, đám bác sĩ ngoại quốc chúng tôi tuy chưa có bằng hành nghề, nhưng cũng được tiếp xúc với bệnh nhân, để chọn lọc và ghi tên họ tham gia vào các công trình nghiên cứu y khoa, theo protocol, thực hiện các cuộc phỏng vấn, lập hồ sơ với folder cho từng người; ngoài ra 2 ngày mỗi tuần chúng tôi được tham dự / quan sát các buổi khám bệnh của 2 vị giáo sư Mỹ này. Thầy Hoàng Tiến Bảo, tuy bao năm đã từng làm giáo sư Y khoa ở Việt Nam nhưng Thầy rất khiêm cung, và khi biết được background của Thầy, ai cũng tỏ vẻ kính trọng.

Mỗi ngày, sau khi làm xong phần vụ được giao phó, hai Thầy trò lại cùng nhau xuống thư viện Norris Medical Library nơi có cả một rừng sách, phía sau Bệnh viện để dùi mài kinh sử; chủ yếu là nghe tape và xem video các bài giảng y khoa, giống như mấy trung tâm luyện thi Kaplan nhưng phải trả tiền khá đắt. Thầy Bảo vừa xem-nghe vừa ghi chép tóm tắt mỗi bài giảng trên một cuốn vở, do có khiếu vẽ từ nhỏ chữ viết của Thầy thì tuyệt đẹp. Buổi trưa giờ lunchbreak, hai Thầy trò ra ngồi nơi ghế đá dưới bóng mát những tàn cây xanh bên ngoài thư viện, với bữa ăn trưa đơn giản thường là một ổ bánh mì sandwich và chai nước suối, có hôm được tráng miệng với trái cây: quả chuối hay vài trái nho hay một trái táo, mà cô Bảo đã chu đáo gói sẵn trong bao Ziploc bỏ vào backpack cho Thầy mang theo.

Trong thời gian này, tôi được chứng kiến là Thầy lo cho bản thân thì ít, mà lo cho các môn sinh thì nhiều. Nhất là với các bác sĩ ra trường sau 1975, gặp khó khăn về hồ sơ giấy tờ để được học hành thi cử trở lại. Có lần đã sắp tới ngày thi FLEX của Thầy, nhưng Thầy không quá quan tâm, vẫn dẫn một phái đoàn lên gặp Medical Board trên Sacramento, tranh đấu cho đám sinh viên ra trường sau 1975 được công nhận là tương đương và được quyền thi cử để trở lại y nghiệp. Một lần khác, Thầy xin nghỉ hẳn một ngày ở USC, và tôi được biết Thầy đã đi bus lên Pomona, để gặp và khuyên một môn sinh đừng bỏ học, và được biết sau này anh ấy cũng đã trở lại hành nghề y khoa.

Và rồi Thầy đã rất vui khi biết tôi đã qua phần thi cử FMGEMS, có được mấy cuộc phỏng vấn / interviews để vào NRMP (National Resident Matching Program) và cũng chính thầy Bảo là người đầu tiên chia vui với tin tưởng là học trò của Thầy sẽ qua được chặng đường thử thách 3 năm trước mặt. Sau đó tôi rời California đi New York với hy vọng hoàn tất chương trình nội trú & thường trú nơi hệ thống Bệnh viện Đại học SUNY Downstate ở Brooklyn, New York. Trên đoạn đường chiến binh 3 năm ấy, đã ở cái tuổi 47, thỉnh thoảng tôi vẫn nhận được hoặc một tấm bưu thiếp hay một trang thư ngắn với nét chữ thân yêu rất đẹp của Thầy cùng với lời khuyến khích mà cho đến những năm sau này tôi vẫn còn mãi nhớ ơn.

TỔ CHỨC NHÓM HỌC THI CHO ĐÁM MÔN SINH

Đến năm 1991, xong chương trình 3 năm thường trú về Nội khoa, tôi trở lại California, làm việc cho một Bệnh viện VA ở Long Beach. Đến thăm Thầy, rất vui khi thấy Thầy khỏe mạnh và vẫn rất minh mẫn ở tuổi 71. Bao quanh Thầy nay là một đám học trò cũ tới Mỹ ở một thời điểm phải nói là muộn màng. Và cũng để tạo không khí vui học, Thầy đã tổ chức các buổi học nhóm cho đám môn sinh này. Các buổi học nhóm rất linh động, lúc thì ở nhà Thầy, rồi luân phiên tới nhà các học trò.

Nơi trụ lâu nhất là nhà anh chị Nguyễn Đức Thụ trên đường Crystal Lane - còn được gọi đùa là Crystal Lane Medical College, vì đây là lò đào tạo thành công cho một số học trò của Thầy trở lại nghiệp cũ như Nguyễn Phan Khuê, Trương Văn Như, Huỳnh Quang

Lang, Nguyễn Đức Thụ... Nguyễn Phan Khuê là người mỗi sáng từ nhà West Covina đến Alhambra đón Thầy xuống Tustin học chung nhóm từ 9 giờ sáng tới 8 giờ tối, rồi từ đó chở Thầy về Alhambra, cứ như vậy trong suốt 6 tháng.

Với uy tín sẵn có, Thầy dễ dàng mời các bác sĩ đã thành đạt trong dòng chính/ mainstream, đang hành nghề và cả giảng dạy, đa số qua Mỹ sớm từ 1975 và một số cũng là học trò của Thầy. Họ đến từ các chuyên khoa khác nhau, chia sẻ những kinh nghiệm lâm sàng và thi cử: như GS Vũ Quý Đài (Khoa trưởng cuối cùng của trường Y khoa Sài Gòn) tới giảng về Microbiology & Immunology, Phùng Mạnh Lành về Biochemistry, Bạch Thế Thức về Surgery, Quỳnh Kiều về Pediatry, Phạm Văn Hạnh và Phùng Gia Thanh về Radiology, Trà Mi về Dermatology...

Không chỉ trong học tập, Thầy Bảo gần gũi với đám học trò trong mọi sinh hoạt. Thầy đại diện nhà trai làm chủ hôn cho học trò Nguyễn Phan Khuê YKSG 74, Thầy tham dự nhiều đám cưới của học trò cũ như của Nguyễn Chí Vỹ, Lã Hoàng Trung... Thầy đã vào bệnh viện Huntington Memorial Hospital thăm học trò Nguyễn Văn Chí, khi đang ở tình trạng thập tử nhất sinh, không ai nghĩ rằng Chí có thể sống sót và tin rằng đó là lần cuối cùng Thầy đến thăm trò. Vậy mà giờ đây Nguyễn Văn Chí vẫn còn sống khỏe mạnh, và Thầy đã ra người thiên cổ! Chí vẫn còn nhớ và rất cảm động khi nhắc đến Thầy.

Không có khoảng cách tuổi tác, hòa mình cùng đám học trò: học chung, ăn chung rất vui nhộn nhưng đám môn sinh thì vẫn giữ sự kính trọng với cương vị của một người Thầy trong mọi hoàn cảnh với ý nghĩa tốt đẹp nhất. Sau này có dịp nhìn lại, Thầy tâm sự thành thật: "Không có các bạn, đặc biệt là các bạn khóa 74, tôi khó lòng có dịp hành nghề trở lại vào tuổi 71. Trông lại, những ngày cùng nhau phấn đấu là những ngày vui."

HÀNH NGHỀ TRÊN ĐẤT MỸ

Thầy cũng lấy được license hành nghề trên đất Mỹ, như một tấm gương sáng, dù phải trải qua một chặng đường thi cử khá gập ghềnh. Do được thấm nhuần từ tuổi trẻ các đức tính: nghèo khó, phục vụ, nên sự trở lại ngành nghề của Thầy không phải vì động lực tiền bạc, mà là một nhu cầu trí tuệ, một tái khẳng định tấm Căn cước / Identity Chí hướng Y khoa của Thầy.

Bước đầu, Thầy được BS Hà Gia Cường lúc ấy đang làm ở Fairview Medical Center, Costa Mesa, CA cho biết nơi đây đang cần một surgeon nhưng chỉ làm minor surgery. Qua giới thiệu của Cường, Thầy được mời interview đạt 94 /100 điểm, cuối cùng chỉ còn Thầy và một người nữa được vào chung kết; đến interview thứ hai thì người được chọn là anh bác sĩ Mỹ chắc chắn là trẻ trung hơn Thầy. Những ai đã chen chân vào hệ thống Y khoa Hoa Kỳ đều dễ dàng hiểu tại sao, cho dù EEO (Equal Employment Opportunity) khẳng định rằng không có phân biệt về sắc tộc và tuổi tác.

Bước tiếp theo là lúc đi tìm nơi mở phòng mạch, nhưng tiền overhead thì đắt kinh khủng. Cuối cùng Bạch Thế Thức chỉ cho Thầy một nơi ở Alhambra gần nhà, tiền thuê chỉ có $600 một tháng, lại trông sang phòng mạch của Thúy San, vợ Thức. Thầy viết: "Thúy San chuyên về Nhi khoa / Pediatrics, khi có người lớn muốn khám bệnh thì chị gửi qua tôi, thành ra tôi không có mối lo của người mới mở phòng mạch."

Khi mà nền Y khoa Mỹ cuối thế kỷ 20, đã càng ngày càng trở nên quá thực dụng: bác sĩ thì được gọi là người cung cấp dịch vụ (provider), và bệnh nhân là khách hàng (customer), thì ai cũng hiểu rằng thứ "văn hóa dịch vụ" ấy hoàn toàn không thích hợp với tâm tư và lý tưởng y khoa của Thầy. Mặc dầu Thầy đã đi du học Mỹ 6 năm [1960 - 1966] nhưng là sinh hoạt trong môi trường đại học (academic). Nay bước ra làm phòng mạch, việc điều hành không khác một thương vụ, đây quả là một "culture shock" đối với Thầy. Và rồi còn thêm những vụ kiện cáo, cho dù có lý do chính đáng hay không, khiến người y sĩ phải hành nghề trong tư thế tự vệ (defensive medicine), dẫn tới yêu cầu phải làm những thử nghiệm (tests), các thủ thuật (procedures) rất tốn kém đôi khi không thật cần thiết, với mục đích chỉ để giảm thiểu các đe dọa kiện tụng sau này.

Tôi còn nhớ hồi hai Thầy trò đi làm volunteer ở USC, trong một buổi Morning report, khi một fellow gốc Trung Đông trình bày hồ sơ một bệnh nhân quá sơ sài, GS DeQuattro đã nhắc nhở đám fellow volunteer chúng tôi rằng: "Khi đặt bút viết trên một hồ sơ bệnh nhân, nên nhớ rằng, có thể một ngày nào đó anh chị phải đọc hồ sơ đó trước tòa, sẽ không có ai bảo vệ các anh chị lúc đó ngoài những dòng chữ viết trên giấy." Vào thập niên 80s, lúc đó hồ sơ bệnh nhân còn phải viết tay, chưa tới giai đoạn làm bệnh án điện tử (electronic medical record) như hiện nay.

Trong bài viết Những Ngày Vui, Thầy Bảo đã giải bày tâm sự: "Làm phòng mạch ở Mỹ không giản dị như khi tôi mở ở Hà Nội và Sài Gòn. Ở Mỹ nếu khám bệnh 5 phút, thì giấy tờ phải từ 15, 20 phút. Hồ sơ bệnh nhân phải làm sao khi có kiện cáo, mình không bị sơ hở. Rồi giấy tờ làm sao họ không bị deny trả tiền." Rồi Thầy viết tiếp: "Tôi nhận thấy mình đã tới tuổi, sức chịu stress giảm đi nhiều nên làm phòng mạch được khoảng một năm rồi tôi thôi." (2)

KHI THẦY THUỐC LÀ CON BỆNH

Đến tuổi 75, Thầy có vấn đề về sức khỏe, sức chịu đựng về thể lực giảm, thấy mệt khi gắng sức, nghĩ rằng do tuổi tác. Đôi lần ra vào bệnh viện, làm đủ các tests: X-rays, Echocardiogram, Holter monitoring đều không thấy gì. Cuối cùng, qua giới thiệu của Trần Thế Kiệt YKSG 74, Thầy đến gặp bác sĩ Zhao tại French Hospital, gần khu Chinatown, Los Angeles. Là một bác sĩ tim mạch / non invasive cardiologist, lai 3 dòng máu Việt Lào Hoa, biết nói tiếng Việt, bác sĩ Zhao đề nghị Thầy làm Coronary angiogram / Soi tim chụp mạch vành. Nhưng Thầy không muốn.

Trong một bức thư gửi đám môn sinh, Thầy viết: "Từ tháng Giêng tới tháng Sáu 1995, tôi vẫn lừng khừng vì không bao giờ có chest pain, nhưng sau đó Thầy có vấn đề trong sinh hoạt hàng ngày, rất mệt khi lên xuống cầu thang trong nhà, phải dừng lại khi đi vội ra trạm xe bus."

Đến lúc đó Thầy mới chịu vào Garfield Medical Center, Monterey Park để làm angiogram. Kết quả: có 4 động mạch tim bị nghẽn từ 70 % tới 90 %, và bác sĩ Zhao khuyên Thầy nên làm bypass. Vẫn với tâm trạng phủ nhận (denial) và cả hoài nghi, Thầy viết: "90%, 80% ... các ông lấy tiêu chuẩn nào mà evaluate rõ ràng như vậy? Vả lại ở nước Mỹ này không thiếu gì bác sĩ đè con người ta ra mổ vì incentive là tiền, không có incentive đó, nhiều ông không mổ. Cho nên tôi vẫn lừng khừng." Điều này Thầy nghĩ không đúng, thực ra, bác sĩ Zhao, chỉ làm công việc chẩn đoán chứ không phải là người mổ cho Thầy. Cho dù Thầy biết rất rõ angiogram là "tiêu chuẩn vàng - gold standard" để chẩn đoán nghẽn mạch tim. Nhưng bản thân Thầy, khi là con bệnh thì vẫn cứ hoài nghi.

Người viết còn nhớ, trong một cuốn sách nhan đề "Khi những thầy thuốc là con bệnh - When doctors are patients" ghi lại một cách trung thực những kinh nghiệm bản thân phải nếm trải khi chính các bác sĩ là con bệnh, chính họ phải đối phó với một số căn bệnh trầm kha. Max Pinner và Benjamin F. Miller cũng là bác sĩ đã cùng đi tới kết luận rằng: "Người-bệnh-thầy-thuốc không chỉ phải đương đầu với căn bệnh, mà là phải đối phó với một suy sụp toàn thể." (4)

Và tôi hiểu rằng, dẫu là bác sĩ, nhưng trước một thử thách có thể là "giữa sống và chết", chính người-bệnh-thầy-thuốc cũng phải trải qua những biến đổi sâu xa về mọi phương diện, cả những thay đổi về sự phán đoán do những xúc động về tình cảm và tâm lý. Và tôi đã nhận thấy được sự thay đổi ấy ngay nơi các Thầy của mình như trước đây là Thầy Phạm Biểu Tâm, và nay là Thầy Hoàng Tiến Bảo.

Bạch Thế Thức thu xếp cho Thầy được gặp bác sĩ Minh Lu Huang, là một trong 8 bác sĩ giải phẫu cardiothoracic giỏi nhất trong vùng. Trong 10 năm ông Huang đã mổ hơn 2.000 cas bypass từ khi tốt nghiệp. Theo Thức, do có nhiều dịp phụ mổ, thấy bác sĩ Huang đã giải quyết những cas bypass khó khăn một cách bình tĩnh và khéo léo. Bác sĩ Huang quyết định sẽ đưa Thầy vào Huntington Memorial Hospital - là một bệnh viện lớn trang bị hiện đại nhất trong vùng để mổ. Thầy không phải nhập viện sớm, do mọi chuyện Pre-op Thức đều lo cho Thầy. Thầy còn một mối lo khác, khi mổ cần truyền máu nếu lấy từ blood bank, thì cái risk AIDS và Hepatitis tuy ít nhưng vẫn có. Rất may, Bạch Thế Thức thuộc nhóm máu O - universal donor, Thức đã tình nguyện hiến máu trước cho Thầy khi cần.

Phạm Văn Hạnh YKSG 74, sau này trở thành giáo sư UCI về Neuro-radiology trong một chia sẻ riêng với người viết: "Thức và Thúy San trong bấy lâu đã chăm sóc Thầy Cô như những đứa con lo cho cha mẹ."

Thầy Bảo rất thành thật tâm sự: "Khi mổ cho người khác thì hăng hái mà đến lượt mình lên bàn mổ thì lại rất rụt rè." Và cuối cùng không phải ai khác hơn, chính Bạch Thế Thức, Trần Thế Kiệt và sau này là Nguyễn Xuân Ngãi, cả ba đều là học trò của Thầy, đã giúp Thầy quyết định, chấp nhận làm bypass với tâm trạng không còn do dự gì nữa, nhưng vẫn với chút lo âu, Thầy viết: "Lành nhiều, dữ ít, theo thống kê, song mortality / tử vong vẫn có."

Đó là những dòng chữ trên trang đầu của 8 trang thư viết tay của Thầy từ lúc 6 giờ rưỡi sáng ngày 22/09/1995 chỉ vài giờ trước khi lên bàn mổ. Tám trang thư ấy, nửa như một tâm thư, nửa như một di chúc gửi các Anh Chị Em đồng nghiệp Y Khoa Đại Học Sài Gòn, đặc biệt với khóa 1967 - 1974 ở quê hương và năm châu. Thầy viết tiếp:

"Tôi sẽ thấy sáng mai rạng rỡ như sáng nay hay không bao giờ thấy nữa, hoàn toàn tùy thuộc vào Đấng cai quản đời tôi. Đấng ấy đã ban cho tôi một cuộc đời hào hứng, một nghề nghiệp mà tôi yêu suốt đời và giờ đây với lòng hãnh diện tôi có không biết bao nhiêu bạn đồng nghiệp mà tôi được tiếp xúc ở Y khoa Đại học Sài Gòn, và nay tại khắp năm châu bốn bể mà tôi không có phương tiện gửi lời chúc Good Morning đến tất cả nên viết lá thư này."

Ngoài phần xúc cảm riêng tư của Thầy - như một người bệnh trước khi bước lên dốc tử sinh, nhưng cuối cùng vẫn là mối ưu tư về thời cuộc về đất nước, cùng với một lời nhắn tới các bạn đồng nghiệp trẻ là "Quê hương Việt Nam đang chờ".

Rồi Thầy cũng trở lại với chút riêng tư, với mấy dòng tái bút cuối thư: "Xin anh chị em cầu nguyện cho tôi, Mục sư Phạm Hồng Lạc, con người của Thiên Chúa, Chị Liên Ôn, giữa đường gặp Chúa, xin nhớ đến tôi nhiều trong khi hàng ngày cầu nguyện."

Khoảng 9 giờ sáng ngày 22/09/1995, đích thân Bạch Thế Thức lái xe đến đón Thầy vào Huntington Memorial Hospital để mổ 4 động mạch tim bị nghẽn, một Quadruple bypass theo lịch mổ là 1 giờ trưa. Thức là phụ mổ chính cho BS Huang. Và sau này Thức cho biết khi mổ mới phát hiện ra là có thêm một động mạch thứ 5 bị nghẽn, như vậy đây là Quintuple bypass. Cuộc mổ kéo dài 4 tiếng đồng hồ, không cần truyền máu ngoài 10 units tiểu cầu (platelets) và thành công tốt đẹp.

Ngày thứ tư Thầy được xuất viện về nhà. Thầy hồi phục rất nhanh, không có một biến chứng hậu phẫu nào.

Ngay sau khi cuộc mổ tim bình phục, Thầy sinh hoạt năng động trở lại, rất gắn bó với đám học trò cũ, và gần gũi nhất vẫn là khóa YKSG 74.

The Vietnamese American Medical Association
Proudly Presents
The Professor Phạm Biểu Tâm Memorial Award
to
Hoàng Tiến Bảo, M.D.
Professor of Surgery
for
*His Exemplary Virtue, His Tireless Dedication
and Devotion to Teaching, Research, and Patient Care,
and His Generous Contribution to the Development
of the Vietnamese Medical Profession*
Presented on the Occasion of the VAMA National Convention
September 23-25, 2005
Washington, District of Columbia

Mười năm sau mổ, trong dịp Đại hội Hội Y Sĩ Việt Nam Hoa Kỳ, tháng 09/2005 tại Washington D.C., Thầy Hoàng Tiến Bảo được vinh dự trao tặng Giải thưởng Tưởng Niệm Giáo Sư Phạm Biểu Tâm "do tấm gương đạo đức, sự cống hiến không mỏi mệt trong Giảng dạy, Nghiên cứu, và Chăm sóc Người bệnh, cùng với sự đóng góp quảng đại trong quá trình Phát triển Nghiệp vụ Y khoa Việt Nam." Người đầu tiên được trao tặng Giải thưởng Phạm Biểu Tâm là Giáo Sư Nguyễn Hữu, tại Đại Hội QTYND kỳ III tại Paris năm 2000. [photo by Phạm Xuân Cầu]

Thầy Hoàng Tiến Bảo đã sống thêm được 13 năm, trở lại với một cuộc đời hào hứng. Nền y khoa tiến bộ "Không những chỉ kéo dài tuổi thọ mà còn tăng thêm phẩm chất của cuộc sống / Adding years to life - and life to years." Đó cũng là Motto của nền Y Khoa Phục Hồi, được coi như Bước Thứ Ba của Y Khoa.

Thầy Hoàng Tiến Bảo mất ngày 21/01/2008 tại Alhambra, California. Lễ an táng của Thầy đã được tổ chức tại Resurrection Catholic Cemetery, Rosemead ngày 26/01/2008 với tham dự đông đủ của các môn sinh tại nam California và cả nhiều người từ xa về. Chúng tôi và rất nhiều học trò khác không bao giờ quên ơn và nhớ mãi tấm gương sáng với tấm lòng quảng đại đầy nhân hậu của Thầy. Rất nhiều điếu văn ca ngợi công đức của Thầy, sau đây là trích dẫn đôi dòng từ bài điếu văn của môn sinh Đặng Văn Chất, YKSG 72 đọc trước mộ chí của Thầy:

"Thầy đã có một cuộc đời đầy ý nghĩa, một cuộc đời mà chúng ta mong muốn được sống, cuộc đời của một Đại Lương Y luôn luôn tận tụy với bệnh nhân, cuộc đời của một Đại Giáo Sư luôn luôn tận tụy với học trò, và cuộc đời của một người chồng, một người cha gương mẫu. Hơn thế nữa, chúng ta mừng vì Thầy Bảo đã làm tròn nghĩa vụ đối với Tổ Quốc Việt Nam thương yêu của chúng ta. Tổ Quốc Việt Nam của tất cả người Việt ở nước nhà cũng như ở xứ ngoài…"

Ngô Thế Vinh
USC 1987 - Long Beach 21/01/2021
[Tưởng niệm 13 năm ngày giỗ Thầy]

THAM KHẢO:

1/ Nhật Ký Đời Tôi, Hoàng Tiến Bảo [tư liệu Phạm Xuân Cầu]

2/ Một Đêm Vui, Những Ngày Vui, Hoàng Tiến Bảo. Hai mươi năm Hội ngộ (1974 -1994). Tuyển tập Y khoa 67-74 [tư liệu Bạch Thế Thức]

3/ Tìm Lại Thời Gian Đã Mất, Tưởng Nhớ Một Vị Danh Sư, GS Y Khoa Phạm Biểu Tâm. Ngô Thế Vinh, Chân Dung VHNT & VH, Việt Ecology Press 2017

4/ When Doctors Are Patients. Pinner M., Miller B.F. W.W, Norton and Co. New York 1951

5/ Ngày Dài Nhất trong đời bác sĩ. Hoàng Hôn - Hoàng Tiến Bảo. Diễn Đàn Sinh Viên Quân Y Hiện Dịch https://www.svqy.org/2020/5-2020/ngay/ngay.html

Hải Hành Mùa Đại Dịch 4

NGUYỄN LÊ HỒNG HƯNG

(kỳ 4)

Tàu rời bến Rotterdam từ trưa hôm kia, sáng nay đã tới vàm sông Elbe. Gần hai tháng qua tàu đậu bến chờ hàng, tuy thủy thủ đoàn sống không giống như cảnh tù tội, nhưng ở một nơi làm việc tà tà, ăn và nhậu riết rồi tinh thần mệt mỏi, nhàm chán nên sanh ra bốc đồng và thường hay cãi vã nhau. Khi tàu hải hành lại thì mọi người phấn khởi, vui mừng vì được thoát cái cảnh luẩn quẩn trên một con tàu.

Sáng nay mấy thủy thủ người In-Đô thức sớm hơn mọi hôm, xuống phòng ăn sáng xong ra boong làm việc hết, trông người nào cũng vui tươi và đầy sức sống. Buổi sáng của đầu bếp cũng đã xong, tôi rót ly cà phê định bưng lên phòng vừa nhâm nhi cà phê vừa lên mạng rà đọc một cái gì đó như thường ngày, nhưng hôm nay tàu vô sông Elbe nên tôi bưng tách cà phê ra sau boong đứng. Tôi có thói quen hễ mỗi khi tàu chạy trên một dòng sông, vào những ngày nắng ấm cũng như những ngày đông giá lạnh, tôi hay ra boong đứng nhìn bầy chim nhàn bay trên khoảng không phía sau lái. Bây giờ là mùa xuân nắng hanh, gió nhẹ, khí trời man mác và bầy chim nhàn thảnh thơi bay theo lái tàu, thỉnh thoảng một con nhàn thấy cá ngay lập tức lao xuống xớt liền. Nước dưới dòng sông còn ròng nên màu vàng lợt và dòng sông không mênh mông như những ngày nước lớn. Nhìn nước dưới lái tàu bị chân vịt quậy cuồn cuộn màu phù sa và nhìn hai bờ sông lớn rộng thênh thang làm lòng tôi bồn chồn xôn xao. Từ vàm sông Elbe vô cảng Hamburg khoảng chừng vài chục hải lý, nhưng tôi cũng thấy lòng dạ bồn chồn trông cho mau tới hải cảng. Trong tôi Hamburg còn có những thâm tình và nhiều kỷ niệm ngây ngô của thời trai trẻ. Ngoài ra tôi cũng ngưỡng mộ một hải cảng sống động nhờ những chiếc tàu buôn quốc tế ra vào với những chiếc đò chở đầy du khách bốn phương thưởng ngoạn trên sông và một thành phố đa văn hóa cũng nhờ con sông Elbe hùng vĩ, nhộn nhịp tàu bè ra, vô từ khắp nơi trên thế giới. Nếu không gì trở ngại thì chiều nay tôi sẽ hẹn vài người bạn ra hội quán nhậu lai rai, sau đó lên Reeperbahn xem trong mùa đại dịch này nó có thay đổi gì không.

Thuyền phó từ trên phòng lái đi xuống, nó dừng lại bên tôi hớn hở báo tin:

- Chiều nay thuyền trưởng già về.

Vừa ngắm sông vừa vu vơ suy nghĩ. Chợt nghe tiếng thuyền phó, tôi day lại và nói:

- Ồ, vậy hả?

- Oleg xuống thay. Ông còn nhớ Oleg không?

- Nhớ chớ, Oleg Bugrov?

- Đúng rồi.

- Oleg nghe có ông ở đây, ông ấy gởi lời chào.

- Ồ, cám ơn.

Nó cười hì hì rồi đi tới chỗ Edy và Nando đang lui cui rút dây lái ra sắp gọn để chuẩn bị cho tàu ghé bến, nó căn dặn hai đứa cái gì đó rồi day lại tôi, nó nói:

- Tui vô ăn sáng, ông chiên cho tui hai cái trứng được không?

- Sorry, trứng hết rồi, trưa vô Hamburg mới lấy thêm thực phẩm, còn bánh mì, thịt nguội, phó mát tao để ở trên bàn, mày vô lấy ăn đi.

Tàu sắp vô bến người nào việc đó, bận rộn lu bù. Tôi là đầu bếp trên tàu, ngoài những lần thực tập cứu hộ hoặc phòng cháy, chữa cháy ra tôi không phải bận tâm với công việc ngoài boong, vì vậy trong những ngày không thực tập tôi không biết tới mũi tàu và khoang tàu ra sao hết. Tôi cũng không cần phải bận tâm tới chuyện người này nói người kia, nhưng tôi chỉ để ý tánh tình mỗi người và mỗi sắc dân. Có lẽ chung chạ với nhiều giống người và tiếp xúc nhiều văn hóa khác nhau, nên nói chuyện một vài lần với một người nào đó, tôi có thể biết được tánh tình của họ, biết để mà cư xử sao cho hợp thôi chớ không phải để so đo với ai hết. Bởi vì thức ăn của tôi nấu cho tất cả mọi người ăn đều có hương vị và chất lượng ngon hoặc dở giống như nhau, miễn sao nấu ngày nào họ ăn hết ngày nấy, thức ăn ít thừa mứa đem đổ bỏ là tôi yên tâm.

Có điều là chung sống với nhiều giống người trong nhiều chế độ và tín ngưỡng khác nhau, tôi nhận thấy những người trong khối Cộng Sản Đông Âu trước kia, kể cả người Nga khi mới qua Hòa Lan làm việc, phần đông họ nghĩ các nước bên Tây Âu giàu lắm, trên tàu cái gì cũng có và ăn uống được tự do, nên khi xuống tàu cần thứ gì thì họ xuống kho lấy thứ đó, ngang nhiên vô bếp lục lạo và gây khó khăn cho đầu bếp. Thật tình thì lúc đầu tôi cũng không ưa những loại người này lắm, chửi lộn hoài, nhất là với người Nga. Nhưng khi nhớ lại, hồi mới tới Hòa Lan tôi cũng có ý nghĩ như họ, nhưng tôi là người tị nạn Cộng Sản và may mắn được định cư trong một xứ sở tự do, giàu, đẹp và nhân văn, sau một thời gian dài tôi mới thấm nhuần tự do và nhân bản. Dần dà tôi cũng hiểu ra, con người lúc nào cũng hướng về những điều tốt đẹp, ngoài những người Nga già cả, đầu óc còn bảo thủ, sống ích kỷ ra, phần đông đám trẻ học hỏi rất mau, vui vẻ hòa đồng với mọi người và sống cũng rất là văn minh, giống như cái cây đương trồng một nơi thiếu ánh mặt trời, mặt trăng và đất đai cằn cỗi, còi cọc, héo úa, nay được thay đất thêm phân giữa bầu trời tinh khiết nó tự do nhảy ra nhiều nhánh trông tươi tắn hẳn lên. Khi ngộ ra điều đó tôi liền thay đổi cách nhìn về con người, không phân biệt, biết cảm thông và chia sẻ. Thử hỏi nếu ngày xưa tôi kẹt lại trong chế độ Cộng Sản thì tôi sẽ ra sao, biết đâu còn tệ hơn họ nữa, cho nên khi nói chuyện với họ tôi tránh những lời lẽ phân biệt để khỏi mích lòng. Tôi có thể nhường nhịn mọi người, chịu thiệt thòi đôi chút, ngoại trừ người nào có thói quen vô kỷ luật, không tôn trọng giờ giấc ăn uống, hống hách, ỷ có chút địa vị rồi lên mặt, coi thường người khác thì tôi phải dùng ngôn ngữ chợ búa ra đối xử với họ.

Hồi mới qua Hòa Lan làm việc, có lẽ Oleg nghĩ làm thuyền phó rồi muốn ăn gì thì ăn, cho nên nó xuống kho lấy nguyên một hộp bánh ngọt và cả một lít kem đem về phòng dự trữ. Một tháng đặt hàng được mười lăm lít kem, tám hộp bánh ngọt, đầu bếp phải phân ra mỗi tuần chỉ được ăn kem một lần vào ngày chủ nhật và một hộp bánh ngọt cho officers, một cho thủy thủ. Theo luật lệ trên tàu thì không ai được phép xuống kho tự lấy thức ăn, tuy nhiên tôi biết cũng có nhiều người lén xuống kho lấy ăn, nhưng chút đỉnh tôi làm lơ, nhưng Oleg nó lấy nhiều quá nên tôi mới lưu ý nó. Thường thì những người Nga lớn tuổi còn máu cộng sản trong người hay ỷ quyền và xem đầu bếp như người phục vụ, nên hay sai đầu bếp làm này làm kia, khi bị tôi lưu ý và nhắc nhở thì họ cự nự có khi làm dữ nữa, nên tôi phải dùng lời lẽ nặng nề chửi cho một trận họ mới chịu yên. Oleg thì không, nghe tôi cảnh cáo nó liền đem bánh đem kem trả lại và xin lỗi, cũng từ đó mỗi khi lên bờ nó mua kem và bánh ngọt đủ loại, kem nó nhét trong hộc tủ đông trong phòng của nó không hết, phần còn lại đem xuống gởi tôi cất trong phòng đông lạnh, thỉnh thoảng nó cũng lấy kem, lấy bánh mời tôi ăn.

Thường thì thủy thủ làm việc không nhất định trên một chiếc tàu, cho nên những gương mặt thủy thủ đoàn mà tôi không thường tiếp xúc qua lại ít khi tôi nhớ. Oleg là một trong những người Nga để lại trong tôi ấn tượng. Tôi còn nhớ lần đầu tôi trò chuyện với nó, nó hỏi:

- Ông là nhà văn?

- Không, tao là nhà bếp.

- Nghe nói ông viết văn mà.

- Ồ, *hobby* thôi.

- Ông là người Việt mà tôi tưởng là người In-Đô.

- Câu này tao cũng nghe nhiều người nói.

- Thấy ông thân thiện với người In-Đô hơn.

- Tao đã sống chung với họ cả đời rồi. À, bộ mày không nghe tao nói chuyện với họ bằng tiếng gì sao?

Oleg ngẩng người ra ừ hử. Tôi nhìn thẳng mặt nó, hơi bị ngượng nó niễng mặt qua một bên. Cái thằng trông cũng đẹp trai, thông minh và có vẻ dễ gần gũi hơn những người Nga lớn tuổi. Tôi bắt chuyện:

- Bộ tao không thân với mày sao?

- Có, nhưng ít thấy ông cười.

Tôi cười lớn và nói:

- Ồ! Chuyện cười à? Mày phải nói người Nga của mày mới đúng.

Nó chưa hiểu ý tôi nên hỏi:

- Ông nói người Nga sao?

- Theo tao thấy thì người Nga của mày mới là người có gương mặt buồn bã và ít cười nhứt thế giới.

Nghe tôi nói vậy nó phá lên cười ha hả và nói:

- Tui là người Nga và cũng biết cười mà.

Tôi cười và nhìn nó, nói giọng khôi hài:

- Lần đầu tiên tao thấy một người Nga biết cười và còn biết dí dỏm nữa.

Lúc vui vẻ lắng xuống, nó nói với giọng nghiêm túc:

- Thật ra thì những người lớn tuổi ít tiếp xúc thế giới bên ngoài nên họ ngại cười.

- Sống trong chánh quyền sao thì con người ra vậy.

Nó nhìn tôi cũng vẫn chưa hiểu ý tôi nói gì, nó hỏi:

- Ông nói sao?

Thật ra thì từ ngày biết nước Nga qua thành phố Leningrad và vài ba hải cảng trong vịnh Phần Lan, tôi thường hay thắc mắc những học giả, nhà văn và nhà báo và cả các nhà cách mạng của miền Bắc nước Việt Nam thời đó, mấy ông mấy bà qua Nga học hỏi nghiên cứu cái giống gì không biết mà một xã hội có những con người với bộ dạng mệt mỏi, ban ngày giống như những cái xác không hồn, về đêm thì đi như những bóng ma giữa một thành phố đẹp lộng lẫy và văn minh, nhưng bị chế độ cộng sản tàn phá tanh bành tả bẹ. Xe cộ cũ xì, đường sá ổ gà, ổ voi; xe *bus*, xe điện chạy sụp xuống một cái thì sét rớt lộp độp, khớp xe nghiến nhau nghe ken két và khua rổn rảng. Vậy mà mấy ông, mấy bà viết ra thành cái thiên đường rồi trở về nước đem in thành sách, phổ biến, tuyên truyền ca ngợi ầm ĩ cho dân chúng cả ba miền đất nước Việt Nam về cái chủ nghĩa xã hội Liên Xô giàu đẹp. Cho mãi tới ngày hôm nay, chiến tranh đã qua nửa thế kỷ rồi, những sự thật đã sáng tỏ, vậy mà vẫn còn những nhà báo hay nhà văn Việt Nam, cũng cách viết giả tưởng đó, đem ra phân tích nụ cười của người Nga. Theo những người này thì: *"Trong nhận thức giao tiếp của người Nga, có một quy tắc: nụ cười phải thực sự phản ánh tâm trạng tốt và mối quan hệ tốt. Đó là lý do vì sao các nụ cười Nga là điều hiếm hoi và chỉ xuất hiện trong những trường hợp được coi là thích hợp, thể hiện một cảm xúc hạnh phúc thực sự..."* Cười mà cũng phải có quy tắc?! Nhưng dù gì đi nữa thì chuyện đã qua nửa thế kỷ rồi. Oleg có biết gì đâu và tôi cũng đã thấy những người Nga lớn tuổi dần dần biến mất, nhường lại đám trẻ đầu óc còn trong trắng học hỏi được văn minh trong những quốc gia tiên tiến, sống biết vui vẻ và hòa đồng với mọi người.

Tôi nói với Oleg:

- Mày thấy những lãnh tụ các nước Cộng Sản có ông, bà nào cười được tươi đâu.

Nó định nói gì nhưng nghĩ sao đó, nó hỏi:

- Ông có tới Nga lần nào chưa?

- Có, tao tới thành phố St. Petersburg hồi còn mang tên Leningrad.

- Ông có ấn tượng gì không?

Thật ra thì ấn tượng tôi có rất nhiều về St. Petersburg và tôi cũng đã ghi chép lại những gì tai nghe mắt thấy từ khi thành phố St. Petersburg còn nghèo nàn, tan hoang cho tới khi phát triển tốt đẹp như ngày hôm nay. Không muốn dài dòng nên tôi cũng chỉ nói ngắn gọn:

- St. Petersburg hồi còn là Leningrad trông nó giống như một cô hoa hậu thế giới bị bọn côn đồ hãm hiếp đến thân tàn ma dại. Nhưng từ ngày lấy lại tên St. Petersburg nó tràn trề sức sống và phát triển rất mau, tốt lắm, đẹp lắm...

Oleg cười ha hả rồi nói:

- Ông nói chuyện nghe vui quá.

Về Oleg tôi nhớ được bao nhiêu và cũng từ sau chuyến đó tôi không còn có dịp đi chung với nó nữa. Nghĩ tới đây thì chợt thấy dưới nước sau lái tàu, một bầy cá con đang nhảy lưng tưng trên mặt nước đục ngầu. Ồ! Tàu vừa cán lên một bầy cá nhỏ, thấy chúng rộn ràng trông cũng vui mắt. Chợt chạnh lòng khi thấy trên không bầy chim nhàn xôn xao như xông trận, chúng tăng tốc, nhấp cánh lia lịa rồi lấy trớn lao như tên bắn xuống đớp những con cá con tội nghiệp. Chặc! Giá mà tàu không cán lên bầy cá thì giữa cá và chim sống trong hai thế giới, dưới nước và trên không, thanh bình biết bao nhiêu.

Edy và Nando sắp xếp xong dây chạc, hai đứa đứng lên, đi tới trước mặt tôi. Edy hỏi:

- Chú biết thuyền trưởng Oleg hả?

- Ờ, chú biết lúc ông ta còn là thuyền phó.

Nó đưa ngón tay lên gặt gặt:

- Oleg là thuyền trưởng tốt?

Tôi vỗ vỗ lên vai Edy:

- Con siêng năng làm việc là được rồi. Để ý tới thuyền trưởng tốt hay xấu làm gì.

- Ờ ờ... Chú nói đúng.

Edy day ngang nói tiếng In-Đô với Nando gì đó, rồi hai đứa chào tôi đi ra phía trước.

Sau buổi ăn trưa tàu ghé cảng Hamburg. Khi tàu đã yên vị và máy tàu đã tắt thì người giao hàng cũng vừa xuống đưa tôi danh sách thực phẩm để kiểm tra. Nghĩ cũng buồn cười, đầu bếp đặt hàng, thuyền trưởng kiểm tra xong gởi về công ty, công ty kiểm tra lại một lần nữa rồi mới gởi đặt mua. Đầu nậu giao hàng thứ gì phải nhận thứ đó, đầu bếp không được trả lại những thứ không vừa ý, vậy mà cũng đưa danh sách kêu đầu bếp kiểm tra. Trong lúc chờ đợi hàng chuyển xuống, tôi nhớ lại hồi mới làm đầu bếp, tôi làm dưới quyền một vị thuyền trưởng hiền hậu, ông chỉ dạy tôi rất nhiều điều hay, tôi nhớ hoài câu chuyện ông đã dạy trong lúc tôi đang nêm nồi xúp nấm. Ông vô bếp lấy một cái trứng đưa lên, ông hỏi tôi:

- Làm sao một cái trứng mà chia đều cho cả tàu ăn?

Tôi ngẫm nghĩ một lát rồi lắc đầu:

- Không biết.

Ông liền đập cái trứng bỏ vô chén và đánh cho tròng trứng hòa nhau, sau đó tay trái cầm cái vá múc canh, tay phải bưng chén trứng trút vô nồi rồi ông quậy cho trứng quện vào xúp. Xong ông day qua hỏi tôi:

- Hiểu rồi phải không?

Vỡ lẽ ra, tôi hô:

- *Yes, Sir!*

Khi ông đi rồi tôi cảm thấy mắc cỡ, vì lúc đó tôi lo ăn uống cho đám *officers* nhiều hơn đám thủy thủ ngoài boong. Từ sau bài học đó tôi đã hiểu như thế nào là bình đẳng và mỗi khi thấy chuyện bất công thì tôi nhớ tới bài học cái trứng và nồi xúp nấm mà thuyền trưởng đã dạy tôi cách đây hơn ba chục năm. Thật ra thường những thuyền trưởng tư cách rất cao, ngoài việc điều hành trên tàu ra, ông còn lo sức khỏe cho thủy thủ đoàn, nếu thuyền trưởng lớn tuổi thì coi thủy thủ như con, thuyền trưởng trẻ thì xem thủy thủ như anh em. Từ ngày có người Nga qua làm việc mới xuất hiện vài thuyền trưởng có đầu óc kỳ thị, trước khi đổi về biết thuyền trưởng người Nga xuống thay thì ông đặt thực phẩm bớt lại chơi cho bõ ghét. Những món tôi đặt đều không thiếu, nhưng số lượng thì món nào cũng bớt một hai phần, có món bớt phân nửa. Biết trước như vậy nên tôi chỉ xem những món tôi cần có đủ không, nếu thấy món nào thiếu thì tôi ghi lại, sau đó tôi đưa cho thuyền trưởng mới để ông ta giải quyết, còn chất lượng của thực phẩm thì khỏi cần xem tôi cũng biết toàn là những thứ rẻ tiền.

Trong lúc mọi người đang chuyển hàng xuống kho, thuyền trưởng già áo quần tươm tất, mang khẩu trang xệ dưới cằm, đi tới hỏi tôi:

- Tất cả đều tốt?

Tôi nhún vai:

- Tốt xấu gì ông cũng biết mà.

Ông cũng nhún vai, nói:

- Xe *bus* chờ trên bến, tao về đây.

- Ok, ông đi bình an.

Đoạn ông day qua mấy thủy thủ, đưa tay chào từ biệt rồi ông đi lên bến. Khi ông ra khỏi cửa, Nando đưa hai tay lên trời mừng rỡ hô to:

- *Oh yéé*... Vậy là hổng còn BBQ cuối tuần nữa.

Mọi người cười rộ. Tôi lắc đầu cười nói với tụi nhỏ:

- Chậc, được ăn nhiều cũng phàn nàn, nếu gặp những viên thuyền trưởng keo kiệt, tụi con có thèm BBQ cũng không có để mà ăn.

Nhận hàng xong tôi lo cho buổi ăn chiều, đương lui cui múc thức ăn ra dĩa thì Oleg đi vô vồn vã bắt tay, không theo luật đề phòng dịch gì hết. Sau khi hỏi thăm sức khỏe, nó đưa tôi gói kẹo:

- Cho ông nè.

Tôi cầm lấy gói kẹo và chỉ tay qua phòng ăn, nói:

- Cảm ơn, thuyền trưởng vô ăn luôn đi.

Oleg chào tôi rồi đi qua phòng ăn, lúc đó Ama đi vô, nó phụ tôi lấy thức ăn cho thủy thủ. Tôi hỏi nó:

- Chừng nào con có chuyến bay?

- Chiều mai, vì không có chuyến bay Hamburg qua Frankfurt nên sáng mai con phải đi chuyến xe lửa sớm tới Frankfurt.

- Corona, phiền phức quá.

Sau bữa ăn chiều Ama vô phụ tôi dọn dẹp, xong nó day ngang bắt tay tôi và nói:

- Sáng con đi sớm, chắc không gặp chú.

Tôi đưa tay vỗ vỗ vào vai nó:

- Ok, thăm gia đình con, đi đường bình an.

Hải cảng Hamburg là một trong những hải cảng quốc tế lớn đứng thứ nhì Âu châu. Mùa hè là thời điểm thích hợp để du khách khám phá thành phố cảng. Du khách có thể đi *tours* để khám phá lịch sử của hải cảng quan trọng này, những chuyến đò hiện đại đưa du khách qua các kinh đào, qua những cây cầu kiến trúc lâu đời... Nói chung dòng sông Elbe, trước mùa dịch, lúc nào cũng nhộn nhịp tàu bè vô ra. Cũng vì đại dịch mà làm cho tàu bè thưa thớt trên dòng và những chuyến đò hiếm hoi, vắng vẻ bóng du khách đến từ bốn phương.

Hồi sáng tôi còn nôn nao chờ tàu ghé bến, dự định trước tiên tôi sẽ lên Duckdalben Seamen's Club, điểm dừng chân tuyệt vời cho thủy thủ bốn phương, sau đó lên dạo phố Hamburg. Nhưng khi biết quán *bar* của hội quán đóng cửa, chỉ có cửa hàng mở bán những món thủy thủ cần dùng. Xe *bus* hội quán rước mỗi chuyến được hai người, những người lên xe phải mang khẩu trang và ngồi giữ khoảng cách đúng tiêu chuẩn phòng dịch. Chiều nay đứng nhìn dòng sông Elbe vắng vẻ và kè đá của bến cảng còn nhiều khoảng trống, chỉ có vài chiếc tàu buôn đậu rời rạc. Bên kia bến đợi, những chiếc tàu du lịch tầm cỡ quốc tế có lớn, có nhỏ đang đậu lại im lìm, trông trống vắng lạnh lùng. Nghĩ tới những thủ tục rườm rà khi lên bến thì sự nôn nao, háo hức lúc ban sáng biến đâu mất. Lòng nghe buồn bã nên tôi không muốn đi đâu nữa hết.

Nguyễn Lê Hồng Hưng
Bắc Đại Tây Dương 22-11-2020

Tin Sách

NGUYỄN VĂN GIA

LÊ HÂN

Chúng tôi tiếp tục mục này như đã có trong Ngôn Ngữ số 9, vậy các bạn có sách mới xuất bản, nhớ gởi cho tòa soạn chúng tôi để tiếp tục giới thiệu vào số tới. Đây là những sách đã có mặt trong tháng 1 và 2 năm 2020:

A. TẠI VIỆT NAM

1. Đi Tìm Tác Phẩm Văn Chương và Kinh Nghiệm Hư Vô

Tác giả: Huỳnh Phan Anh
Thể loại: biên khảo
Sách dày 266 trang
Bìa: Nguyễn Thành
NXB Văn Hóa - Văn Nghệ 12/2020
Giá bìa: 140.000 đồng.

2. Vũ Điệu Thần Tiên

Tác giả: Nguyễn Thị Phú
Thể loại: truyện thiếu nhi
Sách dày 108 trang
Bìa: Nguyễn Thị Dư Dư
NXB Văn học - 10/2020
Giá bìa: 35.000 đồng.

3. **Ra Khơi 5**

Tác giả: Nhiều tác giả
Thể loại: ấn phẩm văn học nghệ thuật
Sách dày 335 trang
Bìa: Nguyễn Thành
NXB Hội Nhà Văn - 1/2021
Giá bìa: 120.000 đồng.

4. **Nhìn Thấy Mẹ Giữa Vườn Hoa Cải**

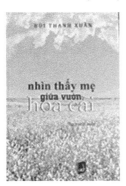

Tác giả: Bùi Thanh Xuân
Thể loại: truyện ngắn
Sách dày 318 trang
Bìa: Quốc Việt
NXB Dân Trí - 12/2020
Giá bìa: 120.000 đồng.

5. **Nước Mắt Nàng Vũ Nữ**

Tác giả: Bùi Thanh Xuân
Thể loại: truyện ngắn
Sách dày 253 trang
Bìa: Quốc Việt
NXB Dân Trí - 12/2020
Giá bìa: 90.000 đồng.

6. Giữa Huế Yêu Thương

Tác giả: Trang Thùy
Thể loại: tùy bút
Sách dày 117 trang
Bìa: Thy Mai
NXB Thuận Hóa - 9/2020
Giá bìa: 60.000 đồng.

7. Cõi Việt

Tác giả: Trần Đức Anh Sơn
Thể loại: biên khảo (song ngữ Việt - Anh)
Sách dày 292 trang
Bìa: Nhà xuất bản trình bày
NXB Tổng hợp TP Hồ Chí Minh - 2020
Giá bìa: 600.000 đồng

8. Dinh Trấn Thanh Chiêm Quảng Nam

Tác giả: Đinh Trọng Tuyên - Đinh Bá Truyền
Thể loại: biên khảo
Sách dày 352 trang
Bìa: Ảnh của tác giả
NXB Tổng hợp Thành phố Hồ Chí Minh - 2020
Giá bìa: 170.000 đồng

9. Từ Điển Nhà Nguyễn

Tác giả: Võ Hương An
Thể loại: biên khảo
Sách dày 960 trang
Bìa: NXB trình bày
NXB Tổng hợp Thành Phố Hồ Chí Minh - 2020
Giá bìa: 650.000 đồng (bản bìa mềm)
 850.000 đồng (bản bìa cứng)

B. SÁCH DO NHÂN ẢNH XUẤT BẢN

1. **Tròn Nhiệm Vụ**

Tác giả: Lâm Vĩnh Thế
Thể loại: hồi ký
Sách dày 276 trang, in màu bên trong
Bìa: Uyên Nguyên Trần Triết
Trình bày: Nguyễn Thành
NXB Nhân Ảnh - 1/2021
Giá bìa: $30 US (bìa mềm), $40 US (bìa cứng)

2. **Nhánh Tình Thời Chưa Mê Gái**

Tác giả: Luân Hoán
Thể loại: thơ
Sách dày 320 trang
Bìa: Khánh Trường
Trình bày: Nguyễn Thành
NXB Nhân Ảnh - 1/2021
Giá bìa: $20 US (bìa mềm), $30 US (bìa cứng)

3. **Nỗi Niềm**

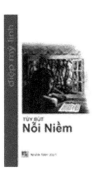

Tác giả: Điệp Mỹ Linh
Thể loại: tùy bút
Sách dày 188 trang
Bìa: Lê Đình Thăng Triết
Trình bày: Nguyễn Thành
NXB Nhân Ảnh - 1/2021
Giá bìa: $15 US

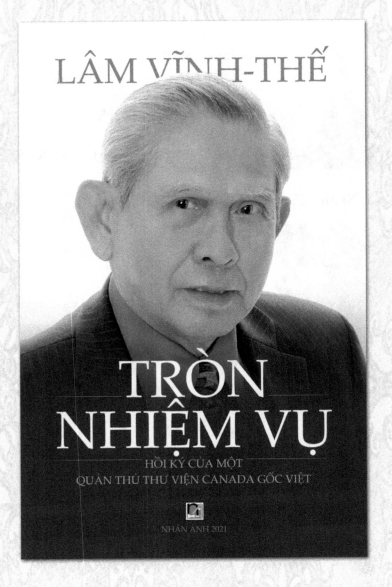

LÂM VĨNH-THẾ

TRÒN
NHIỆM VỤ

HỒI KÝ CỦA MỘT
QUẢN THỦ THƯ VIỆN CANADA GỐC VIỆT

NHÂN ẢNH 2021

- Liên lạc tác giả Lâm Vĩnh-Thế
 Email: Hoaivietnhan1981@gmail.com
- Phát hành toàn cầu trên amazon.com

LÂM VĨNH-THẾ

TRƯỜNG
PETRUS KÝ
TRONG TÂM TƯỞNG

NHỚ VỀ TRƯỜNG XƯA,
THẦY CÔ VÀ BẠN HỌC

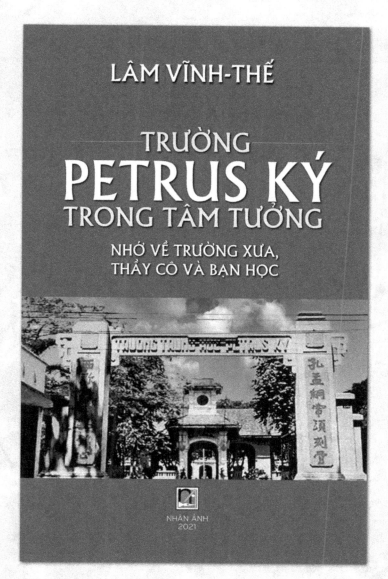

NHÂN ẢNH
2021

- Liên lạc tác giả Lâm Vĩnh-Thế
  Email: Hoaivietnhan1981@gmail.com
- Phát hành toàn cầu trên amazon.com

ĐẶT MUA DÀI HẠN
Tạp chí NGÔN NGỮ
Phát hành 2 tháng 1 kỳ

Ở Hoa Kỳ:

$120 US/1 năm
$20 một số
Liên hệ: Lê Hân, han.le3359@gmail.com - tel: (408) 722-5626

Ở Canada:

$138 CAD/1 năm
$25 một số
Liên hệ: Tạ Trung Sơn, tatrungson@hotmail.com
tel: (514) 354-5338

Ở Pháp:

Mua qua www.amazon.fr

Ở Đức:

Mua qua www.amazon.de

Ở Việt Nam:

150.000 đ một số
Liên hệ: Nguyễn Thành, vanhocunescom@gmail.com
tel: (84) 0903385141

CPSIA information can be obtained
at www.ICGtesting.com
Printed in the USA
FSHW011150130221
78555FS